# आलो-आंधारि

एका घरकाम करणाऱ्या स्त्रीची आत्मकथा

मूळ बंगाली लेखिका
**बेबी हालदार**

बंगालीतून हिंदी अनुवाद
**प्रबोध कुमार**

हिंदीतून मराठी अनुवाद
**मृणालिनी गडकरी**

**मेहता पब्लिशिंग हाऊस**

✆ +91 020-24476924 / 24460313 / Mob. No. 9545000513

Email : production@mehtapublishinghouse.com

Website : www.mehtapublishinghouse.com



**ALO-ANDHARI** by Baby Haldar



Translated into Marathi Language by Mrunalini Gadakari

**आलो-आंधारि / आत्मकथन**

अनुवाद : मृणालिनी गडकरी

Email : author@mehtapublishinghouse.com



प्रकाशक : सुनील अनिल मेहता, मेहता पब्लिशिंग हाऊस,
१९४१, सदाशिव पेठ, माडीवाले कॉलनी, पुणे – ४११०३०.

अक्षरजुळणी : वंदना घाटगे, मयूर-बी, माणिकबाग, सिंहगड रोड, पुणे - ५१

मुद्रक : ट्रिनिटी ॲकॅडमी फॉर कॉर्पोरेट ट्रेनिंग लिमिटेड

मुखपृष्ठ : चंद्रमोहन कुलकर्णी

प्रकाशनकाल : ऑगस्ट, २००८ / पुनर्मुद्रण : सप्टेंबर, २०१६

किंमत : ₹ १६०

P Book ISBN 9788177669671

---

# प्रबोध कुमार यांचे दोन शब्द

बेबी हालदारचं 'आलो-आंधारि' हे पुस्तक मूळ बंगालीत लिहिलेलं आहे. त्याचा हा हिंदी अनुवाद तिच्या हस्तलिखितावरून केला आहे. मूळ पुस्तक प्रसिद्ध होण्यापूर्वीच त्याचा हिंदी अनुवाद बाजारात आला. असं क्वचितच घडलं असेल.

बेबीचं पुस्तक खरोखरच उत्तम आहे. अजूनपर्यंत त्यावर कुणीच टीका केलेली ऐकिवात नाही. हा अनुवाद कसा झालाय, हे आपण ठरवायचं आहे. लेखिकेच्या वाणीतून अनुवादकच बोलत आहे, असं वाटू नये, ह्याची काळजी घेतली आहे. म्हणूनच बंगाली वाक्यरचनेत फारसे फेरफार केले नाहीत. काही शब्द तर मुद्दामच तसेच्या तसेच ठेवले आहेत.

बेबीनं काही ठिकाणी इंग्रजी शब्द वापरले आहेत. त्या शब्दांच्या जागी हिंदी शब्द सहज घालता आले असते. पण तशी गरज वाटली नाही. कारण भारतीय समाजातील एक वर्ग असा आहे की तो इंग्रजी शब्दांना आपल्याच भाषेतील शब्द समजतो. ह्याचा पुरावाही मला मिळाला. एके दिवशी बेबीनं 'इन्कम' हा शब्द लिहिल्यावर मला विचारलं, 'इन्कम'ला इंग्रजीत काय म्हणतात?'

बेबीनं 'आलो-आंधारि'तल्या प्रमुख व्यक्तिरेखेला आपलंच नाव दिलं आहे. कधी ह्या दोघी एकच असतात तर कधी वेगळ्या. उदाहरणार्थ, स्वत:च्या लग्नाबद्दल लिहिताना बेबी म्हणते, 'एवढा दु:खाचा दिवस पण बेबीनं तो हसत खेळत घालवला. तिचं काय होतं आहे, हे तिला समजलंच नाही. मार्गशीर्ष महिन्याच्या सतरा तारखेला– बुधवारी– तिचं लग्न झालं.' लेखिकेनं स्वत:ला प्रमुख व्यक्तिरेखेपासून अलग करणारी बरीच उदाहरणं ह्या पुस्तकात मिळतात. ह्याचं कारण विचारलं असता ती म्हणते की आयुष्यातील काही प्रसंग विसरण्याच्या प्रयत्नात तिला कधीकधी वाटतं की हे प्रसंग तिच्या नाही तर दुसऱ्याच कुणाच्या आयुष्यात घडले आहेत.

**– प्रबोध कुमार**

# मनोगत

'आलो-आंधारि' हे बेबी हालदारचं आत्मकथन. 'आलो-आंधारि'चा एक अर्थ उजेड आणि अंधार ह्यांचं मिश्रण आणि दुसरा अर्थ काही स्पष्ट होतं आहे तर काही अस्पष्टच राहून गेलं आहे अशा प्रकारे केलेलं चित्रण. हे दोन्ही अर्थ विचारात घेता पुस्तकाला दिलेलं हे नाव किती समर्पक आहे, हे लक्षात येतं. म्हणूनच कदाचित प्रबोध कुमारांनी हिंदी अनुवादाला ते तसंच ठेवलं असावं आणि मलाही ते भावल्यामुळे मीही ते बदललं नाही.

झोपडपट्टीसदृश वस्त्यांमध्ये राहणाऱ्या लाखो अशिक्षित, गरीब आणि दीनदुबळ्या असहाय स्त्रियांसारखंच तर बेबीचं आयुष्य होतं. मग ह्या स्त्रियांच्यात आणि बेबीत फरक कुठं पडतो? उर्वशी बुटालिया ह्यांनी ह्याच पुस्तकाचा इंग्रजी अनुवाद 'A Life Less Ordinary' ह्या नावानं केला आहे. पण Baby's response to her life was extraordinary. म्हणूनच बेबीची ही कहाणी असामान्य ठरते, अपूर्वाईची वाटते. ह्या पुस्तकानं साहित्यक्षेत्रात बरीच खळबळ माजवली. ह्या पुस्तकाचे बऱ्याच भारतीय आणि परदेशी भाषांत अनुवाद झाले आहेत. भारतातील अनेक मान्यवर लेखकांनी आणि टीकाकारांनी बेबीच्या ह्या पुस्तकाचं तोंड भरून कौतुक केलं आहे. त्यात बुजुर्ग लेखक विष्णु प्रभाकर आहेत, रामशंकर द्विवेदी, के.सच्चिदानंद, रमापद चौधरी ही लेखक-मंडळी आहेत, तसेच बंगालमधील प्रसिद्ध लेखक व समीक्षक शंख घोषही आहेत. सलमान रश्मी आणि महाश्वेतादेवी ह्यांच्या बरोबरीनं, फ्रँकफर्ट इथं दरवर्षी भरणाऱ्या आंतरराष्ट्रीय पुस्तकमेळ्यात बेबीचा सत्कार करण्यात आला.

बेबीच्या ह्या पहिल्याच लेखनानं तिला थोर लेखकांच्या पंक्तीत नेऊन बसवलं असलं तरी रामशंकर द्विवेदी म्हणतात त्याप्रमाणे 'आपण एक 'कालजयी' रचना करतोय' ह्याची लेखिकेला जाणीवच नाही. तिची लेखनातील सहजता, साधी-सरळ भाषा, मनमोकळं कथन, प्रांजळ अभिव्यक्ती ह्यामुळेच ह्या पुस्तकानं फार वरची उंची गाठली आहे. मला पुस्तक आवडण्याचं हेच महत्त्वाचं कारण आहे. सातवीपर्यंत शिकलेली बेबी लेखनाचं तंत्र, भाषा, शैली ह्यांच्या बाबत पूर्णपणे अनभिज्ञ आहे. तरीसुद्धा आपल्या अनघड, अकृत्रिम भाषेत तिनं केलेलं लेखन अतिशय परिणामकारक आणि सुंदर

झालं आहे. 'तिथं (डलहौसीला) बर्फ पडायचं ते मधमाशांसारखं गिरगिरत,' अशी नावीन्यपूर्ण पण अतिशय योग्य उपमा ती सहजपणे देऊन जाते. 'मा बरोबर जणू काही माझं सुख, आनंदही निघून गेला होता' अशी साधी सुटसुटीत वाक्यं आपल्याला बरंच काही सांगून जातात.

बेबीचा शब्दसंग्रह अगदी बेताचाच आहे. पण फार मोठ्या किंवा वेगळ्या शब्दांची तिला गरजच भासत नाही. उलट एखाद्या घटनेचं वर्णन करायला तिच्यापाशी नेमकेच शब्द असल्याने ती इकडे-तिकडे भरकटत नाही. त्यामुळे तिचं लेखन थेट आपल्या मनालाच जाऊन भिडतं.

ह्या आत्मकथनासाठी बेबीनं तिची अशी जी खास शैली वापरली आहे, तिनं तर भल्याभल्यांना स्तंभित केलं आहे. प्रांजळपणे आपले अनुभव मांडणारी बेबी मधूनच 'मी' वरून अगदी अलगदपणे 'ती'कडे जाते. जणू काही आपल्या इवल्याशा भूतकाळाच्या प्रवासाला निघालेली बेबी ह्या प्रवासातील वाटसरूही आहे आणि वाटाडीही आहे. 'मी'च्या बाहेर पडून 'मी'ला निरखणारी ही अनोखी शैली ह्या आत्मकथनाला अधिकच मनोज्ञ बनवते.

स्वत:च्या मनाचं आणि व्यक्तिमत्त्वाचं दर्शन वाचकांना घडेल अशाच घटना बेबीनं निवडल्या आहेत. त्या घटनांचं वर्णन करताना तिच्या भोवतालचा समाज आणि तिच्या आयुष्यात आलेली लहान-मोठी माणसं ह्यांचं जिवंत चित्रण करण्यात ती यशस्वी झाली आहे. इथं आपल्याला जाणवतं की कळकळीच्या लेखनासाठी शिक्षणाची नाही तर अनुभूतीची आवश्यकता असते.

बेबीनं आपलं निवेदन अतिशय सूचकतेनं, संयमानं आणि संतुलितपणे केलं आहे. तिचा लहानपणीचा सवंगडी दुलाल तिला बऱ्याच वर्षांनी भेटतो तेव्हा त्याच्याबद्दलच्या भावना व्यक्त करताना ती लिहिते, 'जर तिला (बेबीला) कुणी तिच्या मुलांची शपथ घालून खरं खरं (दुलालबद्दल काय वाटतं ते) सांगायला सांगितलं असतं तर तिनं हेही कबूल केलं असतं की दुलालला जर लिहिता वाचता येत असतं तर तिनंही त्याला तशीच (प्रेम) पत्रं लिहिलीही असती.' बेबीचा संयमही वाखाणण्यासारखा आहे. एवढं सोसूनही कुठंही आक्रस्ताळेपणा नाही, कुणाबद्दलही कधीही गैरशब्द वापरलेला नाही. उलट लहान वयातच तिच्याजवळ लोकांना समजून

घेण्याचं शहाणपण आहे. म्हणूनच नवरा, सासरकडची माणसं, शेजारी ह्यांच्याशी तिचे संबंध जिव्हाळ्याचे होते. एकंदरीत बेबी सुसंस्कृत आहे, असंच दिसतं. अशा बेबीला मदत करण्यासाठी काही हात पुढे येतात, तेव्हा बेबीची उमेद वाढते, ती अशा मदत करणाऱ्यांबद्दल कृतज्ञता व्यक्त करते. ह्यासाठी बेबीच्या मूळ पुस्तकातली (हे बंगालीत आहे) अर्पणपत्रिका पाहण्यासाठी आहे. त्या अर्पणपत्रिकेत ती म्हणते, 'माझं हे पुस्तक प्रबोध कुमारांसारख्यांना मी अर्पण केलं तर ते माझी थट्टाच करतील. कारण हे पुस्तक माझ्यापेक्षा त्यांचंच आहे. म्हणून ज्यांच्यामुळे मला हे लिहिता आलं त्या माझ्या शाळेतील बाईंना आणि गुरुजींनाच मी हे अर्पण करते. ' बेबीचं पुस्तक जसं आगळंवेगळं तशीच त्या पुस्तकाची अर्पणपत्रिकाही. ह्यातून बेबीच्या व्यक्तिमत्त्वाची आपल्याला स्पष्ट कल्पना येते.

बेबीचं हे आत्मकथन तिच्यासारख्या कष्ट करणाऱ्या, अत्याचार सोसून जगणाऱ्या अनेक स्त्रियांचं प्रतिनिधित्व करतं. मात्र ही आत्मकथा रडकथा नाही किंवा वाचकांची सहानुभूती मिळवण्यासाठी केलेलं हे लेखन नाही. ही आत्मकथा आहे एका घरकाम करणाऱ्या बेबीतून जन्माला आलेल्या लेखिका बेबी हालदारची. हेच ह्या पुस्तकाचं मोठेपण आहे. म्हणूनच रमापद चौधरी ह्या पुस्तकाबद्दल आपली प्रतिक्रिया देताना म्हणतात, 'प्रसिद्ध व्यक्तींची आत्मचरित्रे आपल्याला अधिक आकर्षित करत असली तरी काही काळानंतर त्यांचे अप्रूप राहत नाही. विशिष्ट काळातील सामाजिक इतिहास पाह्यचा झाला तर आपल्याला अतिसामान्य वाटणाऱ्या व्यक्तींकडे वळावं लागतं. आज ह्या पुस्तकाला कसा प्रतिसाद मिळेल हे सांगता येत नसलं तरी भविष्यात आजच्या काळातील सामाजिक इतिहासाचा शोध घ्यायचा झाला तर संशोधकांना पुन्हा पुन्हा वळावे लागेल ते बेबी हालदारकडे – ह्या घरकाम करणाऱ्या मुलीकडे.'

साधारण दीड-एक वर्षांपूर्वी मी 'आलो-आंधारि'चं परीक्षण वाचलं होतं. बहुधा 'The Hindu'च्या 'Literary Review'ह्या पुरवणीत. तेव्हापासूनच ह्या पुस्तकाबद्दल मला कुतूहल होतं. मूळ बंगाली पुस्तक वाचावं आणि शक्य झाल्यास त्याचा अनुवाद करावा असं फार मनात होतं. एके दिवशी अनपेक्षितपणे 'मेहता पब्लिशिंग हाऊस'च्या श्री. सुनील मेहतांनी ह्या पुस्तकाच्या अनुवादाबद्दल विचारलं. माझ्या बाबतीत हा आश्चर्यकारक योगायोग दोन-तीन वेळा घडून आला आहे. एखाद्या पुस्तकाचा अनुवाद

करावा असं मनापासून वाटत असतानाच, अनपेक्षितपणे तेच पुस्तक अनुवादासाठी हातात पडतं.

बेबी हालदार, बेबीचे 'तातुश' प्रबोध कुमार ह्यांची माहिती देणारं रमेश गोस्वामी ह्यांचे टिपण, स्वत: प्रबोध कुमारांनी हिंदी अनुवादाला लिहिलेले दोन शब्द, बंगालीतील प्रसिद्ध साहित्यिक आणि समीक्षक शंख घोष ह्यांची मूळ बंगाली पुस्तकाला असलेली प्रस्तावना ह्यांचा मराठी अनुवादही ह्या पुस्तकाच्या मराठी अनुवादात माझ्या मनोगताबरोबर, मराठी वाचकांसाठी, मुद्दाम दिला आहे.

मूळ पुस्तक जरी बंगालीत असलं तरी श्री प्रबोध कुमारांच्या विनंतीवरून त्यांच्या हिंदी अनुवादाचा मी मराठी अनुवाद केला आहे.

माझ्या मनात असलेल्या ह्या पुस्तकाचा अनुवाद करण्याचं काम मोठ्या विश्वासानं श्री. सुनील मेहता ह्यांनी माझ्यावर सोपवलं. ह्याबद्दल मी त्यांचे मन:पूर्वक आभार मानते.

**– मृणालिनी गडकरी**

# नमन

एकांनी तिच्या हातात दिलं तसलिमा नासरिनचं 'आमार मेयेबेला.' दुसरे एकजण तिला म्हणाले, 'लक्षात ठेव, आशापूर्णादेवी घरातलं सगळं काम आवरून, रात्री सगळे झोपल्यावर, हळूच, कुणालाही न कळवता, लिहीत असत.' सातवीपर्यंत शिकलेल्या तिच्या हातात एकांनी लेखणी आणि वही दिली आणि तिला तिची जीवन-कहाणी लिहायला सांगितली. तिनं जे काही थोडंफार लिहिलं ते वाचून दुसरे एकजण म्हणाले, 'हे तर ॲना फ्रँकच्या डायरिसारखं झालंय.' ॲना फ्रँक? ती कोण होती? माहीत नाही. तरीही ते म्हणाले, 'देवानं तुला ह्या जगात लिहिण्यासाठी पाठवलंय, हे विसरू नकोस बरं!'

तिच्या आयुष्यात किंवा ज्या आयुष्याबद्दल ती लिहीत आहे त्यात, ह्या सर्वांना आवडण्यासारखं काय आहे, हे तिला कळतच नव्हतं. 'माझं अक्षर चांगलं नाही. लिहिताना मी कितीतरी चुका करते. तरी त्यांना ते आवडलं होतं. मी तातुशना विचारलं की ह्यात एवढं आवडण्यासारखं काय आहे?' तातुश म्हणाले, 'ते तुला नाही कळायचं.' मी म्हटलं, 'खरंच मला काही कळत नाही. कळण्याची क्षमता मला देवानं दिली नाही.'

वरील परिच्छेदातील शेवटचं वाक्य नक्कीच चुकीचं आहे. तिचं लेखन कुणाला का आवडतं ते कळण्याची क्षमता तिच्यात कदाचित नसेलही – आणि ती नसलेलीच बरी, पण तिच्या स्वच्छ, साध्या, सरळ नजरेनं आजूबाजूचं जीवन ती किती चांगल्या प्रकारे समजू शकते, त्याबद्दल विचार करू शकते, धैर्यानं त्याला कशी तोंड देऊ शकते, ह्याच्या खुणा ह्या आश्चर्यकारक पुस्तकाच्या पानापानांतून विखुरल्या आहेत. नवऱ्यानं दुर्लक्ष केलेली आई, तिच्या हातावर दहा पैसे टिकवून, एके दिवशी, अचानक घरातून नाहीशी झाली. वडील आणि सावत्र आई ह्यांची बोलणी खात ती मोठी झाली. शाळेत जाणं तिला मनापासून आवडत होतं. पण हे सुख तिला फार दिवस लाभलं नाही. तेराव्या वर्षीच एका अगदी साधारण तरूणाबरोबर लग्न झालं. त्यावेळी त्याचं वय होतं सव्वीस. मग वर्षातच मूल. त्यानंतर एका पाठोपाठ अशी आणखी दोन मुलं. आणि त्यानंतर – किंवा त्याच्या पुष्कळ आधीपासूनच – अपेक्षित असल्यासारखा नवऱ्याकडून मार आणि अपमान. हे सहन करतच आयुष्य ढकलणं.

पण एवढा अत्याचार सहन करायचाच का? स्त्री-मुक्तीच्या चळवळीबद्दल तिनं काहीच ऐकलं नव्हतं, इब्सनही वाचला नव्हता की 'एका पत्नीचं पत्र'. (रवीन्द्रनाथ टागोरांची ही पत्ररूपी कथा फारच अप्रतिम आहे.) तरीसुद्धा 'नवऱ्याच्या घरी किती सुख मिळतं ते मला कळलंय' असं म्हणत तिनं, एके दिवशी, तीन मुलांना घेऊन घर सोडलं आणि स्वावलंबनाच्या शोधात ती घराबाहेर पडली. तिला पाह्यचं होतं की ती एकटीच मुलांना वाढवू शकते की नाही! तिचे हितचिंतक नाना गोष्टी सांगून तिला भीती दाखवू लागताच ती अगदी सहजपणे म्हणते, 'ज्यांना नवरा नसतो त्या काय जगत नाहीत का?'

पण बोलणं जितकं सोपं असतं तितकं जगणं मुळीच सोपं नसतं. काम करून तिनं मुलांना जगवायचं ठरवलं खरं, पण ती काय काम करणार होती? काम कुठं होतं? – ती मुलांना कसं जगवणार होती? षष्ठीच्या आईनं तिला तिच्यासारखंच मोलकरणीचं काम करायला सांगितलं. मोलकरीण? क्षणभर तिच्या मनाची चलबिचल झाली. घराण्याचा मान? तो मग कसा राहील? तिचे वडील तिची विचारपूस करत नसतीलही पण त्यांना सगळे हालदार दा, हालदारबाबू म्हणून ओळखत होते ना! त्यांना हे कळलं तर काय वाटेल? हे ऐकून षष्ठीची आई म्हणाली, 'बापाचं नाव राखायला गेलीस तर उपाशी मरावं लागेल.' 'मी करने हे काम,' असं म्हणून मग ती तयार झाली मोलकरणीचं काम करायला. बऱ्याच घरी अपमान सहन करत काम केल्यावर, अचानक तिला आश्रय मिळाला तो सहानुभूतीनं, मानवतेनं भरलेल्या आत्मीयतेच्या आनंददायक वातावरणात. ह्या घरातील प्रमुख व्यक्ती तिला म्हणाली की तू मला 'तातुश' म्हणूनच हाक मार. कारण त्यांची मुलंही त्यांना तातुशच म्हणतात. साहेब नाही, बाबू नाही, तातुश. ते तिला म्हणाले, 'तू स्वतःला ह्या घरातील मुलगीच समज, मोलकरीण नव्हे.' कामाच्या मधल्या सवडीच्या वेळेत त्या मुलीनं लिहिलेलं हे पुस्तक. आपल्या देशातील बहुसंख्य मुलींतील एका मुलीचं – 'मला कधीच कुणी दीदी म्हटलं नाही' म्हणून जी मनातून दुःखी आहे तिचं, मारहाण करणाऱ्या नवऱ्याचीही जिला कधीकधी दया यायची तिचं, घरापासून तुटल्यावरही जिला सगळ्यांची काळजी वाटते तिचं. ती तिच्या साध्यासुध्या आयुष्याची कहाणी अगदी तशाच भाषेत सांगते आहे.

हो. ह्या मुलीचंच नाव बेबी, बेबी हालदार. तीन प्रकरणात मांडलेली ही तिची

जीवनकहाणी. ही कहाणी लिहिता लिहिता– सध्याची लेखनाची पद्धत, शैली वगैरे काहीही माहीत नसताना – एका क्षणी ती 'मी' वरून 'ती' वर येते. स्वत:ला ती 'मी' च्या बाहेर उभी राहिलेली पाहते. – बेबीलाच बेबी पाहत राहते. बेबीची ही आमकथा वाचत असताना – तिच्या भाषेतच बोलायचं झालं तर – जीवनाबद्दल ममता जागी होते आणि त्याचबरोबर तातुशची आठवण होते. बेबी हालदारची निर्मिती म्हणजे हे पुस्तक आणि तातुशची निर्मिती म्हणजेच ही नव्यानं जन्मलेली बेबी हालदार. ह्या दोघांनीही मला अत्यंत प्रभावित केलं आहे.

**शंख घोष**

(बंगालीतील प्रसिद्ध समीक्षक व साहित्यिक)

# एक

मी, बाबा, मा, माझा धाकटा भाऊ, दादा, दीदी – असे आम्ही सगळे जम्मू-काश्मीरमधल्या एका गावी राहत होतो. तेव्हा मी अगदी लहान म्हणजे चार वर्षांची होते. माझे बाबा तिथं नोकरी करत होते. ते गाव खूप छान होतं. मोठे मोठे डोंगर आणि डोंगरावर नाना प्रकारची फुलं. फारच सुंदर. तिथून आम्हाला घेऊन बाबा मुर्शिदाबादला आले. तिथं काही दिवस राहिलो. मग गेलो डलहौसीला. डलहौसी जम्मू-काश्मीरसारखंच होतं. तिथं बर्फ पडायचं ते मधमाशांसारखं गिरगिरत. मात्र पावसाळ्यात ऊन म्हणून दिसायचं नाही. तेव्हा कुणी बाहेर पडायचं नाही. मग आम्ही खिडकीत बघत बसायचो किंवा घरातच खेळायचो. तिथं आम्ही बरेच दिवस होतो. फार छान होतं डलहौसी. आम्ही रोज संध्याकाळी फिरायला जायचो. डोंगरावरची फुलं पाहताना खूप गंमत वाटायची. फुलं खुडून आम्ही खूप खेळ खेळायचो. डोंगरावर इंद्रधनुष्य खूप सुंदर दिसायचं. निळा, लाल, पिवळा – अशा सात रंगाचं इंद्रधनुष्य.

पुन्हा आम्हाला बाबांबरोबर रडत रडत मुर्शिदाबादला जावं लागलं. तिथं आमचे थोरले काका होते. तिथं बाबांनी भाड्यानं जागा घेतली आणि आम्हाला शाळेत घातलं. आम्हाला मुर्शिदाबादला ठेवून बाबा त्यांच्या नोकरीच्या गावी गेले. तिथून ते दर महिन्याला पैसे पाठवत. पण पुढे बाबा पहिल्यासारखे पैसे पाठवेनात. एक महिना पाठवले तर पुढे दोन महिने पाठवायचेच नाहीत. कधी दोन महिने पाठवत तर पुढे बरेच दिवस काहीच पाठवत नसत. मग आमच्या मा नं घर चालवायचं तरी कसं! बाबा वेळच्या वेळी पत्रसुद्धा पाठवायचे नाहीत. मा नं पत्र पाठवलं तरी उत्तर द्यायचे नाहीत. आणि बाबा इतके दूर होते की मा तिथं एकटी जाणं शक्य नव्हतं. मा खूप काळजीत पडली. पण एवढी अडचण असूनही तिनं आमचं शिकणं सुरूच ठेवलं.

काही वर्ष गेली आणि मग बाबा परत आले. बाबा आले म्हणून आम्हाला किती आनंद झाला! पण एक-दीड महिन्यांनी ते परत गेले. मग काही महिने त्यांनी व्यवस्थित पैसे पाठवले आणि पुन्हा पहिल्यासारखंच सुरू झालं. मा आमच्यावरच

चिडायची. तिनं आमच्या मोठ्या काकांना सांगितलं. त्यांचीही स्थिती चांगली नव्हती. त्यांना त्यांच्याच संसाराची तोंड मिळवणी करणं अवघड जात होतं. ते आमचं काय बघणार! माझी दीदीही मोठी झाली होती. तिची काळजी आणखी वेगळीच! मा बाबांच्या मित्रांपाशी बोलली, त्यांनी काही दिवस मदत केली. पण ते तरी किती करणार! त्यांना आधी त्यांचा संसार पाह्यला नको का? काहीतरी केलं पाहिजे, असा मा नं विचार केला. पण मग तिच्या मनात आलं की आपण कधीच घराबाहेर पडलो नाही. लोक काय म्हणतील! लोकांचा विचार करून आमची पोटं भरणार नव्हती, हेही तिला कळत होतं. तिनं बाहेर कधीच कोणतं काम केलं नव्हतं. मग ती काम तरी काय करणार होती? आम्ही एवढ्या अडचणीत असतानाच एके दिवशी बाबा परत आले. बाबांना पाहताच मा ला रडू कोसळलं! मा ला रडताना पाहून आम्हीही रडायला लागलो. काका बाबांना खूप काही बोलले. आमचे शेजारीही बाबांना बोलले. पण बाबांना त्यांचं काही पटलंय असं काही बाबांच्याकडे पाहून वाटलं नाही. मा ला तसंच सोडून बाबा पुन्हा निघून गेले. पण मला मा एवढा त्रास झाला नाही. कारण मला खूप मैत्रिणी होत्या आणि त्यात डॉली आणि तुतुल तर खास होत्या. त्या खूप चांगल्या होत्या. त्यांचा माझ्यावर खूप जीव होता.

एके दिवशी बाबांचं पत्र आलं. बाबा रिटायर होऊन घरी परत येणार होते. हे ऐकून आम्हाला खूप आनंद झाला. बाबा परत आले. पण त्यांचं मन थाऱ्यावर नव्हतं. रिटायर झाल्यावर बाबा खूष झाल्याचं दिसलं नाही. मी घरी असताना पाह्यची ना की ते मा शी पूर्वीसारखं बोलायचे नाहीत, आमच्याशीही धड बोलायचे नाहीत. एवढंसं काही झालं तरी रागवायचे. मी तर त्यांच्याशी कधीच धडपणे बोलायची नाही. त्यांना मी खूप भ्यायची. त्यांच्या समोर जायची नाही.

त्यात दीदी मोठी झालीय म्हणून मा ला काळजी वाटत होतीच. एकदा अचानक एक पत्र आलं. ते करीमपूरच्या धाकट्या काकांचं होतं. त्यांनी दीदीच्या लग्नाबद्दल लिहिलं होतं. पत्र वाचताच बाबा दीदीला घेऊन ताबडतोब करीमपूरला गेले. मा च्या मनात यायचं की, असे किती कष्ट करायचे! मला कधीच देव पावणार नाही का? आता अगदी सोसवत नाही हे! ती खूप रडारड करायची. एके दिवशी अचानक ती माझ्या सगळ्यांत धाकट्या भावाला घेऊन घरातून निघून गेली. कुठं गेली ते कळलंच नाही. आम्हाला बाजारात जाते म्हणून सांगून गेली. मधून मधून ती बाजारात जायची. म्हणून आम्हाला खरंच वाटलं की ती बाजारात गेलीय असं. पण दोन-तीन दिवस झाले तरी ती आली नाही. मग आम्ही रडायला लागलो. मोठे काका आमच्या घराजवळच राह्यचे. त्यांना सांगितलं. काकांनी आमची समजूत घातली, 'आजोळी गेली असेल तुमच्या. येईल परत.'

चार दिवसांनी बाबा परत आले. बाबा गेल्याच्या दुसऱ्याच दिवशी मा गेली

होती. बाबांनी आम्हाला विचारलं की ती तुम्हाला काय सांगून गेली? आम्ही सांगितलं की बाजारात जातेय असं म्हणाली. बाबा आमच्या आजोळी गेले. पण ती तिथं नव्हती. ते आमच्या सगळ्या नातेवाईकांकडे शोधून आले. पण ती सापडली नाही. मग मात्र त्यांना खूप काळजी वाटायला लागली. आता कुठं शोधावं? कुठं जावं? आता कुठंच शोधायचं बाकी राहिलं नव्हतं. कुणीतरी म्हणालं, 'गुणिवैद्याला[१] विचार ना बाबा! पाहा ना काय म्हणतोय! एवढं शोधलंस.' बाबांनी त्याचं ऐकलं. कुणी जिथं जायला सांगेल तिथं ते जायचे, जे करायला सांगेल ते करायचे. शेजाऱ्यांनाही ठाऊक होतं ती का निघून गेली ते आणि बाबांनाही. शेजारीपाजारी म्हणत, 'ती काही उगाच गेली नाही. आम्ही पाहतोय ना!' त्यांचं बोलणं ऐकून आम्हाला वाईट वाटायचं. पण करणार काय? आता बाबांचंही अवसान गळालं. काळजीनं ते गळाठले. त्यांना आणखी एक काळजी सतावत होती. एवढ्या मोठ्या मुलीला घरी कसं ठेवायचं! त्यात घरात मा नव्हती. तशी दीदी काही फार मोठी नव्हती. असेल जेमतेम पंधरा वर्षांची. लोकांनी उगाच बोलायला नको म्हणून बाबांनी घाईघाईनं तिचं लग्न लावून दिलं.

दीदीचं लग्न झालं आणि मग आम्हाला कळलं की आता आमचं कुणी नाही. मा निघून गेली तरी आमचे फार हाल झाले नाहीत. पण दीदीचं लग्न झाल्यावर, आई नसली तर काय होतं, ते कळलं. दीदी सासरी जाताना रडत रडत म्हणाली, 'आज आपली मा असती तर आपली अशी स्थिती झाली नसती.' जाताना ती बाबांना म्हणाली, 'आता तुमच्याशिवाय ह्यांना कुणी नाही. तुम्हीच बघायला हवं ह्यांना!' एवढं बोलून दीदी गेली. मग आमचे खूप हाल व्हायला लागले. बाबा घरी नसायचे. काही पैसे द्यायचे आणि आम्हाला म्हणायचे, 'जमेल तसं करून खा. पण अभ्यास केलाच पाहिजे.'

आम्ही कष्ट करत होतो आणि तरीही शाळेत जात होतो. मला शाळा आवडायची. माझी एक मैत्रीण खूप चांगली होती. माझी ही दशा बघून तिची आई मला बोलावून बोलावून खायला घालायची. मला त्यांच्याकडे राह्यला बोलवायची. आमच्या शाळेच्या हेडमास्तरांनाही माझ्याबद्दल आपुलकी होती. मला वह्या, पुस्तकं लागली तर तेच द्यायचे. कारण मी अभ्यासात हुशार होते. आई गेल्या दिवसापासून माझी शिकवणी बंद झाली होती. मग हेडमास्तरांची मुलगीच मला शिकवायला लागली. पैसे न घेता. मी शाळेत अगदी आनंदात असायची. पण घरी आलं की उदास वाटायचं. एक दिवस जरी शाळा नसली तरी मला घरी कंटाळा यायचा, रडू यायचं. सुटी असली की दुपार कलताच मी मैत्रिणींकडे पळायची. शाळेत मैत्रिणींच्यात मी खूष असायची. शाळा सुटल्यावर मला घरी जावंसं वाटायचं नाही. मी अभ्यासात चांगली होते म्हणून शाळेतल्या गुरुजींची आणि बाईंची लाडकी होते. मी खेळातही चांगली

होते. मला कितीतरी चांगले चांगले खेळ यायचे. कितकित, लपंडाव, रुमाल चोर, दोरीच्या उड्या आणि असेच कितीतरी खेळ खेळायची मी. घरी आलं की दीदीची आणि मा ची आठवण यायची. मी कधीच शाळा बुडवायची नाही. बऱ्याच वेळा मी काही न खाता शाळेत जायची. पण हे मी कुणालाच कधी कळू दिलं नाही. खरं तर बाबांना सगळं ठाऊक होतं. पण तरीही ते काही बोलायचे नाहीत. मीही त्यांना काही सांगायची नाही. मी बाबांना खूप घाबरायची. एके दिवशी माझी एक मैत्रीण मला शाळेत जाण्यासाठी बोलवायला आली. मी तयार झाले आणि तिला म्हटलं की, चल. ती म्हणाली की, जेवून घे. मी म्हटलं की, घरात खायला काहीच नाही ग! माझं बोलणं बाबांनी ऐकलं. बाबा घरी आहेत हे मला ठाऊक नव्हतं, नाहीतर मी बोललेच नसते. मी शाळेतून आल्यावर बाबांनी मला इतकं मारलं की तीन दिवस मी उठलेच नाही आणि चार दिवस शाळा बुडली. मग गुरुजी, बाई आणि माझ्या मैत्रिणी मला बघायला आल्या.

दादा जरा मोठा झाल्यावर बाबांजवळ राहिला नाही. तो आमच्या पिशीमा[१]कडे गेला. तिचीही स्थिती काही चांगली नव्हती. आता बाबांजवळ मी आणि माझा धाकटा भाऊ एवढेच राहिलो. आमचे हाल पाहून काकांचा जीव तुटायचा. भावाच्या संसाराची ही काय दशा झाली! त्याचं दुसरं लग्न करून द्यावं की काय! त्यांनी बाबांपाशी विषय काढला. सुरुवातीला बाबा तयार झाले नाहीत. पण बाबांची समजूत घालून त्यांनी लग्न करून दिलं.

आमची ही दुसरी मा बाबांचं काही ऐकायची नाही, आम्हाला वेळेवर जेवायला वाढायची नाही, मारझोड करायची, बाबांना आमच्याबद्दल खोटंनाटं सांगून आम्हाला बाबांचाही मार खायला लावायची. बाबाही तिचंच ऐकायचे. आमचं ऐकूनच घ्यायचे नाहीत. तिचं ऐकून आमच्याकडे दुर्लक्ष करायचे. आम्ही करावं तरी काय! एके दिवशी काकांनी बाबांना समजावलं. म्हणाले की, कुणाची चूक आहे ते बघ! तू न बघताच मुलांना मारतोस. मग हळूहळू बाबांना कळलं की मा चं सगळंच खरं नसतं. ती बाबांचं ऐकायची नाही म्हणून घरात भांडणं व्हायची. असं किती दिवस चालणार! मग बाबा तिला तिच्या माहेरी पोहोचवून द्यायचे. तिचे वडील आणि भाऊ तिची समजूत घालून परत आणून सोडायचे. की पुन्हा तेच. ती धड स्वयंपाक करायची नाही की आमच्याशी नीट वागायची नाही. बाबा तिला परत परत माहेरी पोहोचवायचे आणि मामा आणून सोडायचे. आम्ही जमेल तसा कसाबसा स्वयंपाक करायचो. कधी कधी बाबाही करायचे. ह्यातच बाबांनी कसला तरी धंदा सुरू केला. त्यामुळे त्यांना आम्हाला सोडून दोन-दोन, तीन-तीन दिवस जावं लागायचं. आल्यावर घरातल्या तक्रारी ऐकाव्या लागायच्या. बाबा नसले की आमचं खाणं-पिणं धड व्हायचं नाही.

असेच दिवस ढकलत होतो. त्यातच एके दिवशी ड्रायव्हरच्या जागेसाठी इंटरव्ह्यू देण्यासाठी बाबांना धनबादला जावं लागलं. मोठ्या काकांना सांगून बाबा निघून गेले. ते एक महिन्यानी परत आले. काही दिवस राहिले आणि आम्हाला काकांच्या जिवावर सोडून पुन्हा परत गेले. ह्या खेपेस ते बरेच महिने तिकडेच राहिले. त्यांनी आम्हाला पैसेही पाठवले नाहीत. त्यामुळे आमचे खूप हाल झाले. एके दिवशी, अचानकच ते परत आले आणि आम्हाला धनबादला घेऊन गेले. तिथं त्यांना क्वार्टर मिळाली होती. धनबादला गेल्यावर त्यांनी मला आणि माझ्या धाकट्या भावाला पुन्हा शाळेत घातलं. वह्या-पुस्तकं बाबा काही विकत घेऊन द्यायचे नाहीत. पण मी इकडून-तिकडून मला लागणाऱ्या गोष्टी गोळा करायची. शाळेत मी मन लावून अभ्यास करायची. म्हणूनच कदाचित ह्या शाळेतही मी सगळ्यांची आवडती झाले. बाबा त्यांच्या पगाराचं काय करायचे हे मला नक्की सांगता येणार नाही पण ते पीत आणि माझी मा घरातून निघून गेल्यावर त्यांचं पिणं जास्तच वाढलं होतं.

धनबादला जाऊन आम्हाला काही दिवसच झाले होते तेवढ्यात बाबांना दुर्गापूरच्या एका फॅक्टरीत नोकरी मिळाली. धनबादला बाबांची एक मानलेली बहीण होती. आम्हाला तिच्यावर सोपवून बाबा दुर्गापूरला गेले. ही आमची सख्खी आत्या नव्हती तरी तिचा आमच्यावर जीव होता. बाबांनी आमच्या खर्चासाठी तिला काही पैसे देऊन ठेवले होते. ते संपले तेव्हा आता घर कसं चालवायचं ह्याची तिला काळजी पडली. तिनं बराच विचार केला आणि मला आणि माझ्या भावाला बाबांकडे आणि आमच्या नव्या आईला तिच्या भावाकडे पाठवायचं ठरवलं. आत्या एवढं ठरवेपर्यंत कालीपूजा येऊन ठेपली. त्या दिवशी सगळ्यांनी नवे कपडे घातले होते. ते पाहून मी आणि माझा भाऊ दारात बसून रडायला लागलो. मी बाबांवर खूप चिडले होते. कारण लोकांची नको ती बोलणी आम्हाला ऐकावी लागायची. लोक म्हणत की, तुमचे आई-बाप असून नसल्यासारखेच आहेत. तुमचे वडील बाहेरगावी नोकरी करतात म्हणून तुमची ही दशा झालीय. ज्याला आई नाही त्याला कुणी नाही.

कालीपूजेनंतर काही दिवसांनी, एका रात्री, बऱ्याच उशिरा बाबा आले. आम्ही झोपलो होतो. त्यांचा आवाज ऐकून धडपडत उठलो. त्यांनी आम्हाला जवळ घेऊन सांगितलं की तुमची आई परत आलीय. हे ऐकून आमच्या आनंदाला पारावार राहिला नाही. मी पुन्हा पुन्हा विचारायला लागले की, मा कुठं आहे? बाबा, मा आहे कुठं? तेव्हा ते म्हणाले की, तुम्हाला तिला भेटायचं असेल तर आताच माझ्याबरोबर चला. आमच्या दुसऱ्या मा शी ते खोटं बोलले. त्यांनी तिला सांगितलं, 'मी तुझ्या वडिलांकडे जातोय. तू उद्या सकाळच्या गाडीनं तिकडे ये. आता बरीच रात्र झालीय तेव्हा मी थांबत नाही. इथं एक-दोघांकडे माझी उधारी आहे. त्यांनी मला पाहिलं तर

मला ते सोडणार नाहीत. माझ्याकडे तेवढे पैसे नाहीत.' तिला असं बनवून आम्हाला घेऊन बाबा घरातून बाहेर पडले. दुर्गापूरला जाऊन पाहतो तर बाबा जिला आमची मा म्हणत होते ती दुसरीच मा होती. मी माझ्या भावाला म्हणाले, 'काय रे, आपल्या नशिबी काय काय लिहून ठेवलंय!' माझं हे बोलणं ऐकून तो रडायलाच लागला. त्याला रडताना पाहून आमच्या तिसऱ्या मा नं त्याला मांडीवर घेतलं आणि ती त्याला समजवायला लागली. मला वाटलं की आता तरी आम्हाला प्रेम मिळेल. पण झालं भलतंच.

बाबा ह्या मा ला घराच्या बाहेर जाऊच देत नसत. बाहेरच्या नळावरून पाणीसुद्धा आणू द्यायचे नाहीत. गरज पडल्यास आम्हालाच पाणी भरावं लागायचं. आम्ही बाबांना घाबरायचो, म्हणून त्यांचं सगळं ऐकायचो. आमचे हाल बघून आसपासच्या लोकांना वाईट वाटायचं. पण ते मा ला आणि बाबांना काही बोलायचे नाहीत. ह्या मा ची दीदी म्हणजेच आमची मावशी खूप चांगली होती. तिचा आमच्यावर जीव होता. कधी मधी ती आम्हाला तिच्या घरी न्यायची. पण बाबांना हे आवडायचं नाही. मावशीलाही आमचे हाल बघवायचे नाहीत. ती आमची बाजू घ्यायची आणि आपल्या बहिणीला समजावयाची. मा मावशीला म्हणायची, 'मी तरी काय करू? ह्यांचे वडील सांगतात तसं मी करते.' पण मावशीनं आम्हाला वरचेवर तिच्या घरी घेऊन जाणं आमच्या ह्या मा लाही तितकंसं आवडत नसावं.

बाबा आम्हाला दुर्गापूरला घेऊन आले खरे; पण आमचं शिक्षण अर्धवट राहिलं होतं, त्याबद्दल ते काहीच बोलत नव्हते. मला शाळेत जायची सवय लागली होती. त्यामुळे घरातलं काम आटपून मी आजूबाजूच्या मुलांबरोबर शाळेत जायची. पण बाबांना हे आवडत नव्हतं. एके दिवशी मी घराच्या समोरच्या रस्त्याच्या कडेला रडत होते. आमच्या वस्तीतल्या एका मुलीनं ते पाहिलं आणि बाबांना जाऊन सांगितलं. बाबांनी मला का रडतेस म्हणून विचारलं. मी रडत रडतच सांगितलं की मला मा ची आठवण येतेय. कुठं आहे माझी मा? तुम्ही तर म्हणालात की मा परत आलीय. पण ही तर माझी मा नाही. तेवढ्यात बाबांची नजर माझ्या हातातल्या नाण्यावर पडली. त्यांनी विचारल्यावर मी सांगितलं की जाताना माझ्या मा नं मला हे दहा पैसे दिले होते आणि हे पैसे पाहिल्यावर मला तिची आठवण येते.

माझं हे बोलणं ऐकून बाबांनाही वाईट वाटलं. त्यांनी गोडीत विचारलं, 'तुम्हाला काय पाहिजे?' मी म्हणाले, 'आम्हाला शिकायचंय.' त्या नंतर काही दिवसांतच बाबांनी मला थोरल्या काकांकडे धाडलं. ते म्हणाले, 'तू तिथंच राहून शीक.' बाबांनी मला काकांकडे धाडून तर दिलं, पण काकांची परिस्थिती चांगली नाही ह्याचा विचारच केला नाही. काकांकडे गेल्यावर लवकरच मला कळून चुकलं की इथं माझा अभ्यास होणं शक्य नाही. शाळेची उणीव भरून काढण्याकरिता मी

माझ्या जुन्या मैत्रिणींचा शोध घ्यायला लागले. पहिल्यांदा गेले तुतुलकडे. ती नुकतीच शाळेतून परत आली होती. ती मला खूप दिवसांनी पाहत होती. ती एकदम खूष झाली. तिच्या आईला मी काकी म्हणायची. काकींची मी लाडकी होते. त्या माझ्यासाठी घाईघाईनं खायला घेऊन आल्या. त्यांनी माझ्यासाठी स्वतः काही पदार्थ केले होते. खाता-खाता मला आईची आठवण आली आणि मी थांबले. मी कसला विचार करतेय म्हणून त्यांनी मला विचारताच मी म्हणाले, 'माझी मा असती तर तिनं मला असंच करून खायला घातलं असतं!' माझी समजूत घालत काकी म्हणाल्या, 'बेटी, नशिबापुढे काय करणार! तुझ्या नशिबी आई असून नसल्यासारखीच.'

खाणंपिणं झाल्यावर मी तुतुलला तिच्या अभ्यासाबद्दल विचारलं. नंतर आम्ही दोघीजणी, आमची आणखी एक मैत्रीण डॉली – हिच्याकडे गेलो. डॉली ब्राह्मण होती, सुंदर होती. तिचे वडील माझ्या बाबांचे मित्र होते. त्यांनी मला बाबांची खुशाली विचारताच मी बाबांबरोबरच माझीही परिस्थिती कशी आहे, ते सगळं त्यांना सांगून टाकलं. डॉलीचे वडील माझ्याविषयी हेडमास्तरांशी बोलले. मी आधी त्याच शाळेत होते. त्यामुळे ते मला ओळखत होते. त्यांनी मला सांगितलं की तू उद्यापासूनच शाळेत ये. मला फार आनंद झाला. दुसऱ्या दिवसापासून मी शाळेत जायला लागले.

मी काकांकडे आल्यामुळे माझ्या तिसऱ्या मा ला घरकामात गैरसोय व्हायला लागली. शेवटी मला घेऊन जाण्यासाठी बाबा-मा काकांकडे येऊन ठेपलेच. काका म्हणाले, 'इथं तिचा अभ्यास चांगला चाललाय. मी तिला इथून नेऊ देणार नाही.' बाबा हट्टाला पेटले. काकांना उलटसुलट वाटेल ते बोलायला लागले तेव्हा काकांना माघार घ्यावीच लागली. ते एवढंच म्हणाले, 'हिला दुःख देऊन तुम्हाला सुखानं राहता येणार नाही.'

बाबा-मा नं काकांकडून मला परत आणलं. माझं शिक्षण पुन्हा थांबलं. मी उठता-बसता, खाता-पिता एक तर शिक्षणाची काळजी करायची नाहीतर माझ्या मा च्या स्थितीची. खूप काळजी केल्यास तब्येत बिघडते असं मी ऐकलं होतं. माझं वय कमी होतं आणि काळजी जास्त. त्यामुळे एकदा मी खरोखरीच आजारी पडले. बाबांनी मला एका हॉस्पिटलमध्ये भरती केलं. मला काय झालंय हे तिथल्या डॉक्टरांना सांगता आलं नाही. मग बाबाही घाबरले. मला तपासण्यासाठी बाहेरच्या डॉक्टरांना बोलावलं. त्या डॉक्टरांनी मला खूप गोष्टी विचारल्या. मला ज्या गोष्टींची काळजी वाटायची त्या सगळ्या खऱ्या खऱ्या गोष्टी मी डॉक्टरना सांगितल्या. तेव्हा डॉक्टरांनी बाबांना चांगलाच दम दिला.

मला बरं वाटायला लागलं. अजूनही मी हॉस्पिटलमध्येच होते. एके दिवशी सकाळी उठून पाहते तर माझं अंथरूण रक्तानं भरलेलं. मी घाबरून रडायला लागले. माझं रडणं ऐकून नर्स आली आणि माझं काही दुखतंय का म्हणून

विचारायला लागली. घाबरल्यामुळे मला बोलताच येईना. अचानक तिचं लक्ष रक्तानं भरलेल्या अंथरुणाकडे गेलं. तेव्हा तिनं मला विचारलं की, ह्या आधी असं झालं होतं का? मी नाही म्हणताच, ते रक्त पाहूनच मी रडतेय हे तिच्या लक्षात आलं. तिथं आणखी दोन-चारजण जमले होते. ते हसू दाबत होते. माझ्या आजूबाजूचे रोगी माझी समजूत घालायला लागले. म्हणायला लागले की, रडू नकोस. मुलगी मोठी झाली की असंच होतं. डॉक्टर आल्यावर मला म्हणाले, 'तुझी तब्येत आता अगदी चांगली आहे. घरी जायला हरकत नाही.' 'मला आणखी थोडे दिवस इथंच राहू द्या' असं मी नर्सला सांगितलं. पण तिनंही मला घरी जाण्याचा सल्ला दिला. ती म्हणाली, 'मी सांगितलंय तसं सगळं केलंस तर तुला काहीही अडचण येणार नाही.'

बाबांबरोबर मी घरी आले. मला पाहून माझी नवी मा विचारात पडलीय असं मला वाटलं. मी आंघोळ करून कपडे बदलत असताना मा बाथरूममध्ये मी सोडून ठेवलेले कपडे पाहत होती. कपड्यांना रक्त लागलं होतं. तिनं मला विचारलं. मी हॉस्पिटलमध्ये जे घडलं होतं ते सांगितलं. थोड्या वेळानं मला वाटलं की ती माझ्याबद्दल बाबांना काहीतरी सांगतेय. मला आता बाबा काहीतरी बोलतील अशी मला भीती वाटली. ते काळजीत असल्यासारखे वाटले पण बोलले मात्र काहीच नाहीत. त्या नंतर जेव्हा जेव्हा मी बाबांकडे पाह्यची तेव्हा तेव्हा ते माझाच विचार करताहेत असं वाटायचं. त्यांना स्पष्टपणे विचारण्याची हिंमत माझ्यात नव्हती.

माझ्या शिक्षणाची मला पुन्हा काळजी वाटायला लागली. बाबांना माझं मन कळत असावं पण ते काहीच बोलायचे नाहीत. कारण त्यांनी माझ्याशी चांगलं-वाईट काही बोलावं असं मा ला वाटत नव्हतं. तिच्या वागण्यानं मी हैराण झाले होते. ती कधी माझ्यावर आणि माझ्या धाकट्या भावावर खूप प्रेम करायची तर कधी आमच्या दोघांवरून बाबांशी इतकी भांडायची की घरातली शांती अजिबात नाहीशी व्हायची. बाबांच्या वागण्यातही फरक पडला होता. ते आता मला रागवायचे नाहीत. कामात चूक झाल्यास एवढंच म्हणत की, तू आता मोठी झालीयेस. तुझ्या हातून चूक होता कामा नये. ते मला सारखं 'तू आता मोठी झालीयेस' असं म्हणत. ते ऐकून मी विचार करायला लागले की मी खरंच मोठी झालेय का?

मी आता लहान राहिलेली नाही, ह्याची चाहूल मला हळूहळू लागायला लागली. एके दिवशी मोढ्यावर बसून मी वाचत होते. अचानक माझं लक्ष बाबांकडे गेलं. ते मन लावून माझं वाचन ऐकत होते. मी त्यांच्याकडे पाहतेय हे दिसताच त्यांनी मला विचारलं की तुला तुझ्या आत्याकडे जायचंय का? मी काहीच बोलले नाही. बाबांना माझं गप्प राहणं कदाचित आवडलं नसेलही पण ते काही बोलले नाहीत. नाहीतर पूर्वी त्यांच्या प्रश्नाला उत्तर दिलं नाही तर बोलणी किंवा मार खावा लागायचा.

आमच्या घरामागे एक हॉटेल होतं. तिथं राहणारा मुलगाही बाबांप्रमाणेच मला मोठी समजायला लागला होता. मी घरात पुस्तक वाचत बसले की तो खिडकीतून माझ्याकडे पाहत राह्यचा. मी पाणी आणायला बाहेरच्या नळावर गेले की तोही तिथं येऊन उभा राह्यचा. एकदा पाहते तर तो माझ्याकडे बोट दाखवून माझ्या भावाला काहीतरी विचारत होता. आणखी एकदा त्यानं एका मुलीपाशी माझी चौकशी केली. नंतर ती मुलगी मला विचारायला लागली, 'काय ग, त्याला तुझी एवढी सगळी माहिती कशाला हवीय?' ती मुलगी आमच्या शेजारीच राहत होती. मी तिच्याबरोबर खेळायची. आमची मैत्री होती. मी म्हणाले, 'ह्यात नवल ते काय! सगळ्यांनाच अशी सवय असते. पण तू माझ्या बाबांना काही सांगू नकोस. नाहीतर मला मार खावा लागेल!' मी तिला मुद्दामच अशी ताकीद दिली. कारण काहीतरी गुपित कळल्यासारखं ती हसत होती.

माझ्याबरोबर खेळणाऱ्या त्या मुलीचं नाव कृष्णा होतं. ती ठेंगणी होती. रंग उजळ, उजवीकडचा समोरचा दात जरा पुढे. दिसायची चांगली. तिची बहीण मणीही खूप गोड होती. मी त्यांच्याबरोबर काही महिने एकाच मास्तरांकडे शिकवणीला जात होते. मला चांगली आठवण आहे – एकदा वीज नव्हती. कंदिलाच्या उजेडात आम्ही तिघी मास्तरांसमोर बसून शिकत होतो. मी कंदील थोडा सरकवायला गेले तर त्याची तापलेली काच मास्तरांच्या गुडघ्याला लागली. माझी तर घाबरगुंडीच उडाली. मला वाटलं की ही गोष्ट मास्तर बाबांना सांगतील आणि मला मार खावा लागेल. पण तसं काही झालं नाही. मास्तरांनी तर ह्या गोष्टीला अजिबात महत्त्वच दिलं नाही. पण हा प्रसंग कृष्णा आणि मणी ह्यांच्या लक्षात खूप दिवस होता. मला पाहताच त्या हसायला लागायच्या.

ह्या दोघींनी आपल्या वडिलांजवळ माझ्याबद्दल सांगितलं असावं. कारण एके दिवशी त्यांचे वडील माझ्याबद्दल आणि माझ्या भावाबद्दल माझ्या बाबांशी बरंच बोलले. ते म्हणाले, 'तुम्ही तुमच्या मुलांना मुलांसारखं का नाही वागू देत? पाहतो तेव्हा तुम्ही मुलांना हिडीसफिडीस करत असता. का? त्यांना खेळावंसं वाटलं तर तुम्ही खेळू देत नाही. कुठं फिरायला जावंसं वाटलं तर जाऊ देत नाही. का करता असं? ती अजून लहान आहेत. त्यांना दिवसभर घरकामाला जुंपणं बरोबर आहे? त्यांना बाहेर जावंसं वाटत नसेल का? तुमच्या मुलीला ताप असला किंवा आणखी काही होत असलं तरी ती तुमच्या धाकानं तुम्हाला काही सांगत नाही. सांगून काही उपयोग नाही हे तिच्या तोंडावरूनच कळतंय ना! तुम्ही तिची इतकी हयगय करणं बरं का?'

कृष्णाच्या वडिलांनी काहीही चुकीचं सांगितलं नव्हतं. मा बरोबर जणू काही माझं सुख, आनंदही निघून गेला होता. बाबा मला बांगड्या घालू द्यायचे नाहीत, कुणाशी पोटभर बोलू द्यायचे नाहीत, कुणाबरोबर खेळू द्यायचे नाहीत, एवढंच नाही

तर घराबाहेरच पडू द्यायचे नाहीत. माराला घाबरून मी संधीची वाट पाहत बसायची की, बाबा कधी बाहेर जाताहेत आणि मी मला हव्याशा वाटणाऱ्या ह्या गोष्टी करतेय. तेव्हा मी असेन दहा-अकरा वर्षांची. ह्या वयातच एवढा त्रास, कष्ट सोसल्यामुळे, माझ्यासारखी दुर्दैवी दुसरी कुणी नसेल ह्याची मला खात्री पटली होती. मलाच ठाऊक आहे की आई नसल्यावर किती त्रास होतो! आईचा विचार करायला लागले की, कधीतरी मनात यायचं की मा ऐवजी बाबा निघून गेले असते तर आम्हाला एवढा त्रास झाला नसता. भीतीखेरीज बाबांकडून आम्हाला मिळालंच काय होतं! मला वाटतं की आम्ही आमच्या बाबांना जेवढे भीत होतो तेवढं दुसरं कुठलंच मूल त्याच्या वडिलांना भीत नसेल. राकट चेहरा, आडदांड शरीर आणि भल्या मोठ्या मिशा ह्यामुळे सगळे बाबांना बिहारी समजत आणि आमची गोष्ट तर सोडाच पण इतर मुलंही त्यांच्याजवळ यायला घाबरत.

बाबांची भीती आणि शिक्षण सुटल्याची काळजी ह्यातून सुटका व्हावी म्हणून मी मा बरोबर घालवलेले दिवस आठवायची. मला वाटायचं की कसंही करून मा ची माया-ममता-प्रेम-सुख मिळतं तर मोठ्यातले मोठे कष्टही कष्ट वाटले नसते. मी शिकावं असं मा ला फार वाटायचं! तिचा धाक नसता तर मी जेवढं शिकले तेवढं शिकण्याची संधीही मला मिळाली नसती. काही दिवस शाळेत गेल्यावर, शिकणं किती छान गोष्ट आहे, हे आता मला समजलंय. शिकण्याची गोष्ट निघाली म्हणून आठवलं की 'इतिहास' माझा आवडता विषय होता. इतिहासात मला जो आनंद वाटायचा तो इतर कुठल्याही विषयात वाटायचा नाही. म्हणूनच की काय मी इतिहासाच्या मास्तरांची आवडती होते. ते आम्हाला युद्धाबद्दल आणि झाशीची राणी लक्ष्मीबाई, नबाब सिराजुद्दौला आणि आणखी कितीतरी राजा-राण्यांबद्दल सांगायचे. मला त्या सगळ्या माणसांना भेटावंसं वाटायचं, त्यांच्याशी बोलावंसं वाटायचं. इतिहास वाचताना मला मा ची खूप आठवण यायची. असं का व्हायचं कुणास ठाऊक! कदाचित ह्या मागे मा निघून गेल्यावर आजूबाजूचे लोक जे काही बोलायचे तेच कारण असावं. मा घरातून निघून गेल्यावर लोक म्हणायचे की कसा राजासारखा सुखी संसार होता. पण एक माणूस घरातून निघून गेलं आणि संसाराची कशी धूळधाण झाली बघा! नाहीतर असंही असेल की लक्ष्मीबाई आपल्या मुलाला घोड्यावर घालून युद्धावर गेली हे वाचून मला माझ्या धाकट्या भावाला घेऊन घरातून निघून जाणाऱ्या मा ची आठवण होत असेल. पण असे अडाखे बांधण्याची मला गरजच काय! मला इतिहास वाचताना मा ची आठवण येत होती की रस्त्यानं जाणाऱ्या बायकांना पाहून, ह्याचा कुणाशी काय संबंध होता!

बाबाही मा चा सतत तपास करत होतेच. ते कुठूनही घरी आले की आम्ही विचारायचो की, मा चा काही पत्ता लागला का? ते म्हणत, 'नाही रे बेटा!' आणि

एवढं म्हणून एक उसासा टाकत. मग मला खूप वाईट वाटायचं. मला वाटायचं की, आता बाबांना समजत असेल की आपण तिला एवढा त्रास दिला नसता तर ती गेली नसती. तेच बाबा आमची नवी मा घरात आल्यावर खुषीत दिसत होते. आम्हाला दु:ख देऊन ते खरंच सुखात होते का, ते मला काही ठाऊक नाही.

कृष्णाचे वडील बाबांशी बोलल्यानंतर काही दिवसांनी बाबांनी मला विचारलं की तुला आत्याकडे जायचंय का? मी काहीच उत्तर दिलं नाही. नंतर ते नव्या मा शी बोलताना मी ऐकलं. ते माझ्या लग्नाबद्दल बोलत होते. तेव्हा लग्न म्हणजे धूमधाम, खूप पाहुणे, वाजंत्री आणि मजा एवढंच मला माहीत होतं.

आत्याकडे जाण्याबद्दल बाबांनी मला विचारलं होतं तेव्हा मी काहीच उत्तर दिलं नव्हतं. माझ्या आत्याचा माझ्यावर जीव होता. म्हणूनच बाबांनी एके दिवशी अचानक तिच्याकडे मला पोहोचवलं तेव्हा मला खूप आनंद झाला. दादा आधीपासूनच आत्याकडे राहत होता. तो तिथल्याच एका हॉटेलमध्ये काम करत होता. मी आत्याकडे जेवढे दिवस राहिले तेवढे माझे दिवस सुखात गेले. आत्या तिच्या मुलीला आणि मला रोज संध्याकाळी फिरायला न्यायची आणि रात्री झोपताना गोष्टी सांगायची. अशीच एकदा रात्री गोष्ट ऐकता-ऐकता मला एका गमतीशीर गोष्टीची आठवण झाली. ही गोष्ट मला डॉलीनं सांगितली होती. गोष्टीची आठवण होताच मला हसू आलं. माझ्या आतेबहिणीनं मला हसण्याचं कारण विचारलं. मी कारण सांगताच ती गोष्ट ऐकण्यासाठी उतावीळ झाली. मलाही गोष्ट सांगाविशी वाटत होती. म्हणून मी म्हटलं, 'अच्छा! तर मग ऐक...'

'एक होता कोल्हा आणि एक होता गावचा मुखिया. मुखियाच्या मळ्यात खूप वांगी लागली होती. ती पाहून कोल्ह्याच्या तोंडाला पाणी सुटलं. वांग्यांपर्यंत कसं पोहोचायचं ह्याचा तो विचार करायला लागला. कारण मुखियानं मळ्याला चारही बाजूंनी काटेरी कुंपण घातलं होतं. कोल्ह्याला तर वांगी खायचीच होती. त्यानं ठरवलं की दुरून धावत येऊन उडी मारायची. बघू या वांग्यांपर्यंत पोहोचता येतं की नाही! तो उडी मारणार इतक्यात मुखियाला जाग आली. कोल्ह्यानं घाबरून तिथून पळ काढला. ह्यानंतर तो रोज तिथं यायचा आणि संधी मिळत नाही असं पाहून निराश होऊन परत जायचा. एकदा मुखियाच्या घरापाशी घुटमळत असताना त्यानं पाहिलं की मुखियाची बायको पीठे[३] करतेय आणि मुखिया ते एकामागून एक फस्त करतोय. कोल्हा लपून हे सर्व पाहत होता. त्याला वाटलं की खाणंपिणं झाल्यावर मुखिया झोपेल.'

माझी गोष्ट इथपर्यंत आली असतानाच आत्यानं आम्हाला दटावलं आणि झोपायला सांगितलं. मी दीदीला म्हटलं की चल, आता आपण झोपू या. पण ती ऐकायलाच तयार नव्हती. गोष्ट पुरी ऐकण्यासाठी ती हटून बसली. मग मी म्हटलं, 'बरं तर मग ऐक.....'

"कोल्ह्याला वाटलं होतं की खाल्ल्यावर मुखिया झोपेल आणि झालंही तसंच. मुखियाला झोप लागलेली पाहून कोल्हा खूप खूष झाला. उड्या मारतच तो मळ्यापाशी गेला. त्यानं दूरवरून उडी मारली. पण तो पडला काटेरी कुंपणावर. त्याच्या सर्व अंगात आणि नाकाकानात काटे घुसले. रक्तबंबाळ झाला तो आणि वांगी खाण्याऐवजी अंगात रुतलेले काटे काढत बसला. दुसऱ्या दिवशीही मुखियाच्या चोरून तो तिथंच काटे काढत बसला. त्यानं सर्व काटे काढले पण कानात घुसलेला काटा काही त्याला काढता आला नाही. त्याला कानाचं दुखणं जेव्हा सहन होईना तेव्हा तो मुखियाकडे गेला आणि जोरजोरात हाका मारून दार ठोठवायला लागला. मुखियानं आतूनच विचारलं, 'एवढ्या रात्री कोण आहे?' कोल्हा म्हणाला, 'मुखिया भाई, मी कोल्हा.' 'तुला काय झालं? काय हवं?' 'जरा बाहेर तर या.''

"मुखियानं बाहेर येऊन पाहिलं तर कोल्हा रक्तबंबाळ झाला होता. मुखियानं विचारलं, 'तुला काय झालं रे?' कोल्हा म्हणाला, 'भाई, काही विचारू नका. तुमच्या मळ्यातील वांगी चोरून खायची म्हणून घुसलो.' हे ऐकून मुखियाच्या तळपायाची आग मस्तकात गेली. तरीही त्यानं कोल्ह्याला इतक्या रात्री त्याच्याकडे येण्याचं कारण विचारलं. कोल्हा म्हणाला की, त्याच्या सर्व अंगात काटे घुसले होते. बाकी सगळे काटे त्यानं काढले पण कानात घुसलेला काटा काही त्याला काढता येत नाहीये म्हणून तो त्यांच्याकडे आलाय. कोल्ह्याची इतकी हिंमत की तो सरळ मळ्यात घुसला! मुखिया चांगलाच भडकला होता. त्यानं विचार केला की ही चांगली संधी आहे. बच्चमजीला धडा शिकवायचाच. त्यानं कोल्ह्याला विचारलं की काटा काढताना कान तुटला तर? कोल्हा म्हणाला, 'काही हरकत नाही. चांगल्यासाठीच कान तुटला तर तुटणार ना!''

"मग मुखियानं कानात रुतलेला काटा काढण्याऐवजी कोल्ह्याचा कानच कापला. कापलेल्या कानातून रक्त गळायला लागलं पण कोल्हा मुखियाला काही बोलला नाही. फक्त मुखियाकडून निघताना तो एवढंच म्हणाला, 'मुखिया भाई, तुम्ही माझा कान तर कापलात. आता त्याच्या बदल्यात मला काहीतरी द्या.' मुखिया म्हणाला, 'तुला देण्यासारखं माझ्याकडे काही नाही. पण चालत असेल तर हे खुरपं घेऊन जा.''

"कोल्ह्यानं खुरपं घेतलं आणि तिथून निघाला. वाटेत त्याला एक शेतकरी दिसला. तो हातानं खुरपत होता. कोल्ह्यानं त्या शेतकऱ्याला विचारलं, 'तू हातानंच का खुरपतोयस?' शेतकरी म्हणाला, 'माझ्यापाशी खुरपायला काहीच नाही.' कोल्हा म्हणाला, 'तुला हवं असल्यास माझ्याकडचं खुरपं घे. पण त्याच्या बदल्यात तुला काहीतरी द्यावं लागेल.' शेतकऱ्यानं ते खुरपं घेतलं. तो म्हणाला, 'पण माझ्याकडे तुला देण्यासारखं काहीच नाही. फक्त ही एक लाठी आहे. गायीला चरायला नेताना

मी ही वापरतो. चालेल का तुला ही?' 'हो. का नाही चालणार!' असं म्हणून कोल्ह्यानं ती लाठी घेतली.''

गोष्ट एवढ्यावरच आली असताना दीदी म्हणाली, 'खूप रात्र झालीय. आता झोपू या. राहिलेली गोष्ट उद्या.' मी विचारलं, 'पण जेवढी ऐकलीयस तेवढी लक्षात राहील ना?' दीदी 'हो' म्हणताच आम्ही जेवून खाऊन झोपलो. सकाळी आम्ही उशिरा उठलो म्हणून आत्या आम्हाला रागावली. पण रात्र होताच गोष्टीच्या नादात आम्ही सगळं विसरून गेलो. जेवण झाल्यावर आम्ही बिछान्यावर आडव्या होताच आत्यानं दटावलं की आपापसात फिसफिस न करता गुपचूप झोपा. पण आत्याची पाठ वळताच दीदी म्हणाली, 'कर सुरू. मात्र अगदी हळू. मा ला कळता कामा नये.' मी विचारलं, 'कोल्ह्यानं खुरप्याच्या बदल्यात शेतकऱ्याकडून लाठी घेतल्याचं आठवतंय ना?' 'हो.' 'मग आता पुढची गोष्ट ऐक.....'

''लाठी घेऊन कोल्हा पुढे निघाला. थोडं पुढे जातो न जातो तोच त्याला एक गुराखी दिसला. त्याच्या हातात काहीच नव्हतं आणि तो गाईला हाकलायचा प्रयत्न करत होता. कोल्ह्यानं विचारलं, 'ए भाई, हे तू काय करतोयस?' गुराखी म्हणाला, 'ही गाय माझं भात खातेय म्हणून तिला इथून हाकलतोय.' कोल्हा म्हणाला, 'पण तुझ्यापाशी काठीबिठी काही नसताना तू तिला कसं हाकलशील? माझ्याकडे एक लाठी आहे. पाहिजे तुला?' गुराखी म्हणाला, 'हो. हवी तर.' कोल्ह्यानं लाठी दिली आणि तिच्या बदल्यात काहीतरी दिलं पाहिजे असं गुराख्याला सांगितलं. पण गुराख्यानं विचारलं, 'ही लाठी तुटली तर?' कोल्हा म्हणाला, 'तुटली तर तुटली. चांगल्या कामाला उपयोगी पडली असं समजेन.' तेव्हा गुराखी म्हणाला, 'माझ्यापाशी तुला देण्यासारखं काहीच नाही. फक्त एक कुदळ आहे. चालेल?' कोल्हा म्हणाला, 'तुझ्यापाशी जे असेल ते दे.' गुराख्याकडची कुदळ घेऊन कोल्हा पुढे निघाला.''

''थोडा पुढे गेल्यावर कोल्ह्याला पुन्हा एक शेतकरी भेटला. तो कालथ्यानं खणत होता. त्याच्याकडे दुसरं काहीच नव्हतं. कोल्ह्यानं त्याला विचारलं, 'माझ्यापाशी कुदळ आहे. ती तुला हवी का?' शेतकरी म्हणाला, 'चालेल. दे. पण ती तुटली तर?' कोल्हा म्हणाला, 'तुटली तर तुटली. चांगल्या कामासाठी उपयोगी पडली असं मी समजेन.' शेतकऱ्यानं कुदळ घेतली आणि तो खणायला लागला तर कुदळ खरंच तुटली. तेव्हा कोल्हा म्हणाला, 'अरे भाई, माझी कुदळ तोडलीस? आता तिच्या बदल्यात मला काहीतरी दे.' शेतकरी म्हणाला, 'मी तुझं नुकसान केलंय हे खरं' पण माझ्यापाशी ह्या कालथ्याशिवाय काही नाही. हा तू पाहिजे तर घेऊन जा.' कोल्ह्यानं कालथा घेतला आणि तो पुढे निघाला.''

''चालता चालता त्याला भूक लागली. थोड्या अंतरावर एक घर दिसत होतं. तो तिथं जाऊन पोहोचला. त्यानं आत डोकावून पाहिलं तर एक बाई चुलीपुढे बसली

होती आणि एका लाकडाच्या तुकड्यानं भात ढवळत होती. कोल्हा तिला म्हणाला, 'ओ बाई, तुम्ही काय करताय? मला खूप भूक लागलीय. थोडा भात वाढा ना!' ती बाई आपल्या नवऱ्याला म्हणाली, 'ऐका हा काय म्हणतोय ते! अजून स्वयंपाक झाला नाही आणि हा वाढा म्हणतोय.' कोल्हा त्या बाईच्या नवऱ्याला म्हणाला, 'बरोबर आहे त्यांचं. पण मी तरी काय करू? भुकेनं माझा जीव जायची पाळी आलीय.' ती बाई म्हणाली, 'थोडं थांब. झालाच स्वयंपाक.' त्या दोघांबरोबर कोल्हा पोटभर जेवला. मग म्हणाला, 'मी जेवलो तर पोटभर पण माझ्याकडे तुम्हाला देण्यासाठी एक लहानशी वस्तू सोडून काही नाही.' त्या बाईच्या नवऱ्यानं विचारल्यावर कोल्ह्यानं कालथा दाखवला. 'ह्याचा तुम्हाला काही उपयोग नाही पण बाईंना ह्याचा नक्कीच उपयोग होईल.' बाईनं मोठ्या खुषीनं तो कालथा घेतला. तेव्हा कोल्हा त्या बाईला म्हणाला, 'तुम्हाला तुमच्या उपयोगाची वस्तू मिळाली खरी पण मी काय रिकाम्या हातानंच इथून जाऊ का?' ह्यावर ती बाई म्हणाली, 'माझ्या यजमानांकडे एक ढोल आहे. चालेल तुला?' कोल्हा म्हणाला, 'ठीक आहे. द्या तोच.' ढोल घेऊन कोल्हा पुढे निघाला.''

''कोल्हा खूप खूष होता. कारण त्याला मनपसंत गोष्ट अखेर मिळालीच. रस्ता संपेपर्यंत तो ढोल वाजवत गात होता— 'वांगी खायला गेलो आणि कान देऊन आलो. कानाच्या बदल्यात खुरपं घेऊन आलो – टक डुमा डुम डुडुम डुडुम डुम – खुरप्याच्या बदल्यात मी लाठी घेऊन आलो. – टक डुमा डुम डुडुम डुडुम डुम – लाठीच्या बदल्यात मी कुदळ घेऊन आलो. – टक डुमा डुम डुडुम डुडुम डुम – कुदळ देऊन मी कालथा घेऊन आलो. – टक डुमा डुम डुडुम डुडुम डुम – कालथ्याच्या बदल्यात मी ढोल घेऊन आलो. – टक डुमा डुम डुडुम डुडुम डुम. असं गात गात कोल्हा आपल्या घरी गेला.''

गोष्ट संपवता संपवता मला झोप आली. थोड्या वेळानं मला जाग आली तेव्हा का कोण जाणे घर सोडून जाताना मा नं माझ्या हातावर ठेवलेल्या दहा पैशाची आठवण झाली. एके दिवशी ते दहा पैशाचं नाणं आत्यानं फेकून दिलं होतं. नंतर खूप शोधूनही ते मला सापडलं नव्हतं. माझ्या मा ची ती अखेरची निशाणी होती. आत्यानं ते नाणं का फेकून दिलं असावं ह्याचा विचार करत असताना अचानक कसल्याशा आवाजानं माझं लक्ष भरकटलं. माझी आतेबहीण खोली बाहेर कुणाबरोबर तरी कुजबुजत होती. नंतर ती कुठंतरी गेल्यासारखं वाटलं. थोड्या वेळानं ती परत आली आणि माझ्या जवळ गुपचूप झोपली. रात्र किती झालीय हे पाहण्यासाठी मी खिडकीकडे नजर टाकली तर तिथं एक मुलगा उभा होता. त्यानं अचानक टॉर्चचा उजेड पाडला तेव्हा घाबरून मी डोळे मिटून घेतले. त्यानंतर त्या रात्री मला झोप आली नाही. उजाडताच मला वाटलं की कालच्या रात्रीची गोष्ट आत्याला सांगितलेली

बरी पण लगेच भीती वाटली की आत्या उलट मलाच काहीबाही बोलायची. बराच विचार केल्यावर मी ठरवलं की आत्याला काही न सांगितलेलंच बरं! पण कुणालातरी ही गोष्ट सांगण्यासाठी मी तडफडत होते. अखेर माझ्यानं राहवलं नाही. आत्याच्या शेजारी राहणाऱ्या संध्याला आणि लतिकेला मी सर्व सांगून टाकलं. तेव्हा त्या दोघी बहिणींनी मला बजावलं की ह्याबद्दल मी कुणाजवळच न बोललेच बरं! अगदी आत्याजवळसुद्धा. कारण ती आपल्या मुलीला रागावण्याऐवजी मलाच बोलेल कारण माझे मा-बाबा माझ्या बाजूनं बोलायला काही तिथं नव्हते.

त्या रात्रीच्या प्रसंगानं मी अगदी बेचैन झाले. काही दिवस कुठं दुसरीकडे जावं असं मला वाटायला लागलं. आत्याला सांगितलं तर ती विचारायला लागली की कुठं जायचंय तुला? मी म्हटलं, 'दोन-चार दिवसांसाठी माझ्या सख्ख्या दीदीकडे जाईन म्हणते!' 'आणि तेवढ्यात मध्येच तुझे बाबा इथं आले तर?' आत्यानं विचारलं. मी म्हटलं, 'बाबा आले तर आले. ते मला पाह्यला आपल्या मोठ्या मुलीकडे येतील.' मग आत्यानं आपल्या मुलाला मला दीदीकडे पोहोचवून द्यायला सांगितलं.

दीदीकडे पोहोचले तर तिनं मला पाहताच रडणं-भेकणं सुरू केलं. ती म्हणायला लागली की मा नाही तर माझं कुणीच राहिलं नाही. तुम्ही कुणीच माझी विचारपूससुद्धा करत नाही. माझ्या मनात आलं की दीदी लग्नानंतर सुखी नसावी. पण हा विचार मी मनातून लगेच काढून टाकला आणि दीदीच्या मुलाला मांडीवर घेतलं. दीदी त्याला म्हणाली, 'बघ. तुझी मावशी आलीय.' दीदीला मुलगा झाल्याचं आम्हाला कळलं होतं पण बाबा त्याला पाह्यला गेले नव्हते आणि त्यांनी आम्हालाही पाठवलं नव्हतं. दीदी ही गोष्ट विसरली नव्हती. ती म्हणाली, 'मा असती तर सगळी कामं बाजूला ठेवून आपल्या नातवाला पाह्यला आली असती.'

मी आणि दीदी बोलत असतानाच माझे मेहुणे तिथं आले. मला पाहताच ते आनंदानं ओरडले, 'अरे माझी मेहुणी ना! तुम्ही तर मला विसरूनच गेलाहात. हो ना?' त्याच्या ह्या अशा ओरडण्यानं घरातले बाकी सर्वजण गोळा झाले आणि चेष्टा -मस्करी-आनंदानं घर भरून गेलं.

दीदीकडे मी जवळजवळ एक महिना होते. माझे ते दिवस फार छान गेले. दीदीचा दीर रोज मला आसपास फिरायला न्यायचा. दीदी म्हणायचीही की रोज रोज कशाला फिरायला जायला हवं! बाबांना कळलं तर ते रागावतील. पण तिच्या बोलण्याकडे कुणीच लक्ष दिलं नाही. दीदीचा दीर घरातही सतत माझी चेष्टामस्करी करायचा. रात्री त्याच्या आईपाशी मी झोपायला जाईपर्यंत तो माझी पाठ सोडायचा नाही. त्याच्या चेष्टामस्करीमुळे चिडून मी रडायला लागले की दीदी मला तिच्यापाशी बोलावून घ्यायची. माझ्या बाबांसारखीच दीदीही चांगली जाडी आणि गुबगुबीत होती. त्यामुळेच माझ्या थोरल्या काकांच्या मुली तिच्या उत्तम तब्येतीवर जळायच्या आणि

तिला 'हत्ती' म्हणून चिडवायच्या. अशा दीदीसमोर तिचा दीर मला चिडवणं शक्य नव्हतं.

दीदीचा नवरा आणि दीर ह्यांच्याबरोबर चेष्टामस्करी करता करता, दीदीच्या मुलाला न्हाऊमाखू घालता घालता आणि दीदीबरोबर मा घरात असतानाचे सुखाचे दिवस आठवता आठवता एक महिना होत आला होता. तेवढ्यात बाबा, नवी मा आणि धाकटा भाऊ, सर्वांना भेटायला आणि मला न्यायला आत्याकडे आल्याचं कळलं. हे कळताच दीदीनं बाबांना कळवलं की त्यांनी सगळ्यांनी तिच्याकडे यावं. त्यांनी जिची ओळख आमची 'मा' म्हणून सर्वांना करून दिलीय तिला ती खऱ्या मा च्या जागीच मानते, तेव्हा तिला तिच्या घरी आणण्यात त्यांना संकोच वाटायचं कारण नाही. दीदीनं असं कळवल्यावर दोन-एक दिवसांनी बाबा सर्वांना घेऊन दीदीकडे आले. मग माझ्या मेहुण्यांनी आणि त्यांच्या घरातल्या इतर माणसांनीही बाबांचा चांगला पाहुणचार केला. आमच्या नव्या मा बद्दल काहीजणांत कुजबूज झाली. पण अशा गोष्टींकडे लक्ष देण्यात अर्थ नाही असा विचार करून सगळ्यांनी कानाडोळा केला.

दीदीकडे दोन-एक दिवस राहून आम्ही सर्व बाबांबरोबर पुन्हा आत्याकडे परत आलो. दीदीकडून निघताना बाबांसकट सर्वांच्या डोळ्यांत पाणी आलं. बाबा मला न्यायला आलेत हे कळल्यापासूनच मला तर रडू येतच होतं. दीदी रडत रडत सारखं म्हणत होती की मा असती तर तिला तिच्या बहिणीची एवढी काळजी वाटली नसती. ती असंही म्हणत होती की तिचं जे व्हायचं होतं ते झालं, आता बहिणीच्या कपाळी काय लिहिलंय ते एक देवच जाणे!

आत्याकडे आल्यावर कळलं की आठ-दहा दिवसांतच तिच्या मुलीचं लग्न आहे. मी जिला कोल्हा आणि मुखियाची गोष्ट सांगितली होती आणि रात्री बाहेर जाऊन एका मुलाशी जी बोलली होती तिचंच लग्न होतं. तिच्या लग्नाची बातमी ऐकून मला खूप आनंद झाला. पण बाबांना एवढी रजा नव्हती. त्यामुळे आम्हाला लग्नासाठी थांबता येणार नव्हतं हे ऐकून वाईटही वाटलं. मलाही बाबांबरोबर जावं लागणार होतं. कारण ते मला घेऊन जाण्यासाठीच तर आले होते. आत्याला माझ्या मनातलं समजलं म्हणून ती बाबांना म्हणाली की, तुला राहता येत नसेल तर निदान ह्या आईविना पोरीला तरी आणखी काही दिवस इथं राहू दे. पण बाबांनी एकदा जे ठरवलं ते ठरवलं. अखेर नाइलाजानं आत्या म्हणाली, 'जाण्यापूर्वी एकदा दादाला (माझ्या थोरल्या काकांना) भेटला असतास तर बरं झालं असतं.' बाबा म्हणाले, 'बरं, बघतो.' पण मध्येच नवी मा म्हणाली, 'मग फार उशीर नाही का होणार?' असं म्हणून मला आणि माझ्या धाकट्या भावाला तिथंच सोडून बाबा आणि मा दुसऱ्या खोलीत निघून गेले.

आत्या बाबांवर नाराजच होती. बाबा आणि मा तिथून जाताच ती मला आणि माझ्या धाकट्या भावाला बाबांबद्दल सांगायला लागली. ती सांगत असलेल्या गोष्टी आम्हाला ठाऊकच नव्हत्या. पण तिच्या बोलण्यावरून ती रागावली आहे असं काही वाटलं नाही. ती सांगत होती की बाबांची तब्येत लहानपणापासूनच चांगली होती. म्हणून ते सगळ्यांपेक्षा जास्त जेवायचे. त्यामुळेच त्यांचं खरं नाव उपेंद्रनाथ असूनही सगळे त्यांना 'नाडु गोपाल'[४] म्हणायचे. बाबा काही फारसे शिकले नव्हते तरीही त्यांना नोकरी मात्र चांगली मिळाली. त्याचं असं झालं की बाबा बाहेर काहीतरी काम करत असताना तिथून मिलिटरीची एक गाडी चालली होती. बाबांची तब्येत पाहून मिलिटरीच्या लोकांनी त्यांना गाडीत घेतलं. नंतर कळलं की ते सैन्यात भरती झालेत. थोरल्या काकांना हे कळलं तेव्हा 'माझा एक हात कापला गेला' असं म्हणून ते रडायला लागले. त्या काळी सैन्यात नोकरी म्हटलं की सगळे घाबरायचे. त्यामुळेच बाबा आजोबांना आणि आमच्या वस्तीत राहणाऱ्या एका वयस्क गृहस्थांना घेऊन मा ला पाह्यला गेले तेव्हा आजी भयंकर चिडली होती. पण आमच्या मा च्या कपाळीच उपेंद्रनाथबरोबर लग्न होतं त्याला कोण काय करणार! मा चं नाव होतं गंगा.

बाबांना गंगा पसंत पडली. एकदा तिला भेटायला ते एकटेच तिच्या घरी गेले, तेव्हा ती घरी नव्हती. तळ्यावर आंघोळीला गेली होती. बाबांना हे समजताच ते तळं शोधत निघाले. ते तळ्यावर पोहोचले तेव्हा गंगा आंघोळ करून परत निघाली होती. बाबांना बघताच ती घाबरून लपून बसली. कारण मिलिटरीवाले मुलींना खूप मारहाण करतात असं तिनं ऐकलं होतं. बाबांनी तिला भेटण्याचा बराच प्रयत्न केला पण ती काही भेटली नाही. बाबांना असं चकरा मारताना पाह्यलं की गंगाची आई चिडायची. आणि कधी कधी 'हा लेकाचा माझ्या पोरीला घेऊन गेल्याशिवाय राह्यचा नाही.' असंसुद्धा म्हणायची. झालंही तसंच. लवकरच मुहूर्त ठरवला गेला आणि गंगाचं उपेंद्रनाथबरोबर लग्न झालं. लग्नानंतर दोन-तीन महिन्यांनी बाबा आपल्या नोकरीवर निघून गेले. तिथून ते दर महिन्याला पत्र पाठवायचे. दीदी झाल्याचं कळल्यावर बाबा आले. आजीनं दीदीला त्यांच्या मांडीवर ठेवलं. ती म्हणाली, 'बघा तरी! कशी तुमच्यावर गेलीय!' बाबा हसायला लागले तेव्हा मा तोंड वेंगाडत म्हणाली, 'कसे हसताहेत पाहा! मुलगी झाल्याचं कळताच कसे धावत आले! आता आली वाटतं घराची आठवण!' आजीनं मा ला दटावलं, 'गप्प बस बघू! इतक्या दिवसांनी जावईबापू आलेत तर पाणीबिणी द्यायचं सोडून भांडणाची तयारी!' बाबा आजीला म्हणाले, 'आई, तुम्ही काही बोलू नका. तिला काय बोलायचंय ते बोलू द्या.' मा तसंच तोंड वेंगाडत म्हणाली, 'बोलणार नाही तर काय करणार! लग्नानंतर जे गेले ते आता येताहेत. अशी नोकरी करणाऱ्याशी लग्न करायला सांगितलं होतं

कुणी!' मा चं हे बोलणं ऐकून आजी, मामा आणि घरातील इतर सगळेजण मोठ्यानं हसायला लागले. बाबा हसत होते आणि त्यांचं पाहून मा ही हसायला लागली. मोठी मामी हसत हसत बाबांना म्हणाली, 'आता तुम्हीच घाला बुवा गंगाची समजूत.'

आत्या आणखीही काही सांगणार होती पण तेवढ्यात बाबा आले. आम्ही बोलत असताना ते बहुतेक आमचं सामान बांधत होते. त्यांनी आत्याला सांगितलं की ते थोरल्या काकांना भेटायला जाताहेत आणि तिथूनच घरी परत जातील. त्यानंतर आत्याचा निरोप घेऊन आम्ही बाबांबरोबर निघालो.

थोरल्या काकांकडे आम्ही एक दिवस राहिलो. काकांना दीदीची बरीच काळजी वाटत असावी. ते बाबांना म्हणाले, 'तू तिला दुसऱ्याच्या घरात पाठवून दिलंस. पण तिची विचारपूससुद्धा करत नाहीस. मलाच सगळं पाहावं लागतं. त्या बिचारीला वाटत असावं की माझी मा नाही तर कुणीच नाही. ती किती रडते! म्हणते की तिचे बाबाही आता तिचे राहिले नाहीत. तिला एकदा भेटून तरी ये बाबा!' बाबा म्हणाले, 'दादा, मी तिला भेटून आलोय.' काका थोड्या वेळ काहीच बोलले नाहीत. मग माझ्याकडे बोट दाखवत म्हणाले, 'आता हिचं लग्न नीट बघूनसवरून कर.' बाबांनी काकांचं बोलणं मनावर घेतलं असावं असं काही दिसलं नाही.

रात्री काकांच्या मोठ्या मुलीनं बाबांपाशी गोष्टीसाठी हट्टच धरला. बाबांना खूप छान छान गोष्टी येत होत्या. त्यांनी गोष्ट सांगायला सुरुवात केली तर ती संपायला मध्यरात्रच झाली. गोष्ट ऐकता ऐकता माझं मन भरकटत होतं. माझ्या मनात विचार आला की काकांच्या मुली आमच्यापेक्षा भाग्यवान आहेत. 'मुलगा हवा,' 'मुलगा हवा' करत करत काकांना पाच मुली झाल्या. पण त्यांनी त्यांना अतिशय प्रेमानं वाढवलं. त्यांच्यात भेदभाव केला नाही. काकांना आमच्याबद्दलही त्यांच्या मुलींइतकीच माया होती. मलाही थोरले काका फार आवडायचे. माझे आजोबा मी अगदी लहान असतानाच गेले. पण काकांचा स्वच्छ गोरा रंग आणि भरदार शरीरयष्टी अगदी आजोबांसारखी होती असंच सगळे म्हणत. आणि पाच मुलींच्या पाठीवर झालेला मुलगाही वडील आणि आजोबा ह्यांच्यासारखाच झाला होता.

काकांचा निरोप घेऊन आम्ही निघालो तेव्हा त्यांची तब्येत अगदी चांगली होती. पण पंधरा दिवसांतच ते खूप आजारी असल्याचं कळलं. बाबा आणि मा त्यांना पाह्यला म्हणून गेले आणि परत आले तेव्हा त्यांच्याबरोबर काकाही होते. एका रात्री बाबा-मा च्या बोलण्यावरून कळलं की काकांच्या घरी जेव्हा बाबा-मा पोहोचले तेव्हा काका झोपले होते. त्यांना पाहताच बाबांना वाटलं की आजोबाच झोपलेत. बाबांना एकदम रडू आलं. त्या आवाजानं काका उठून बसले आणि बाबांना शांत करत म्हणाले, 'बरं झालं तू आलास. आता मी काही वाचत नाही. मोठीचं कसंबसं

लग्न करून दिलंय. आता ह्या बाकीच्यांना तूच सांभाळ.' बाबा म्हणाले, 'दादा, तुला काही होणार नाही. चल माझ्याबरोबर.'

बाबा काकांना दुर्गापूरला घेऊन आले आणि बाबांच्याच कंपनीच्या दवाखान्यात त्यांना दाखवायला घेऊन गेले. काकांना थोडं बरं वाटायला लागल्यावर एके दिवशी त्यांचा मुलगा शिव त्यांना बघायला आला. काका म्हणाले की सध्या त्यांना बरं वाटतंय पण पुढचं काही सांगता येत नाही. शिव त्यांना 'घरी चला' म्हणून म्हणायला लागला पण बाबा म्हणाले की अजून चांगलं बरं वाटत नाहीय तर घरी कशाला जायचं? काकांच्याही मनात चांगलं बरं होऊनच घरी जायचं होतं पण शिवानं त्यांना हळूच काहीतरी सांगितलं तेव्हा त्यांना वाईट वाटलं. ते बाबांना म्हणाले की शिव इतका हट्ट करतोय तर मला जायलाच हवं. शिवाला ते म्हणाले, 'चल बेटा! जाऊ या.' बाबा म्हणाले, 'दादा, इथं तुझं औषधपाणी सुरू आहे. तेव्हा तू आणखी काही दिवस थांब.' पण काकांनी ऐकलं नाही. काकांच्या जागी दुसरं कुणी असतं तरी आमच्या घरी राह्यलं नसतं. कारण काकांच्या औषधपाण्याच्या खर्चावरून मा नं बाबांची स्वयंपाकघरात हजेरी घेतली होती, ती दाराबाहेर बसलेल्या शिवानं ऐकली होती. ही गोष्ट काही फार दिवस लपून राहिली नाही.

काका हिंपुटी होऊन निघून गेल्यानंतर काही दिवसांची गोष्ट. एके रात्री मी बाहेरच्या बाथरूममधून निघाले तर समोर बाबा उभे. ते विचारात दिसत होते. मी त्यांना 'काय झालं' म्हणून विचारताच ते दचकले आणि 'काहीसुद्धा नाही' असं म्हणत त्यांनी अगदी ममतेनं मला जवळ ओढून घेतलं. त्यांचे डोळे भरून आले होते. त्यांच्या डोळ्यांतलं पाणी माझ्या सावत्र आईला काळोखात दिसलं नसावं पण मला आणि बाबांना ओळखण्यात तिची चूक होणं शक्य नव्हतं. इतक्या रात्री ती न झोपता आणि दाराच्या बाहेर न येता दाराच्या फटीतून का पाहत होती हे एक तिलाच ठाऊक! त्या रात्रीनंतर माझ्या सावत्र आईची व बाबांची माझ्यावरून इतकी भांडणं व्हायला लागली की साऱ्या घरातच बेचैनी पसरली. त्याचबरोबर त्या दोघांत माझ्या लग्नाबद्दल बोलणं सुरू झालं. कधी एकदा ह्या पोरीचं लग्न लावून हिला घराबाहेर काढतो असं त्यांना झालं. भांडणाच्या भीतीनं बाबा माझ्याजवळ फिरकेनासे झाले. मीही बाबांजवळ जाण्याचं टाळायला लागले. एक बारा वर्षांची पोर आपल्या वडिलांशीच भलत्यासलत्या प्रकारे कसं वागेल! कुणीच ह्या गोष्टीवर विश्वास ठेवला नसता. कुणी विश्वास ठेवो की न ठेवो त्या मुलीच्या सावत्र आईचा ह्या गोष्टीवर विश्वास बसला. त्यामुळे त्या पोरीचं आपल्या बापाशी अगदी सहजपणे बोलणंही बंद झालं आणि बाहेरच्या लोकांना तोंड दाखवण्यालायक ती राहिली नाही.

घरातल्या ह्या अशा वातावरणामुळे मी कधी शाळेत शिकत होते हे मी लवकरच विसरून गेले. माझ्या सख्ख्या मा सारखं आपणही घरातून निघून जावं

असं वाटायचं, पण लगेच मनात यायचं की जाणार तरी कुठं! माझ्या ओळखीपाळखीचं कुणीच नव्हतं. असेच कसेबसे दिवस जात होते. पाहता पाहता बाबांचं माझ्याशी वागणं पार बदलून गेलं होतं. मी त्यांच्या डोळ्यांत सलत होते. एवढ्यातेवढ्यावरून ते चिडचिड करत. मी सगळ्यांच्या नजरेत वाईट चालीची झाले होते की काय! पुढे माझ्या नशिबी काय वाढून ठेवलंय कोण जाणे, असं सारखं मनात यायचं.

सावत्र आई आणि बाबा ह्यांच्या भांडणाकडे मी दुर्लक्ष करायला लागले. पण भांडणानंतर होणाऱ्या धुसफुशीचा परिणाम माझ्यावर व्हायचाच. शिवाय ते सारखं सारखं म्हणत की ह्या पोरीचं काय करावं, हिला कुठं पाठवावं? ह्याचं मला खूप वाईट वाटायचं आणि मी बाहेर जाऊन रडायची. मला हे अगदी सोसवेनासं झालं तेव्हा मी बाबांना सांगितलं की मला आत्याकडे जायचंय. बाबा म्हणाले, 'आताच तर जाऊन आलीयस. पुन्हा जायचं म्हणतेस. लोक काय म्हणतील?' मी म्हटलं, 'कुणी काही म्हणो, मला जायचंय.' माझ्या हट्टाच्या विरोधात सावत्र आई आणि बाबा एक झाले. मी त्यांना एक बलाच वाटायला लागले. त्यांच्या समजावण्याचा माझ्यावर काही परिणाम होत नाही असं पाहिल्यावर बाबांना कदाचित वाटलं असावं की हिच्यावरूनच घरात एवढी भांडणं होताहेत तर ही जाणार नाही तर काय करणार! माझा अंदाज खरा ठरला. बाबा म्हणाले, 'जायचंय तर जा. तुझ्या आत्याला तुझं सगळं सांग आणि तिला तुझं काहीतरी करायला सांग.'

दुसऱ्याच दिवशी तिकीट काढून, मला एकटीलाच बाबांनी बसमध्ये बसवून दिलं. काही तासांचा प्रवास होता. उतरल्यावर आधी मी आतेभावाकडे गेले. त्याचं दुकान बस-स्टँडच्या जवळच होतं. मी गेल्याबरोबर त्याला म्हटलं, 'दादा, मला खूप भूक लागलीय. काहीतरी खायला दे.' दादाच्या चेहऱ्यावरून मला पाहून तो घाबरल्याचं दिसलं. त्यानं विचारलं, 'काय ग, तू अशी अचानक? घरी काही झालंय का? आणि तू एकटीच कशी?' मी म्हटलं की आधी मला खायला दे. मग सगळं सांगते. तो मला हलवायाच्या दुकानात घेऊन गेला. त्याच्या सांगण्यावरून मी एका बेंचवर बसले. पोटभर मिठाई खाल्ल्यावर त्यानं मला घरी पोहोचवलं. आत्याकडे गेल्यावर कळलं की ज्या आतेबहिणीला मी कोल्ह्याची गोष्ट सांगितली होती आणि जिच्या लग्नाची बोलणी सुरू होती, तिचं लग्न काही अजून झालं नव्हतं. तिनंच मला हे सांगितलं. आमचा आवाज ऐकून आत्या बाहेर आली. मला पाहून तिला धक्काच बसला. तिनं मला असं एकटीनंच अचानक येण्याचं कारण विचारताच मी तिला सगळी हकिकत सविस्तर सांगितली. ती ऐकून तिचे डोळे भरून आले. ती म्हणाली, 'बरं झालं आलीस! आता इथंच राहा. दोन दिवसांनी ह्या तुझ्या दीदीला पाह्यला येणार आहेत. तुझी वहिनी पाहुण्यासांठी खाणंपिणं करेल. तू तिला मदत कर.'

त्या रात्री मी आणि दीदीनं पडल्या पडल्या बऱ्याच गप्पा मारल्या. मी तिला

म्हटलं की तुझा होणारा नवरा खूप चांगला आहे. तेव्हा तिनं विचारलं की तुला कसं ठाऊक? मी म्हटलं, 'आत्या आणि संध्याच्या आई बोलत होत्या ना की मुलगा फार देखणा आहे. दोघांची जोडी अगदी शोभून दिसेल.' माझं बोलणं ऐकून दीदी लाजली. म्हणाली, 'पुरे! पुरे! आता चूपचाप झोप बघू.'

उशिरा झोपल्यावर उशिराच जाग येणार ना! पण आत्याला हे कोण सांगणार! तिला भल्या पहाटे उठून मुडि[५] भाजायची असायची. त्यासाठी लागणाऱ्या सगळ्या गोष्टी आम्हाला गोळा करून द्याव्या लागायच्या. ती आम्हाला हाका मारायची आणि आम्ही झोपून राह्यचो. बऱ्याच हाका मारल्यावर आम्ही उठायचो. तिचं असेल ते काम करायचो आणि पुन्हा झोपून जायचो. मुडि भाजता भाजताही ती हाका मारायची. आम्ही झोपलोय की काय हे बघण्यासाठी ह्या हाका असायच्या. आम्ही गप्प आहोत असं दिसताच ती रागानं आरडाओरड करायची, 'पुन्हा झोपल्या वाटतं ह्या पोरी. उठा दोघीजणी. उठा म्हणते ना!' मग आम्ही गडबडीनं उठून बसायचो.

आत्या आरडाओरड करून आम्हाला उठवायची पण दिवसभर आम्ही करायचं काय हे काही सांगायची नाही. दीदीला ह्याची सवय होती. पण मी काही वर्षं शाळेत घालवली होती. त्यामुळे इकडे-तिकडे भटकत, काही काम न करता राहणं मला त्रासाचं वाटायचं. आत्याकडे येणारे लोक मला इकडे तिकडे हिंडताना पाहून आत्याला विचारायचे, 'ही कोण?' आणि आत्या जेव्हा त्यांना म्हणायची, 'अरे, हिला ओळखलं नाहीत? ही तर आपल्या नाडुची मुलगी.' तेव्हा ते आश्चर्यानं बघत राह्यचे. म्हणायचे, 'बाप रे! एवढीशी होती आणि एवढी मोठी झाली!' मला त्यांची मुर्शिदाबादी बोली खूप आवडायची. म्हणून ते जेवढ्या वेळ बोलत तेवढ्या वेळ मी त्यांच्याकडे एकटक पाहत राह्यची. दीदीला पाह्यला आलेलेही मुर्शिदाबादी बोलीत बोलत होते. म्हणून ते मला आवडले. मी त्यांचा पाहुणचार करण्यात घरच्या लोकांना अगदी मन लावून मदत केली. आत्याच्या सुनेचं म्हणजे माझ्या वहिनीचं काम होतं स्वयंपाक करणं आणि माझं काम होतं त्यांना चहा देणं आणि वाढणं. मी फ्रॉक घालून अगदी खुषीनं धावपळ करत होते. आलेल्या पाहुण्यांपैकी एक-दोघांनी आत्याला विचारलं की एवढ्या उत्साहानं काम करणारी ही लहान मुलगी कोण आहे? आत्याला त्यांच्या प्रश्नामागचा हेतू समजला. तिनं सांगून टाकलं की तिचा बाप चांगली नोकरी करतो. तो अशातशाच्या घरात आपली मुलगी देणार नाही.

पाहुणे गेल्यावर, दिवसभर धावपळ करून मी किती थकलेय ते माझ्या लक्षात आलं. घराबाहेर येऊन मी पाय पसरून भिंतीला टेकून बसले. खूप बरं वाटलं असं बसल्यावर आणि पाहुण्यांनी माझ्या कामसूपणाचं कौतुक केलं हे आठवल्यावर तर आणखी बरं वाटलं. बेबीनं लहानपणापासून नाइलाजानं काम करण्याव्यतिरिक्त शिकलंच काय आहे, हे जर त्यांना कळलं असतं तर त्यांनी असं कौतुक केलं असतं का?

बिचारी बेबी! बिचारी नाही तर काय! आणखी कुणाचं असेल का इतकं इवलंसं बालपण की भिंतीला टेकून थोड्या वेळ बसताच सगळंच्या सगळं आठवावं! तरीही बेबीला त्याचा लोभ आहे. जी गोष्ट कमी प्रमाणात असते त्याचा मोह कदाचित प्रत्येकालाच असावा. जशी गाय नुकत्याच जन्मलेल्या बछड्याला चाटते तशीच अगदी हळूहळू बेबी आपलं बालपण चाटते. नुकत्याच जन्मलेल्या वासराची गोष्ट निघाली की बाबा किंवा मा कडून ऐकलेल्या गोष्टी आठवतात. जम्मू-काश्मीरमधल्या कुठल्याशा एका सुंदर जागी बेबी जन्मली तेव्हा ती धड डोळेही उघडत नव्हती. कारण ती सातव्या महिन्यात जन्मली होती ना! तिच्या जन्माच्या आधी एक दिवस तिच्या मा ला हॉस्पिटलमध्ये दाखल करून तिचे बाबा युद्धावर गेले होते. तिथं त्यांना गोळी लागली. लागणारच. सगळं लक्ष होतं हॉस्पिटलमध्ये असलेल्या मा वर. मग असं होणारच.

जम्मू-काश्मीरनंतर डलहौसीला काही दिवस राहणं झालं होतं. तेव्हा तर कधी कधी संध्याकाळी बाबा मुलांना फिरायला घेऊन जायचे. बाहेर काहीसुद्धा दिसायचं नाही. समोरून येणाऱ्या गाडीचा आवाजही ऐकू यायचा नाही. पुढच्या लाइटवरूनच गाडी येतेय हे कळायचं. चहूकडे अंधारच अंधार. फिरून परत आल्यावर सगळे थंडीनं ताठरलेले असायचे. घरात एक हीटर होता. त्याच्याभोवती सर्व मुलं बसायची. झोपण्याआधी हातापायाला सरसूचं तेल लावायला मा सांगायची. शेवटी तीच तेल लावून द्यायची आणि मुलं झोपायची. सकाळी उठावं तर काळोखामुळे किती वाजलेत त्याचा पत्ताच लागायचा नाही.

घर खूप उंचावर होतं पण समोरचे डोंगर त्यापेक्षा उंच होते. डोंगरातले पक्के रस्ते एवढेसे, चिंचोळे दिसायचे. आणि त्यावरून धावणाऱ्या गाड्या खेळण्यातल्या गाड्यांसारख्या. असं सुंदर ठिकाण सोडून कोण कशाला कुठं जाईल! बेबीच्या मनात येतं की पुन्हा तिथं जायला मिळेल का कधी?

बेबीच्या नशिबात काय होतं ते मला चांगलं ठाऊक आहे. बाबांनी तिला सांगितलं होतं की आत्याला तिची काहीतरी व्यवस्था लावून द्यायला सांग. पण नंतर सावत्र आईच्या सल्ल्यावरून तिला आत्याकडून परत आणायचं असं त्यांनी ठरवलं असावं. कारण ती नसल्यानं काही बाबतीत गैरसोय होत होती. बेबी विचार करायला लागली की अशी कुठली कामं असावीत बरं की तिच्याशिवाय ती होणं अवघड होतं? तिला एक काम आठवलं आणि त्या आठवणीसरशी हसू आलं. तिच्या मा ला अगदी पहाटे उठून – मग भले थंडी असो की गरमी – परसाकडे जायची सवय होती. बाबा तिला एकटीला जाऊ देत नसत. तेव्हा बेबीला बळजबरीनं उठवून ती बरोबर घेऊन जायची. बाबा तिला एकटीला का जाऊ देत नसत हे मी अजिबात सांगणार नाही कारण ती अतिशय लाजिरवाणी गोष्ट आहे. अशीच काहीतरी गैरसोय

होत असावी. म्हणूनच अचानक एके दिवशी बाबा-मा आत्याकडे आले. 'आता बेबीचं इथं राहणं जमायचं नाही' असं आत्याला सांगून बाबा-मा तिला घरी घेऊन आले.

आत्याकडून येऊन मला दोनेक महिने झाले असतील. एके दिवशी सावत्र आईचा भाऊ एका मुलाला घेऊन आला. त्यानं मला चहा करायला सांगितला म्हणून मी आत गेले. सावत्र आईनं मला चहा देऊन यायला सांगितलं. मी चहा घेऊन बाहेर गेले तर सावत्र आईच्या भावानं म्हणजेच माझ्या मामानं मला बसायला सांगितलं. मी त्याच्याजवळच बसले. तेव्हा त्यानं मला माझं नाव, माझ्या बाबांचं नाव, शिवणकाम-विणकाम येतं का, कुठपर्यंत शिक्षण झालंय, स्वयंपाक येतो का वगैरे विचारलं. मी उत्तरं येत असून भीतीनं गप्प बसले. असं विचारण्यामागे त्याचा काही हेतू असावा असं मला वाटलं.

तेव्हा माझ्या हे मनातसुद्धा आलं नाही की इतक्या लहान वयात माझं अशा वयाच्या मुलाबरोबर लग्न होईल. मी तेव्हा बारा वर्ष दहा महिन्यांची होते आणि तो सव्वीसचा.

खाणं-पिणं झाल्यावर मामा त्या मुलाला घेऊन निघून गेला. थोड्या वेळानं माझ्याबरोबर नेहमी खेळणारी एक मुलगी आमच्याकडे आली. तिनं मला हसत हसतच विचारलं, 'तुला पाह्यला आले होते. हो ना?' मी तर नुसती पाहतच राहिले. मग मी हसून तिला म्हटलं, 'लग्न! माझं लग्न! झालं तर बरंच की! मेजवानी तरी मिळेल!' माझं बोलणं ऐकून ती जोरजोरात हसायला लागली. तिला असं हसताना पाहून मी विचारलं, 'ह्यात हसण्यासारखं काय आहे?' ती म्हणाली, 'तुझंच लग्न आणि तूच मेजवानी खाणार?' 'मग? लग्नात सगळे मिळून कसे जेवतात ते पाहिलं नाहीस कधी?'

माझी मैत्रीण हसतच होती आणि माझ्याकडे विचित्र नजरेनं पाहत होती. हे काही नवीन नव्हतं. मी होतेच बुद्धू! लहानपणी मी कुणाशी धड बोलायची नाही की दुसऱ्याचं बोलणं मला धड समजायचं नाही. म्हणूनच काही लोक सोडले तर मी कुणाशी फारसं बोलायची नाही आणि इतरांनाही माझ्याशी बोलावंसं वाटायचं नाही.

माझ्या सावत्र आईच्या भावाबरोबर जो मुलगा आला होता तो काही दिवसांनी आपल्याबरोबर आणखी दोघांना घेऊन आमच्या घरी हजर झाला. तो आला तेव्हा मी फ्रॉक घालून बाहेर खेळत होते. सावत्र आईनं मला हाक मारली आणि घरात जायला सांगितलं. माझ्या मनात आलं की आता हे पुन्हा कशाला टपकले! त्यांच्यातल्या एकाकडे बोट दाखवत माझा भाऊ म्हणाला, 'तो आपला जावईबापू होणारेय.' मी सावत्र आईला विचारलं, 'मा, हा आपला जावई होणार का?' तसे मा, बाबा आणि तिथं असलेले सर्वचजण हसायला लागले. अगदी खळखळून. बाबा म्हणाले, 'वेडी पोर! तुझ्या नशिबात काय आहे कोण जाणे! अजून बुद्धूची बुद्धूच राहिलीय. कधी येणार ग तुला समज!' मला वाटलं की बाबा माझ्यावर नाराज आहेत.

बाबांचं दुःख किंवा रडणं मला सहन होत नसे. त्यांना रडताना पाहिलं की मलाही रडू यायचं. मला आठवतं की एकदा दीदीनं भावाला मारलं. बाबांनी दीदीला समजावलं, 'बेटा, त्यांना मारू नकोस. आता तुझ्याशिवाय त्यांना कोण आहे!' एवढं बोलून बाबा रडायला लागले. ते पाहून मी आणि दीदीही रडायला लागलो.

त्या लोकांसमोर बाबा मला 'बुद्दू', 'वेडी' म्हणाले तर त्यात बाबांची काहीच चूक नव्हती. त्यांनी मला विचारलेल्या सगळ्या प्रश्नांची उत्तरं माझ्यातर्फे बाबांनीच दिली होती. लाजेनं आणि भीतीनं मी ते असेपर्यंत सगळा वेळ गप्पच बसले होते. ते लोक निघून गेल्यावर ज्या प्रश्नांची उत्तरं बाबा एका किंवा अर्ध्या वाक्यात देऊन मोकळे झाले होते ते माझ्या मनात घोटाळायला लागले. माझ्या भावंडांबद्दल त्यांनी विचारताच, मा नं ज्या भावाला घेऊन घर सोडलं होतं त्याचा उल्लेखसुद्धा बाबांनी केला नव्हता. त्याचं त्यांनी नावच घेतलं नव्हतं तर त्याच्या कपाळावरच्या खोकेच्या खुणेबद्दल काय बोलणार! त्याला खोक कशी पडली होती ठाऊक आहे? मी तेव्हा दुसरीत होते. एके दिवशी माझ्याबरोबर शाळेत जाण्यासाठी तो खूप रडायला लागला. ही गोष्ट मा घर सोडून जाण्याआधीची आहे. मा म्हणाली, 'जा त्याला घेऊन तुझ्याबरोबर.' मी त्याला घेऊन निघाले. रस्त्यात एक पाण्याचा नळ होता. तो दिसताच त्यानं पाणी पिण्याचा हट्ट धरला. मी त्याला नळावर घेऊन गेले. तो पाणी प्यायला बघत होता इतक्यात त्याचा पाय घसरला. तो पडला आणि त्याच्या कपाळाला खोक पडली. रक्त वाहायला लागलं. रक्त पाहताच मी भोकाड पसरलं. त्याची जखम दाबून धरली. आम्ही दोघंही घरी परतलो. बाबा घरी नव्हते. आई त्याला घेऊन रडत रडत दवाखान्याकडे धावत सुटली. मी हात न धुताच घाईघाईनं शाळेत गेले. शाळेतल्या मुलांनी माझे रक्तानं भरलेले हात पाहताच मास्तरांना जाऊन सांगितलं. त्यांनी पाहिलं की मी रडतेय, तेव्हा त्यांनी मला घरी पाठवलं. मी घरी येत होते तेवढ्यात मला बाबांचे मित्र – धनंजयकाका – भेटले. दवाखान्याच्या रस्त्यावर त्यांची मा शी गाठ पडली असावी. त्यांनी मला विचारलं, 'काय ग, त्याला लागलं कसं?' मी सांगितलं की तो नळापाशी घसरून पडला. धनंजयकाका खूप चांगले होते. बाबांना काही दिवसांसाठी बाहेरगावी जावं लागलं तर ते येऊन आमची विचारपूस करायचे. ते जातीनं कुंभार होते. त्यांचे वडील मातीची भांडी बनवायचे. आमच्या शाळेजवळच त्यांचं घर होतं. मधल्या सुटीत आम्ही त्यांच्या घरी जायचो. त्यांचे वडील एवढ्याशा मातीच्या गोळ्याला फिरत्या चाकावर ठेवून पाहता पाहता भांडं बनवायचं तेव्हा आम्हाला आश्चर्यही वाटायचं आणि खूप आनंदही व्हायचा.

आमच्याकडे आलेल्या पाहुण्यांनी माझ्या दीदीचीही बरीच चौकशी केली होती. माझ्यातर्फे बाबांनी 'तिचं लग्न झालंय आणि ती सासरी सुखात आहे' एवढं सांगून

विषय संपवला होता. त्यांच्याशी बोलायला मी त्या वेळी कचरले नसते तर मी दीदीबद्दल काय काय सांगितलं असतं! दीदीच्या लग्नाच्या वेळी मी माझ्या मैत्रिणींना – तुतुलला आणि डॉलीला – घेऊन आले होते. टेबलावर बसून खाताना आणि गप्पा करताना किती रात्र झाली ह्याचा आम्हाला पत्ताच नव्हता. डॉलीचे आजोबा तिला न्यायला आले. डॉलीचे बाबा माझ्या बाबांचे मित्र होते. म्हणून तिच्या आजोबांनाही घरात बोलावून मिठाई दिली होती. डॉली आणि तुतुल शेजारी शेजारी राहत होत्या. म्हणून डॉलीबरोबर तुतुलही गेली होती.

दीदीच्या लग्नात बँड आणला होता. माझ्या मेहुण्यांबरोबर शंभरेक लोक आले होते. खरं तर एवढे लोक आणायचं ठरलं नव्हतं, पण बाबांनी सगळं व्यवस्थित सांभाळून घेतलं. लग्नाआधी काही महिनेच बाबा रिटायर झाले होते. त्यामुळे त्यांच्या हातात पैसे होते. दीदीच्या लग्नाच्या खर्चानंतर त्यांच्या हातात जे पैसे राहिले ते त्यांनी दारूत आणि मा ला शोधण्यात घालवले. दीदीसाठी ते जेव्हा दागिने करायला निघाले तेव्हा दीदी त्यांना म्हणाली की 'मी दागिने घालणार आणि माझी बहीण माझ्याकडे काय नुसती पाहत बसणार! हे नाही चालणार मला! त्याच पैशांतून तिलाही एक-दोन डाग करा. तरच मी दागिने घालेन.' तेव्हा बाबांनी मला छोट्या बाळ्या आणि नाकातली चमकी आणली. दीदीनं तिच्या लग्नाआधी एक आठवडा मला बाळ्या आणि चमकी घातली, तेव्हा जो पाह्यचा तो म्हणायचा, 'काय छान दिसतेय ही!'

दीदीच्या लग्नानंतर एकदा मी आत्याकडे गेले असताना केस विंचरताना एक बाळी तुटली. तेव्हा माझी सावत्र आई म्हणाली की सगळंच काढून दे. मी नीट करून आणते. बाबासुद्धा असंच म्हणाले होते. मी दागिने सावत्र आईजवळ दिले. त्यावर किती दिवस उलटले. पण कुणीच त्याबद्दल बोललं नाही. मी आठवण केली तरी कुणी कानावर घ्यायचं नाही. काही दिवसांनी पाहते तर सावत्र आई स्वत:ला कानातलं घेऊन आली. माझे डाग काही मला मिळाले नाहीत. मी त्याबद्दल विचारलंच तर ती म्हणायची की दुकानात पडलेत. जायलाच जमत नाहीये. ह्यावर ती मला आणखी काही बोलू द्यायची नाही आणि मीही बोलायची नाही.

माझ्या ह्या सावत्र आईचा आणि बाबांचा प्रेमविवाह होता. तोही काली मंदिरात. बाबा आणि ही सावत्र आई दोघंही प्यायचे. सुरुवातीला ते आम्हाला चोरून प्यायचे पण पुढे पुढे तर ते आमच्यादेखत एकमेकांची थट्टा-मस्करी करत पीत. त्यांना शरम वाटावी म्हणून आम्ही किती बोलायचो. पण बाहेरच्या लोकांशिवाय ते कुणाचं ऐकायचेच नाहीत. आमच्या बोलण्याचा त्यांच्यावर काहीच परिणाम होत नाहीये असं दिसताच शरमून आम्हीच घराबाहेर जायचो. ह्याशिवाय आम्ही काय करू शकत होतो!

बाबांचं आणि सावत्र आईचं प्रेम लग्नानंतरही तसंच टिकून राहिलं. जेवताना

रोज दोघं भांडायची. बाबा जेवले नाहीत तर सावत्र आईही जेवायची नाही. आणि ती जेवली नाही तर बाबाही जेवायचे नाहीत. दोघांनी एकमेकांना हाक काय मारायची तेही ठरवलं होतं. सावत्र आई म्हणायची, 'मना, आधी तू खा.' आणि बाबा म्हणायचे, 'राणी, आधी तू खा.' कधी कधी बाबांना राग आला की ते न जेवताच ड्यूटिवर निघून जायचे किंवा संतापानं समोरचं पान सारून उठून जायचे. मग त्या दिवशी सावत्र आई पण जेवायची नाही.

हे सगळं बघता बघता मी बारा वर्ष अकरा महिन्यांची झाले. एके दिवशी पाहते तर काय बाबा, मा आणि मामी ढीगभर भाजीपाला घेऊन आले. मी पिशवीतील भाजी काढली आणि खोलीत नीट ठेवून बाहेर आले तेव्हा माझी नजर बाबांपाशी असलेल्या स्यूटकेसकडे गेली. बाबांना त्यात काय आहे म्हणून विचारलं तेव्हा बाबांनी सांगितलं की त्यात माझ्या लग्नाचं सामान आहे. मा नं आणि मामीनं स्यूटकेस उघडली. त्या म्हणाल्या, 'बघ तर आम्ही तुझ्यासाठी काय काय आणलंय ते!' ते सगळं पाहून मी एकदम खूष झाले. दुसऱ्याच दिवशी बाबा माझ्यासाठी रजई, गादी आणि उशा घेऊन आले. ते पाहून माझा आनंदाला पारावार राहिला नाही. बाहेर लोकांनी एक ताडपत्री उभारली आणि तिथं विटांची मोठी चूल तयार केली. ती पेटली होती.

गाण्याबजावण्यानं पुरी वस्ती दणदणत होती. मी हे सगळं पाहत पाहत मुलांबरोबर बाहेर खेळत होते. तेवढ्यात मामीनं मला हाक मारली. मला पाटावर बसायला सांगितलं. मी फ्रॉक घालूनच बसले. आधी माझ्या सावत्र आईनं मला हळद लावली आणि तिच्या नंतर मामीनं आणि शेजारपाजारच्या दोन-तीन काकींनी. सगळ्यांनी मला बजावलं की आज तुझा उपवास आहे. तू काहीही खायचं नाहीस. माझ्या मनात आलं की उपवास तर सणावारी किंवा पूजेला करतात.

खरा तर हा केवढा दुःखाचा दिवस पण बेबीनं तो कसा हसत-खेळत पार पाडला! तिचं काय होतंय, हे तिला कळलंच नाही. मार्गशीर्ष महिन्याच्या सतरा तारखेला – बुधवारी – तिचं लग्न झालं.

■

# दोन

बुधवारी रात्री माझं लग्न झालं. ती रात्र जवळच राहणाऱ्या माझ्या दोन मैत्रिणी, माझी मामी आणि आमच्या वस्तीत राहणाऱ्या एक काकी ह्यांच्याशी गप्पागोष्टी करत घालवली. दुसऱ्या दिवशी गुरुवार असल्यानं आईनं मला सासरी पाठवण्याचं नाकारलं. मग मी रोजच्यासारखीच घरकामाला लागले. मधून मधून इकडे तिकडे हिंडतफिरत आणि खेळतही होते. त्या दिवशी कुणाच्याही डोळ्यांना पाणी नव्हतं. माझ्याही नव्हतं. उलट मी खूप हसत खेळत होते. दुपारी आंघोळ करून मी फ्रॉक घालायला लागले तेव्हा मामीनं मला साडी नेसायला सांगितली. लग्नाच्या रात्री मी पहिल्यांदा साडी नेसले. मी मामीला म्हटलं की तूच नेसवून दे ना!

शुक्रवारी आमच्या वस्तीत राहणाऱ्या एका काकींच्या बहिणीनं मला खूप छान नटवलं. लग्नाच्या दिवशीही तिनंच आम्हाला दोघांना सजवलं होतं. टॅक्सी आली तसं आम्हा दोघांना मध्ये बसवलं आणि मग मामा, मामी आणि भाऊही बसले. त्या वेळीही मी कुठं चाललेय हे माझ्या लक्षात आलं नाही. टॅक्सीत बसण्याआधी मामीनं माझ्या पदरात थोडे तांदूळ आणि पैसे घातले आणि ती हळूच मला म्हणाली की 'एवढे दिवस तुमचं खाल्लं ते चुकवते' असं म्हणून हे तांदूळ आणि पैसे मा ला दे. मी मामीनं सांगितल्याप्रमाणे केलं. मी मा ला ते देताच बाबा रडायला लागले. त्यांना रडताना पाहून मीही रडायला लागले. मला जोरात रडताना पाहून बाबा आणखीनच जोरात रडायला लागले. रडत रडतच माझ्या नवऱ्याचा हात धरून ते म्हणाले, 'बाबा, आता तूच तिला सांभाळायचं. तिला आई नाही.'

टॅक्सी निघाली. आमच्या घरापासून माझ्या नवऱ्याचं घर फारसं दूर नव्हतं. बसनं गेलं तर तीन रुपये लागायचे. नवऱ्याच्या घराजवळ टॅक्सी थांबताच एक बाई पुढे आली. तिनं मला हाताला धरून उतरवलं आणि घरात घेऊन गेली. तिथं सगळ्यांनी माझं तोंड गोड करायचा खूप प्रयत्न केला. पण भीतीनं मी काहीसुद्धा खाल्लं नाही. माझ्या मामा-मामीनंसुद्धा मला आग्रह केला. तरी मी काही खाल्लं नाही. मी फक्त तिथं जमलेल्या लोकांकडे आणि खाण्यापिण्याच्या तयारीकडे बघत

बसले होते. दुपारी आणखी एक बाई आली. तिनं मला नीटनेटके कपडे घातले आणि भरपूर सिंदूर लावला. मी कुणाशीही न बोलता गप्प बसले होते. नव्या नवरीला पाह्यला त्या वस्तीतले लोक गोळा झाले होते. माझ्या मामीनं सांगितलं म्हणून मी डोक्यावरून पदर घेतला होता. लोक यायचे, मला पाह्यचे आणि मला पैसे, भांडी किंवा इतर वस्तू देऊन जायचे. नंतर जेवणं झाली. त्यावेळी कुणीतरी बाहेरून ओरडलं, 'नव्या नवरीला पाठवा.' एक बाई माझा हात ओढत लोक बसले होते तिथं घेऊन गेली. ती म्हणाली, 'ही मिठाईची हंडी एका हातात घे आणि सगळ्यांच्या पत्रावळीवर दोन दोन तुकडे ठेव.' भीतीनं माझा हात कापायला लागला. मी एका पत्रावळीवर मिठाई ठेवली की ती दुसरीकडेच कुठंतरी जायची. पदर सांभाळू का मिठाई वाढू! 'डोक्यावरून पदर घे' हे मामीचे शब्द माझ्या कानात घुमत होते. मिठाईची हंडी खाली ठेवून मी पदर सावरायला लागताच सगळे हसायला लागले. लाजेनं आणि भीतीनं जमीन मला पोटात घेईल तर बरं असं मला वाटलं. हंडी तिथंच टाकून मी धावतच घरात शिरले आणि घाबरून रडायला लागले. माझ्या नवऱ्याचे – शंकर त्याचं नाव – मित्र चेष्टामस्करी करायला लागले. म्हणायला लागले, 'काय रे शंकर, एवढीशी बायको आणलीयस. कसं होणार तुझं?' ज्या बाईनं मला वाढायला ओढून नेलं होतं ती पुन्हा माझ्यापाशी आली आणि म्हणाली, 'चल. आज बहुभात[६] आहे. नव्या नवरीनंच वाढायचं असतं.' मी पुन्हा गेले आणि सगळ्यांना कशीबशी मिठाई वाढून आले. माझ्या काळजाची धडधड स्पष्ट ऐकू येत होती. हातापायांना कापरं भरलं होतं. सगळ्यांचं झाल्यावर माझा नवरा खायला बसला. त्याचं झाल्यावर माझ्या मामीनं मला त्याच्याच ताटात जेवायला सांगितलं. मी मामीबरोबर खाईन म्हणून हट्ट करायला लागताच मामानं मला दटावलं, 'काय ग, आम्ही काय नेहमी इथं राहणार आहोत का? तुलाच इथं राह्यचंय.' खाणंपिणं उरकल्यावर माझ्या भावाला घेऊन मामा-मामी परत गेले.

आता मी एकटीच राहिले. मी माझ्या नवऱ्याकडे पाहत विचार करत होते की हा काय म्हणतोय कोण जाणे! पण तो काही बोलला नाही आणि मीही काही न बोलता त्याच्याकडे पाहत राहिले. आधी त्यानं खोलीत त्याचं काहीतरी कामबीम केलं. मग खाटेवर बिछाना पसरला आणि मला झोपायला सांगितलं. मी आडवी होताच माझा डोळा लागला. रात्री मला अचानक जाग आली. पाहते तर माझा नवरा माझ्या शेजारीच झोपलेला. मी घाबरून उठून बसले. मग जमिनीवर लहानसं अंथरूण पसरून झोपून गेले. सकाळी उठल्यावर माझ्या लक्षात आलं की माझ्या नवऱ्याचं घर म्हणजे पक्क्या रस्त्याच्या कडेला विटानं आणि टाइल्सनं बांधलेली झोपडीच होती. त्या घराचं भाडं शंभर रुपये होतं. ज्या बाईनं मला टॅक्सीतून उतरवून घेतलं होतं त्या बाईनंच मला हे सगळं सांगितलं. तिचं नाव संध्या. तिच्या नवऱ्याला

माझा नवरा 'दादा' म्हणायचा. संध्या मला 'बोन'[७] म्हणून हाक मारायची आणि मी तिला 'दीदी' म्हणायची. तिचं घर रस्त्याच्या पलीकडे होतं आणि माझं अलीकडे. तिच्याकडे नळ होता. मी तिथूनच पाणी भरायची. बाथरूमसाठीही तिच्याचकडे जावं लागायचं कारण आमच्या घराला बाथरूमच नव्हती. संध्यादी तिच्या नवऱ्याकडे बोट दाखवत मला म्हणाली, 'हे तुझे जेठ[८] बरं का! कारण शंकर ह्यांना दादा म्हणतो, तेव्हा त्यांच्यासमोर डोक्यावरून पदर घ्यायचा.' तिनं मला सगळं काही शिकवलं. तिचा नवरा मला मानायचा. माझ्यासमोर जास्त वेळ थांबायचा नाही. त्याच्याजवळ गवत कापायचं मशीन होतं. तो बाजारातून गवत विकत आणायचा आणि घरी कापून विकायचा. संध्यादीशी गप्पा करता करता आणि गवत कापणं पाहता पाहता दिवस बरा जायचा पण संध्याकाळ होताच भीतीनं मला धडधडायला लागायचं. मी नवऱ्याबरोबर एकाच बिछान्यावर झोपायची पण तोंड दुसरीकडे फिरवून. असेच तीन-चार दिवस गेले. आणि एके रात्री माझ्या नवऱ्यानं बळजबरीनं मला त्याच्याकडे वळवलं आणि माझ्या छातीवर हात ठेवून अगदी मवाळ आवाजात तो म्हणाला की आता असं राहणं त्याला जमणार नाही. असं म्हणून तो मला चिकटायला लागला. मी घाबरून ओरडले. पण नंतर विचार केला की असं ओरडून चालणार नाही. सगळे जागे होतील. मग मी डोळे आणि तोंड मिटून घेतलं आणि तो जे काय करत होता ते मुकाट्यानं सोसत राहिले.

दुसऱ्या दिवशी सकाळी उठल्याबरोबर मी संध्यादीकडे गेले. मला पाहताच तिनं विचारलं, 'काय झालं ग?' मी काहीच बोलले नाही. फक्त तिच्याकडे बघून रडायला लागले. थोड्या वेळानं म्हणाले की मला माहेरी जायचंय. एवढं बोलून घरी आले आणि चूल पेटवणार तेवढ्यात माझा भाऊ आला. त्याला मी म्हणाले की मी तुझ्याबरोबरच येते. त्यानं विचारलं, 'का ग? आणि जावईबापू कुठं आहेत?' 'ते आत आहेत' असं सांगताच तो आत गेला आणि त्यानं माझ्या नवऱ्याला विचारलं, 'काय जावईबापू, काय झालं?' माझा नवरा हसून म्हणाला, 'कुठं काय झालंय! काहीही झालं नाही. तुझी दीदी अजून स्वत:ला लहानच समजते.' हे ऐकताच माझा भाऊ एकटाच परत गेला. त्याला पाहताच बाबांनी तो माझ्याकडे गेला होता की नाही म्हणून चौकशी केली. त्यानं 'गेलो होतो' म्हणून सांगितलं आणि त्याला पाहताच मी रडायला लागल्याचंही सांगितलं. हे कळताच संध्याकाळ होता होताच बाबा-मा माझ्या घरी आले. मा नं माझ्या नवऱ्याला विचारलं, 'जावईबापू, झालं तरी काय? बेबी रडत होती म्हणे!' तो काहीच बोलला नाही. मी म्हणाले, 'बाबा, मला नाही इथं राह्यचं.' बाबा म्हणाले, 'ठीक आहे. तुम्ही दोन दिवस आमच्याकडे चला.' आम्ही त्यांच्याबरोबर गेलो. माझ्या माहेरी सगळ्यांनी नव्या जावयाचं खूप कोडकौतुक केलं. त्याच्यासाठी चांगलाचुंगला स्वयंपाक केला. आणि माझं विचाराल तर बाबा,

मा, मामी मला पुन्हा पुन्हा सांगत होते की तू आता मोठी झालीयस.

दोन दिवस सरताच 'मी परत जाणार नाही' असं म्हणून मी रडायला लागले. मा माझ्यावर रागावली. मग मीही विचार केला की इथं राहण्यापेक्षा स्वत:च्या घरी गेलेलं बरं! इथं कितीही काम करा, गोड शब्द नाही. तिथं असं नव्हतं. तो मला माझ्या मर्जीनुसार काम करू द्यायचा. सगळा दिवस कुणाची कटकट नसायची. मी मला पाहिजे तो स्वयंपाक करायची. काही लागलं तर तो आणून द्यायचा. कधी वेळ मिळाला तर संध्यादीकडे जाऊन बसायची. तिला तीन मुलगे होते. त्यांना खेळताना पाहून मलाही खेळावंसं वाटायचं. कधी कधी तर पूर्वीची बेबी बनून मी त्यांच्याशी खेळायची. संध्यादी आणि तिचा नवरा मला असं खेळताना पाहून हसायला लागायचे. ते का हसताहेत, ते मला कळायचंच नाही. संध्यादीला विचारलं तर ती म्हणायची की अजून तुझं खेळणं काही संपत नाही ना, म्हणून सगळे हसतात. मग मला लाज वाटायची. मनात यायचं की संध्यादीचं बरोबरच आहे. मी आता बाई झालेय आणि माझ्यासारख्या बाईनं असं खेळायचं थोडंच असतं!

माहेरहून परत येऊन मला जवळजवळ दोन महिने झाले होते. एके दिवशी अचानक मला बरं वाटेनासं झालं. थोड्या वेळानं मला उलटी होईलसं वाटलं. दोन-तीन दिवस असंच चाललं होतं. मी धड खात-पित नव्हते. एके दिवशी संध्यादीनं विचारलं, 'काय ग, ह्या महिन्यात पाळी आली होती का?' मी म्हटलं की लग्नानंतर एकदाच पाळी आल्याचं आठवतंय. संध्यादी मग माझ्या नवऱ्याशी बोलली. पण त्यानं तिचं बोलणं कानापाठीमागे टाकलं. शेवटी संध्यादी मला घेऊन सरकारी हॉस्पिटलमध्ये गेली. पण माझ्यासारख्यांना तिथं फक्त मंगळवारी आणि शुक्रवारीच तपासतात असं कळल्यावर आम्हाला तसंच परत फिरावं लागलं. शुक्रवारी संध्यादी पुन्हा मला घेऊन गेली. तिथं गेल्यावर आधी मी कागद काढला. आणि माझा नंबर आल्यावर लेडी डॉक्टरच्या समोर मुक्यासारखी जाऊन उभी राहिले. ती मला बरंच काही विचारायला लागली पण माझ्या तोंडून शब्दच फुटेना. मग तिनं मला विचारलं की तुझ्याबरोबर कुणी आलंय का? मी दीदी बरोबर आली असल्याचं सांगताच तिनं दीदीला आत बोलवायला सांगितलं. माझ्याबद्दल ती संध्यादीशी बोलली. नंतर तिनं मला झोपायला सांगितलं आणि माझ्या जांघांच्या मधोमध हात घालून मला तपासलं. तपासून होताच ती संध्यादीला म्हणाली की हिला दिवस गेलेत. हे ऐकताच मी दचकून उठून बसले. घाबरल्यानं माझं अंग लाकडासारखं ताठ झालं. पण संध्यादीला मात्र हसू आलं. घरी आल्यावर मी फक्त माझ्या नवऱ्याकडे पाहत बसले. संध्यादीच बोलली त्याच्याशी. म्हणाली की मला वाटत होतं तसंच झालं. माझ्या नवऱ्यानं विचारलं, 'का? काय झालं?' तेव्हा ती म्हणाली, 'तोंड गोड करायला हवं.' तिनं आपल्या नवऱ्यालाही डॉक्टर काय म्हणाल ते सांगितलं. त्या

सगळ्यांच्या हसण्यावरून कळलेल्या बातमीवर ते खूष असावेत. दोन दिवसांनी मा-बाबा माझी हालहवाल विचारायला आले तेव्हा संध्यादीनंच मा ला ही गोष्ट सांगितली. मा हसून बाबांना म्हणाली, 'ऐकलं का? आपल्याला नातवंड होणार आहे.' पण ही बातमी ऐकून बाबा खूष झाल्याचे दिसले नाहीत. जेव्हा दोघं घरी जायला निघाले तेव्हा मी बाबांचं बोलणं ऐकलं. ते मा ला विचारत होते, 'राणी, एवढ्या लहान वयात मूल झालं तर हिला काही होणार नाही ना?' माझ्या सावत्र आईला मूलबाळ झालं नव्हतं. पण तिला आजूबाजूचं पाहून आणि ऐकून सगळं माहीत झालं होतं. ती म्हणाली, 'छे रे! तिला काही होणार नाही.'

मा-बाबा गेल्यावर मी पाणी आणायला निघाले तर समोर संध्यादीचा नवरा. माझं तर खरं लक्षच नव्हतं पण संध्यादीचा आवाज ऐकल्यावर माझी चूक माझ्या लक्षात आली. संध्यादी तिच्या नवऱ्याकडे बोट दाखवत, मला पदर डोक्यावरून घेण्यासाठी खुणावत होती. काखेतली कळशी खाली ठेवून मी डोक्यावरून पदर घेतला. त्याच वेळी बाबांचे बरेचसे मित्र आणि ओळखीचे रस्त्यावरून पायी किंवा आपापल्या गाड्यांवरून कामावर जात होते. मी पदर डोक्यावरून घेतला होता म्हणून बरं! त्यांनी मला ओळखलं नाही. ओळखलं असतं तर रोजच्या सारखेच माझ्याबद्दल बोलले असते. कुणी म्हणालं असतं की ती बघा हालदारदांची लेक. कुणी आपल्या मित्राला आश्चर्यानं विचारलं असतं, 'हालदारदांनी आपल्या मुलीला इथं दिलीय?' तर कुणी म्हटलं असतं की अरे, हालदारदांनी काही चौकशी वगैरे केली नाही वाटतं! मी कुठल्याही काकांना पाहिलं की ते दूर असतानाच घरात दडून बसायची. पण काही काका मला हाक मारून विचारायचे, 'काय ग, तू इथं राहतेस?' मी शरमून काही न बोलता तोंड फिरवायची. कुणी कुणी तर चक्क बाबांनाच सांगायचे, 'हालदारदा, आज तुमच्या मुलीला तिथं पाहिलं.' ह्याचा बाबांवर काय परिणाम व्हायचा ठाऊक नाही पण त्यांनी माझ्याकडे येणं मात्र कमी केलं. तेही त्याच रस्त्यानं ड्यूटिवर जायचे. मी दिसल्यास पाहून न पाहिल्यासारखं करायचे. कुणी त्यांच्याबरोबर असलं आणि त्यानं म्हटलं की ती पाहा तुमची मुलगी, तरी ते मान वळवून पाह्यचे नाहीत. बाबा मला पाहून मुद्दामच न पाहिल्यासारखं करताहेत हे मला समजायचं. मग मी घरात रडत बसायची. फार वाईट वाटलं की संध्यादीकडे जाऊन बसायची. हळूहळू मला समजून चुकलं की परक्या घरी देऊन बाबा त्यांच्या बेबीपासून सुटका करून घेऊ पाहताहेत. आता 'पुढे काय' ह्याची काळजी तिची तिलाच करायचीय.

संध्यादीकडे सारखं जाऊन बसण्याचं आणखी एक कारण होतं. आमचं झोपडीवजा घर एका मोठ्या घराच्या आणि एका हॉटेलच्या मध्येच होतं. आणि घराला लागून वाहता रस्ता. तिथं राह्यला मला लाज वाटायची. संध्यादीकडे

जाण्याचं आणखी एक कारण म्हणजे नवरा घरात नसताना जाणाऱ्या-येणाऱ्यांची नजर चुकवता यायची. अशीच एकदा तिच्याकडे बसले असताना बोलता बोलता सहज तिला म्हटलं, 'संध्यादी, चल. एखादा सिनेमा बघू या.' संध्यादीचा नवराही तिला घराबाहेर जाऊ द्यायचा नाही पण तिनं विचारल्यावर त्यानं हो म्हटलं. कारण मी तिथं होते आणि तो मला धाकटी भावजय मानायचा. माझं बोलणं ऐकून त्यानं संध्यादीच्या हातात पैसे दिले आणि म्हटलं, 'जा.' मीही घरी येऊन माझ्या नवऱ्याला आम्ही सिनेमाला जाणार असल्याचं सांगितलं. तो कधीच माझ्याशी धडपणे बोलायचा नाही. सकाळी मी त्याच्यासाठी चहा, रोटी आणि भाजी करायची. ते खाऊन तो कामावर जायचा. दुपारी आल्यावर सरळ बाहेरच्या नळावरच जायचा. जमेल तशी आंघोळ उरकायचा आणि गुपचूप झोपून जायचा. मी काही विचारलं तरी उत्तर द्यायचा नाही. तो घरी असला काय आणि नसला काय – दोन्ही सारखंच होतं. मला तो घरात आहे असं कधी वाटायचंच नाही. मी जेव्हा त्याला आम्ही दोघी सिनेमाला जाणार असल्याचं सांगितलं तेव्हा तो फक्त हसला, बोलला काहीच नाही. मी पुन्हा पुन्हा पैसे मागितले तेव्हा कुठं त्यानं मला पैसे दिले. त्या वेळी मला वाटलं की हा मला कुठं घेऊन जाणार नाही आणि मलाही कुठं जाऊ देणार नाही. सिनेमाहून आम्ही परत आलो तर हा रागावून गाल फुगवून बसलेला. धड बोलला तर नाहीच पण जेवायला वाढलं तर घाईघाईनं दोन घास घशाखाली उतरवून निघून गेला. तेव्हा तो मला हॉस्पिटलमध्ये घेऊन जाईल अशी अपेक्षा करणं चूकच होतं. माझं पोट हळूहळू वाढत होतं आणि म्हणून मी काळजीत होते. संध्यादीला विचारलं तर तिनं हॉस्पिटलमध्ये दाखवून यायला सांगितलं. मी म्हटलं की मी एकटी नाही जाणार तर तिनं शंकरला म्हणजेच माझ्या नवऱ्याला बरोबर घेऊन जायला सांगितलं. मी तिला म्हटलं की मी शंकरला आधीच विचारलंय. तो येणार नाहीये. शेवटी, माझ्याबरोबर यायला कुणीच तयार होईना, सगळे नुसतेच डॉक्टरला दाखवायला हवं असे म्हणायला लागले, तेव्हा मी एकटीच डॉक्टरकडे गेले. सुरुवातीला मला पाहून कुणाचाच विश्वास बसे ना पण तपासल्यावर मला सात महिने झाल्याचं लक्षात आलं. मग मात्र नर्सनं मला इंजेक्शन दिलं आणि मी घरी परत आले. आता मला फारशी काळजी वाटत नव्हती कारण सगळ्या मुलींच्या बाबतीत जे घडतं तेच माझ्या बाबतीत घडत होतं, हे मला कळून चुकलं होतं.

मला सात महिने झाल्याचं कळताच सगळे बाबांना म्हणायला लागले, 'हालदार दा, पोरीचं डोहाळेजेवण करा.' एके दिवशी बाबा-मा आले आणि म्हणाले, 'चल. तुझं डोहाळेजेवण करू या.' ते मला त्यांच्याबरोबर घेऊन गेले. डोहाळेजेवण म्हणजे काय हे मला ठाऊक नव्हतं, तरीही मी अगदी खूष होते. कारण त्याच दिवशी दुपारी मा-बाबा बाजारात गेले आणि त्यांनी तऱ्हेतऱ्हेच्या भाज्या, मांस, मासे वगैरे आणलं.

शिवाय माझ्यासाठी साडी, परकर, ब्लाउजही आणला. ह्या कार्यक्रमाला मा ची दीदी आपल्या तीन मुलींना घेऊन आली होती. मा च्या दीदीला आम्ही 'बडी मा' म्हणायचो. सगळा स्वयंपाक बड्या मानंच केला. मा नं खीर केली. मा नं आणि बडी मा नं खिरीची वाटी कशी झाकावी ते ठरवलं. मा नं भाजी ओतून भाजीची टोपली रिकामी केली आणि टोपली खाली खिरीची वाटी झाकून ठेवली.

मा बाबांना म्हणाली, 'ऐकलं का! आंघोळ करून घ्या.' बाबा म्हणाले, 'आधी बेबीचं सगळं होऊ दे.' मा नं सात प्रकारच्या भाज्या आणि खीर ताटात वाढली आणि मला नवी साडी नेसून यायला सांगितलं. साडी नेसल्यावर मी बाबांना नमस्कार करायला गेले तर ते एकदम मागे सरले. मी बावळटासारखी त्यांच्याकडे पाहत राहिले. बाबा मा ला म्हणाले, 'मुलीला बाळ होणार असेल तर तिचा नमस्कार घ्यायचा नसतो. कारण तिच्या पोटात साप आहे, बेडूक आहे की देव ते आपल्याला कुठं ठाऊक असतं!' बाबांचं ऐकून बडी मानंही मला नमस्कार करू दिला नाही. ती म्हणाली, 'जा. जेवायला बस. आज तू आधी जेवायचंस. मग बाकी सगळे.' शेजारच्या बऱ्याच काकी आल्या होत्या मला आशीर्वाद द्यायला. त्यांचा आशीर्वाद घेऊन मी जेवायला बसले. मा टोपली उचलून वाटीतली खीर नासली आहे का नाही ते पाह्यला लागली. वाटीतली खीर नासली तर मुलगी होते म्हणे! आणि नासली नाही तर मुलगा. मा नं सगळ्यांना खुषीत सांगितलं की खीर नासली नाहीये. मग सगळ्यांनाच खूप आनंद झाला. मा तर 'मुलगा होणार,' 'मुलगा होणार' असं म्हणत लहान मुलांसारखं तोंड वेंगाडून बाबांना चिडवायला लागली. बाबाही खुषीत हसत होते. मा सगळ्यांना खुषीत सांगत होती की 'आता माझं लग्न नातवाशी होणार बरं का!' शेजारच्या काकीही बाबांची थट्टामस्करी करत होत्या. म्हणत होत्या की हालदार दा आता काही तुमचं खरं नाही!

माझं जेवण झाल्यावर बाबा, मा, बडी मा आणि तिच्या मुली – असे सगळे बरोबरच जेवायला बसले. बाबा बडी मा ला म्हणाले, 'दीदी, हिला ह्या वयात मूल झालं तर काही व्हायचं नाही ना? मला फार भीती वाटते.' बडी मा म्हणाली, 'नाही हो! तिला काही होणार नाही.'

सगळे मजेत असताना माझ्या नवऱ्यानं घरी परत जाण्याचा हट्ट धरावा, ह्याला काय म्हणावं! बाबा, मा, बडी मा सगळ्यांनी त्याला समजावून सांगितलं की आज राहू द्या. आजच डोहाळेजेवण झालंय. आज ती परत कशी जाणार! आज तिला नेता नाही यायचं. त्यानं त्यांचं म्हणणं ऐकलं. पण म्हणाला, 'तर मग मी जातो. तिला नंतर पोहोचवा.'

मी माझ्या नवऱ्याला आदरवाचक शब्द वापरताना कधीच ऐकलं नव्हतं. मोठ्यांशी कसं बोलावं हे त्याला ठाऊक नव्हतं. 'तुम्ही असं कसं बोलता?' असं मी विचारल्यास

डोळे वटारत तो म्हणायचा, 'पुरे! पुरे! काही चुकलं नाहीये.' मग मी गप्प बसायची.

डोहाळेजेवणाच्या दुसऱ्या दिवशी मा आणि बडी मा मला पोहोचवायला आल्या होत्या. परत जाता जाता बडी मा नं समजावून सांगितलं की मी तिन्हिसांजेला घराबाहेर पडायचं नाही आणि बाहेर जावंच लागलं तर जावईबापूंबरोबर जायचं. त्या जाताच मी घरात पाऊल टाकलं आणि घरातली घाण बघून वाटलं की बाहेर निघून जावं. मी फक्त एक दिवस घरात नव्हते आणि तेवढ्या वेळात माझ्या नवऱ्यानं घर एवढं घाणेरडं करून ठेवलं होतं! तो स्वत:ही अगदी घाणेरडा होता. कधी धड दात घासायचा नाही की नीट तोंड धुवायचा नाही! त्याच्या उष्ट्या पानात जेवायला मला मुळीच आवडायचं नाही. मी त्याला दात घासायला सांगितलं तर तो माझं बोलणं कानावरच घ्यायचा नाही. मी कधी घरात नसले तर एवढंसं घर तो झाडायचासुद्धा नाही आणि मी परत येईपर्यंत सगळी खरकटी भांडी तशीच ठेवायचा. अशा घरात पाऊल ठेवताच त्याच क्षणी माघारी फिरावंसं वाटायचं. पण तसं करता येत नव्हतं. म्हणून निभावून न्यायची. वाटायचं की पुरुषाच्या जातीत जन्म घेतला म्हणजे हवं तसं राहता येतं! त्याला समजवायचं तरी कसं! जरा काही बोललं की तो मारायला धावायचा.

हे रोजचंच झाल्यावर मी अगदी वैतागले आणि आठव्या महिन्यात, एके दिवशी, माहेरी निघून आले. वाटलं होतं की इथं तरी शांतता असेल, पण मी तिथं जाते न जाते तोच निरोप आला की मामा खूप आजारी आहे. डॉक्टरांच्या मते त्याला कदाचित टी बी झाला असावा. हे ऐकून मा रडायला लागली. माझी आजी तेव्हा आमच्याकडेच होती. ती हे ऐकताच मामीला शिव्याशाप द्यायला लागली. म्हणायला लागली की ती माझ्या मुलाला मारल्याशिवाय राहणार नाही! मा, बाबा आणि आजी मामाला पाह्यला गेले. ते गेले तेव्हा मामी चहा करत होती आणि मामा व्हरांड्यात बसला होता. बाबांनी मामाला दुर्गापूरच्या काही चांगल्या डॉक्टरांना दाखवलं. डॉक्टरांनी लिहून दिलेली औषधं मामी आपल्या माहेरहून विकत आणायची. माझी ही मामी मामाची दुसरी बायको होती आणि लग्न होऊन बरीच वर्षं झाली असूनही तिला मूल नव्हतं. मामाची पहिली बायको काहीतरी कारणानं माहेरी निघून गेली होती. ती बरेच दिवस झाले तरी परत आलीच नाही, तेव्हा मामानं दुसरं लग्न केलं होतं. पहिल्या बायकोच्या मुलीला त्यानं बरेच दिवस आपल्यापाशी ठेवलं होतं. पण त्या मुलीनंच जेव्हा आईजवळच राह्यचा हट्ट धरला तेव्हा मामीनंच तिला तिच्या आईकडे पोहोचवून दिलं. तेव्हापासूनच मामाची तब्येत बिघडली.

रात्री मी आणि भाऊ जेवणखाण आटपून झोपलो. आम्हाला जेवायला घालून झोपवल्यावरच मा-बाबा जेवायला बसायचे. मला झोप येत होती. बाबा मा ला म्हणाले, 'बेबीला बोलाव ना! थोडं जेवेल आपल्याबरोबर.' मा म्हणाली, 'तुम्हीच बोलवा.' बाबांनी हाक मारल्यावर मी म्हणाले, 'मी नाही काही खाणार. माझं पोट

भरलंय.' तरी बाबा म्हणाले, 'ये बेटा. माझ्याबरोबर थोडं जेव. ये. बेटा ये.'

मी जेव्हा जेव्हा माहेरी यायची तेव्हा काही दिवस ते मला चांगलं वागवायचे. चांगलंचुंगलं खायला प्यायला द्यायचे. मी काहीच खायला तयार नाही असं दिसताच बाबा त्यांच्या पानात काहीतरी ठेवून उठायचे. म्हणायचे, 'भूक लागली की खा.' मा ही मागे राह्यची नाही. मांस, मासे जे काही केलं असेल त्यातलं थोडं माझ्यासाठी बाजूला काढून ठेवायची. एकदा मी जेवायला बसले तर मा नं चौकशी केली की जावईबापू मांस-मासे आणतात का? मी म्हटलं, 'सांगितलं तर आणतो पण फक्त दोन माणसांना पुरेल एवढंच.' मा नं शिव्या हासडल्या, 'साला, मख्खीचूसकी अवलाद!' आणि मी मागितलं नसताना माशाचा आणखी एक तुकडा माझ्या पानात वाढला, वरती म्हणाली, 'घे खा. आणि काही खावंसं वाटलं तर सांग मला.'

कुठं मला प्रेमानं, आग्रह करून खायला घालणं आणि कुठं आताचं लहानसहान कारणांनी माझ्यावरून भांडणं. मा भडकली की असं घाणेरडं बकायची की मला मेल्याहून मेल्यासारखं व्हायचं. शेवटी अगदी हद्द झाली तेव्हा मी मा ला म्हटलं, 'मला मासेबिसे काही नको. माझ्यामुळे तुमच्या घरात भांडणं होत असतील तर मी माझ्या घरी गेलेलंच बरं!' एवढं बोलून मी परत जाण्याची तयारी करायला लागले तेव्हा मा नरमाईनं म्हणाली, 'आता नको जाऊस. जायचंच असेल तर संध्याकाळी जा.' मी म्हटलं, 'नाही बाई! मी आता इथं राहणार नाही आणि पुन्हा कधी येणारही नाही. कारण मी आले की घरात कटकट सुरू होते.' मा म्हणाली, 'कटकट तर तुझे बाबाच करतात.' मी म्हटलं, 'बाबा चांगले आहेत. तू ही चांगली आहेस. सगळे चांगले आहेत. मी एक-दोन दिवसांसाठी येते आणि त्यात तुम्ही भांडणं करता. मला नाही हे आवडत. मी आपली जातेच कशी!' मी निघाले तशी मला अडवत ती म्हणाली, 'ऐक. बाबांना तरी भेटून जा.' मी विचारलं, 'बाबा कुठं आहेत?' 'तळ्यावर तर गेलेत. ते आले की जा.' 'बाबांना यायला वेळ लागेल. मला घरी जाऊन स्वयंपाक करायला हवा.' मी असं बोलत असतानाच बाबा परत आले. मा त्यांना म्हणाली, 'ही जायला निघालीय. मी स्वयंपाक करतेय. दोन घास खाऊन जायला सांगा ना तिला.' बाबा म्हणाले, 'तुझी मा एवढा आग्रह करतेय तर थांब ना!' मी म्हटलं, 'हो! म्हणजे जेवताना रोज ऐकतेय तेच पुन्हा ऐकायला मिळेल. तुमची भांडणं केव्हा संपणार देव जाणे!'

मी आणखीही काही बोलले असते पण तेवढ्यात बडी मा चा थोरला मुलगा आला. आणि मा ला पाहताच रडत रडत सांगायला लागला, 'मावशी, मामा गेला.' 'काय सांगतोयस!' असं म्हणून मा रडायला लागली. आजीला कळल्यावर ती तर बेशुद्धच पडली. बाबांनी आता मा ला सांभाळावं की आजीला! त्यांनी मा ला बाहेर नेलं. आजीपाशी राहिले मी. तेवढ्यात शेजारच्या बायका येऊन आजीची समजूत

घालायला लागल्या. मी आजीच्या डोक्यावर पाणी मारलं आणि तिला उठून बसवलं. ती मोठ्यानं रडत होती.

मामाच्या घरी काय झालं हे मला घरी बसल्या बसल्याच कळलं. मा-बाबा जेव्हा तिथं पोहोचले तेव्हा मामाला बाहेर आणून ठेवलं होतं. मा मामाच्या पायाशी बसून हमसून हमसून रडायला लागली. मामी मा सारखी रडत नव्हती. मा, आजी आणि बाकीचे लोक मामीबद्दल वाटेल ते बोलत. मी तिकडे कधी लक्ष दिलं नाही. मूलबाळ झालं नाही त्यामुळे मामी मामावर नाराज होती, असंच सर्वांना वाटत होतं.

वस्तीतल्या लोकांनी मामाला न्यायची तयारी केली होतीच. बाबांनी मा ला आजीला घेऊन यायला सांगितलं. आजीला आपल्या मुलाचं अखेरचं पाहता यावं म्हणून मा आजीला घेऊन आली. पण 'आपल्या मुलाला असं तिच्याच्यानं पाहवणार नाही. तिला इथं आणू नका' असं जेव्हा लोक म्हणायला लागले तेव्हा लोकांचं ऐकून मा नं तिला दुरूनच मामाला दाखवलं आणि पुन्हा घरात नेलं. आजी डोकं आपटून घेऊन रडायला लागली. मा नं मलाही मामाचं अखेरचं दर्शन घेऊन यायला सांगितलं होतं पण तिथं जमलेल्या लोकांचं म्हणणं पडलं की गरोदर बाईनं प्रेत पाह्यचं नसतं. म्हणून मला सगळ्यांनी अडवलं. मामाला मुलगा नव्हता तेव्हा बडी मा च्या धाकट्या मुलानं त्याला मुखाग्नी दिला. मामासाठी त्याला क्षौर करावं लागलं होतं. दिवसालाही मला नेलं नव्हतं. दिवस होईपर्यंत मला माहेरीच राहावं लागलं. कारण रडारड करणाऱ्या मा ला आणि आजीला सावरणं बाबांना एकट्याला शक्य नव्हतं.

मामाचे दिवस होताच दुसऱ्याच दिवशी मी निघून आले. येऊन पाहते तर घराला टाळं. मी संध्यादीकडे गेले. मला पाहताच ती म्हणाली, 'एवढ्या लवकर आलीस! आम्ही तर म्हणत होतो की तू बाळंतपण-बिळंतपण सगळं आवरून येशील म्हणून.' मी म्हटलं की तिथं त्यांच्या भांडणात मला धड राहता येईल का? मामा गेला म्हणून एवढं राहिले. माझ्या घराकडे बघ जरा. टाळं आहे. आत कशी जाऊ? संध्यादी म्हणाली, 'आता काय करणार! शंकर येईपर्यंत बस इथंच.' मी म्हटलं, 'भागीरथला जरा पाहून यायला सांग ना! कदाचित आता डेकोरेटरच्या दुकानांतच असेल.' संध्यादीनं आपल्या मोठ्या मुलाला पाठवलं. संध्यादी बंगाली होती आणि तिचा नवरा बिहारी. ती आपल्या नवऱ्याशी आणि मुलांशी बिहारी बोलायची आणि माझ्याशी बंगाली. भागीरथ चावी घेऊन आला. त्यानं सांगितलं की काका डोकोरेटरच्या दुकानातच होते. त्यानं काकी आल्याचं सांगताच त्याला चावी दिली. मी दार उघडून आत आले आणि घराचा अवतार पाहून मला चक्करच आली. एवढं घाणेरडं घर मी आवरू तरी कधी! खाटेखाली उंदरांनी बीळ खोदून ही माती बाहेर काढून ठेवली होती. आता मी बीळ बुजवू की स्वयंपाक करू! स्वयंपाक तरी कसा करायचा! सगळी भांडी इतकी घाणेरडी करून ठेवली होती की अघोरपंथीयांनासुद्धा

लाज वाटावी. मी 'ईऽऽ ईऽऽऽ' करत संध्यादीकडे गेले आणि डोकं धरून बसले. तिनं काय झालं असं विचारताच मी म्हटलं की दीदी, तू एकदा प्रत्यक्ष येऊन पहाच. ती म्हणाली, 'मला काय ठाऊक नाही! घरात बाईमाणूस नसलं तर घर धड राहणार कसं?' थोडं थांबून ती पुढे म्हणाली, 'मी पाह्यलंय ना की तो कधीकधी आंघोळसुद्धा करायचा नाही. खरकट्या भांड्यातच काहीतरी शिजवायचा, खायचा आणि हातगाडी घेऊन कामावर जायचा.' मी म्हटलं, 'घरात बाईमाणूस नाही म्हणून कुणी गू-मुतात बसून खातं! जेवायची जागा तरी माणूस स्वच्छ करेल की नाही? त्याच्याकडून तेवढंही होत नाही.'

बडी मा कधीकधी मला पाह्यला यायची. एके दिवशी ती आल्यावर मी म्हटलं, 'बघ माझ्या घराचा अवतार!' ती म्हणाली, 'हे बघ बेटा, सगळं तुझ्या हातात आहे. तूच समजून सांग ना त्याला!' मी म्हटलं, 'अग, मी सांगत का नाही! पण तो ऐकून घेईल तर ना! जरा काही बोललं की सांडासारखा अंगावर धावून येतो. मी तरी काय करू?'

घरात बसून फार उदास वाटायला लागलं की मी बाहेर येऊन रस्त्यापलीकडच्या मैदानात खेळणाऱ्या मुलांना पाहत बसायची. मलाही त्यांच्याबरोबर खेळावंसं वाटायचं. एके दिवशी अशीच बाहेर उभी राहून मी मुलांचा विटी-दांडू बघत होते. अचानक विटी माझ्या पायाशी येऊन पडली. वाटलं की विटी उचलून मुलांकडे फेकावी. पण विटी उचलायला गेले आणि विटी उचलताच ती फेकण्याऐवजी ती घेऊन मी त्या मुलांच्यात खेळायलाच गेले. मी किती वेळ खेळत राहिले असते कोण जाणे! पण मुलांनी माझा हात धरून 'दीदी, तुम्हाला त्या बाई बोलवताहेत' असं सांगताच मी घराकडे पाहिलं तर काही बायका माझ्याकडे पाहत उभ्या होत्या आणि त्यातलीच एक मला बोलावत होती. त्या बाईला मी मामी म्हणायची. मी तिच्यापाशी जाताच ती मला दटावतच म्हणाली, 'अग, हे काय चाललंय तुझं! पोटाला धक्काबिक्का लागला म्हणजे? डेऱ्यासारखं पोट आलंय. धड चालता येत नाही आणि लागली खेळायला. चल हो घरात.'

मी ओशाळले आणि धावतच घरात शिरले. वस्तीतील मुलं-मुली मला ऐकू येईल अशा आवाजात माझी थट्टा-मस्करी करायला लागली, 'वहिनीला धड चालवत नाही आणि निघाली विटी-दांडू खेळायला!' हे ऐकून मला हसूच आलं. मी अशी खुषीत असले की नवऱ्याकडे राहणं मला फारसं वाईट वाटायचं नाही. माहेरी गेलं की माझ्यावरून जी भांडणं व्हायची त्यामुळे मला सुखानं दोन घास खाता यायचे नाहीत. इथं फक्त दोघंच होतो आणि त्यातला एकजण तर फारसा घरी नसायचाच. तो भांडून बाहेर निघून गेलाच तर मन रमवायला खेळणारी मुलं आणि संध्यादी होती ना! संध्यादी तर मला केव्हाही मदत करायला तयारच

असायची. माझ्या ह्या अवस्थेची कल्पना माझ्या नवऱ्याला देऊन, त्याला माझं मन जाईल ते खायला घालायला सांगणारी संध्यादीच होती. 'तिला ती मागेल ते खायला घातलं नाही तर पोराची लाळ गळेल,' असं तिनंच तर बजावून सांगितलं होतं. माझ्या मुलाची लाळ गळू नये म्हणून काय काय खावं ह्याचा विचार करता करता मी ठरवून टाकलं की दुपारी नवऱ्याजवळ चॉपमुडी[९] मागायची. मी जे मागेन ते मला खायला मिळेल ह्या भरवशावर मी दुपारची वाट बघत होते. जसजसा दिवस सरकत होता तसतशी माझी खुषी वाढत होती. पण नंतर लक्षात आलं की दुपारी तर नवरा घरात नसतो. मग त्याला आताच सांगावं असं ठरवलं. सांगायचं कसं हा प्रश्नच होता. कारण तो माझ्याशी धड बोलायचाच नाही. सांगायला तर हवंच होतं! एकदा सांगून तर पाहावं! तो खाटेवर बसून विडी ओढत होता. मी त्याच्या अवतीभवती घोटाळायला लागले. तो माझ्याकडे पाह्यचा आणि मी त्याच्याकडे. बोललेच नाही तर चॉपमुडी खायला मिळणार कशी! मी हसत हसत पैसे मागितलेच शेवटी. दोन-तीन वेळा मागितल्यावर त्यानं जाताना अगदी नाइलाज झाल्यासारखे, मोठ्या जिवावर, कनवटीचे पैसे काढून दिले.

माझा नवरा माझ्या हातात कधीच पैसे द्यायचा नाही. प्रत्येक गोष्टीसाठी मला त्याला सांगावं लागायचं. शांखा[१०] घ्यावीशी वाटली किंवा सिंदूर[११] घ्यायचा झाला तर त्यालाच सांगायचं. पैसे देणं, न देणं त्याच्या मर्जीवर. आमच्या वस्तीत फेरीवाला यायचा. त्याच्याकडे सगळ्या प्रकारच्या वस्तू असायच्या. आमच्या वस्तीतल्या मुली-बायका त्याच्याकडून वस्तू घ्यायच्या तेव्हा मला वाईट वाटायचं. माझा नवरा स्वतःच बाजारहाट करायचा. मला जेव्हा पैशाची चणचण भासायला लागली तेव्हा मी एक उपाय शोधून काढला. स्वयंपाक करताना मी रोज एक मूठभर तांदूळ बाजूला काढून ठेवायला लागले. काही दिवसांनंतर तो पिशवी घेऊन निघाला तेव्हा मी विचारलं की तांदूळ आणायला चाललाय का? त्यानं होकार देताच मी म्हटलं, 'माझ्यापाशी तांदूळ आहेत. घ्याल?' त्यानं हसतच विचारलं, 'बघू. किती दिवस पुरतील?' मी म्हटलं की दोन-तीन दिवस तरी जातील. हे ऐकताच पिशवी ठेवून, मला काही न बोलताच, तो कामावर निघून गेला. मला वाटलं होतं की माझ्या हातात दोन पैसे येतील. ह्यापेक्षा त्याला काही बोललेच नसते तर बरं झालं असतं.

दुसऱ्या दिवशी सकाळी तो चहा पीत असताना मी म्हटलं, 'तांदूळ आणा. त्याशिवाय स्वयंपाक कसा करू?' तो म्हणाला, 'तूच म्हणालीस ना की दोन-तीन दिवस पुरतील इतके तांदूळ आहेत म्हणून!' मी म्हटलं, 'त्या तांदुळाचे पैसे दिलेत तरच भात करेन.' तो हसायला लागला पण बोलला काहीच नाही. मी म्हटलं, 'मला हातखर्चाला पैसे नकोत? तुम्ही तर माझ्यासाठी काही आणत नाही आणि

मलाही पैसे देत नाही. मग माझं कसं होणार? मला काही घ्यावंसं वाटलं तर घेता येत नाही. शेजारच्या बायका काही ना काही घेत असतात आणि मी नुसती पाहत बसते.' 'घे. हे घे.' असं म्हणत त्यानं दहा रुपये माझ्या अंगावर भिरकावले. मी म्हटलं, 'माझे तांदूळ आहेत दोन-तीन किलो आणि फक्त दहा रुपये? मी नाही देणार.' तो हसायला लागला तसं मी म्हटलं, 'हसू नका. मी कमी खाऊन ते तांदूळ जमवलेत. तुम्ही असं केलंत तर सांगून ठेवते मी पुन्हा असे तांदूळ वाचवणार नाही.' तो म्हणाला, 'तुला काहीच मिळत नाही! तुला तुझा बाप खायला घालतो. मी काहीच देत नाही.' मी म्हटलं, 'सांगा तर खरं, तुम्ही मला काय देता? दोन तुकडे देता खायला. ते सोडून काय देता? मला काय आवडनिवड नाही? तुम्ही कामावर जाताना एवढेसे तांदूळ आणि एवढीशी भाजी आणून देता. हे पुरेल की नाही ह्याचाही विचार करत नाही. तुम्ही जेवता आणि निघून जाता! कधी विचारता तरी का की मी जेवले की नाही? भात कशाशी खाल्ला?' मी इतकं बोलले पण त्याच्यावर काही परिणाम झाला नाही. तो फक्त हसला.

मी आणखीही बोलले असते पण तेवढ्यात मा आली. थोडं इकडचं तिकडचं बोलणं झाल्यावर तिनं मला विचारलं की पुन्हा दवाखान्यात गेली होतीस का? माझे दिवस भरत आलेत हे कळल्यावर ती म्हणाली, 'चल माझ्याबरोबर. तुझं बाळंतपण माहेरीच होईल.' माझा नवरा गुपचूप सगळं ऐकत होता. तो काहीसुद्धा बोलला नाही. मी लगेच तयार झाले आणि माझे कपडेबिपडे घेऊन मा बरोबर आले. माहेरी दोनेक दिवस सगळं बरं होतं पण पुन्हा माझ्यावरून मा-बाबांमध्ये भांडणं व्हायला लागली.

मा-बाबांचं कडाक्याचं भांडण सुरू झालं की मी शेजारी जाऊन बसायची. पण एके दिवशी मला राहावलं गेलं नाही. बाबा खूप चिडले होते. ते मा ला म्हणाले, 'पोरीला इथं थोडी विश्रांती मिळेल, सुख मिळेल म्हणून घेऊन आलीस आणि आता तिच्यावरून मला वाटेल ते बोलतेस!' ह्यावर मा काहीतरी वेडंवाकडं बोलली. बाबा रागानं कापायला लागले आणि मा ला मारायला लागले. मी दोघांनाही शांत करण्याचा प्रयत्न केला पण दोघंही ऐकायला तयार नव्हते. मग मीही संतापले. विचार केला की ह्यांचं हे असंच चालणार! मा ला म्हटलं, 'मी इथं आले ते चुकलंच. माझ्यामुळे तुमच्या घरात एवढी भांडणं होत असतील तर तुम्ही मला इथं बोलावताच कशाला? तिथून मला आणलंसच का? देवा, अरे, असं मी काय पाप केलंय की मला कुठंच एवढंसुद्धा सुख नाही!' असं म्हणून मी डोकं आपटून घेऊन रडायला लागले. मला काही होईल म्हणून बाबांना भीती वाटली असावी. ते मला उठवायला घाईघाईनं सरसावले. पण मा ला पाहताच दुरूनच म्हणाले, 'बेटी, गप्प बस बघू. शांत हो.' बाबांचं बोलणं ऐकून मी अजूनच जोरात रडायला लागले. मी खूपच चिडले. बाबा, मग मा ला म्हणाले, 'राणी, समजाव तिला. नाहीतर मरेल

ती.’ मग एकदम त्यांच्या तोंडातून गेलं, ‘देवा, हे मी काय केलं! माझ्या पोरीला झालंय तरी काय?’ त्यांनी आमच्या शेजारच्या एका काकांना हाक मारली. ‘अहो दादा, बघा तर जरा. माझी पोर अशी का करतेय हो!’ ते काका माझ्यापासून दोन हातांवर उभं राहून ओरडून सांगायला लागले, ‘बेबी, अग, काय हे!’ हे सगळं ऐकून मी पार वेडीपिशी झाले होते. माझे केस पिंजारले होते. डोळे तारवटले होते. मला माझ्या कपड्यांचं पण भान नव्हतं. डोक्यात खून चढला होता. खाटेखाली ठेवलेला कोयता उचलला आणि म्हटलं की जो माझ्यापाशी येईल त्याला कापूनच काढेन. बाबा माझ्या पायावर कोसळले. म्हणाले, ‘बेटा, शांत हो. पाया पडतो तुझ्या. शांत हो.’ आजी माझ्या मागे येऊन उभी राहिली, ‘बेबी, हातातला कोयता ठेवतेस की नाही!’ त्याबरोबर माझ्या हातातला कोयता खाली पडला आणि त्या पाठोपाठ मीही धप्पकन पडले. बाबा उठले आणि मा ला म्हणाले, ‘तिच्या डोक्यावर तेल-पाणी चोळ.’ मा नं तेल-पाणी चोळताच बाबा अगदी गोडीत म्हणाले, ‘बेटा, उठ बघू.’ मी उठून माझे कपडे ठीकठाक केले आणि बाबांना म्हटलं, ‘मी उद्या सकाळी जाईन.’ बाबा म्हणाले, ‘ठीक. जा. पण आता शांत राहा.’ मी शांतपणे बसल्यावर बाबा रडायला लागले, ‘तू आलीस की इथं आग लागते. तुला थोडंसुद्धा सुख मी काही देऊ शकत नाही. एवढं कमावतो पण तुला काही चांगलंचुंगलं खाऊ घालत नाही. असा कसा ग मी बाप! तू जा बेटी, तुझं इथं नाही जमायचं. तुझ्या नशिबात असेल ते होईल. तू तिकडेच जा.’ त्या रात्री मी उपाशीच झोपले. रात्री बऱ्याच उशिरा मा नं बाबांना जेवायला उठवलं. बाबांनी मला हाक मारली, ‘ऊठ, बेटी. थोडं जेव.’ मी म्हटलं, ‘मला कसंसंच होतंय. मला नाही जेवायचं.’ पण मा-बाबांनी मला बळेच उठवलं आणि जेवायला घातलं. सकाळी आजीबरोबर मी माझ्या घरी परत आले. मला पोहोचवून आजी मामीला पाह्यला गेली आणि तिथून मा कडे परत गेली.

परत आल्यापासून तिसऱ्या दिवशी माझं पोट दुखायला लागलं. त्या दिवशी बाबांनी माझ्या भावाला बाजारात पाठवलं होतं आणि येताना मला पाहून यायला सांगितलं होतं. तो आला तेव्हा मी झोपले होते. ते पाहून तो ‘काय झालं’ म्हणून विचारायला लागला. मला जरा बरं वाटत नसल्याचं मी सांगितलं. तेव्हा माझा नवरा घरातच होता. तो माझ्या भावाला म्हणाला, ‘तुझी मा हिला घेऊन गेली पण ठेवून नाही घेतलं.’ भाऊ म्हणाला, ‘दीदीनं केलं ते बरोबरच केलं. ती तिथं राहिली नसती आणि पुढेही राहू शकणार नाही. मीही घरात राहणार नाहीये.’ मी विचारलं, ‘कुठं रे जाणारेस?’ तो म्हणाला, ‘त्या घरात माणसाला राहता येईल?’ त्याला मध्येच तोडत माझा नवरा म्हणाला, ‘मग तुमची मा हिला घेऊन तरी का गेली? तिला मुलगी किती प्यारी आहे हे दाखवण्यासाठी?’

माझं पोट खूप दुखत होतं. माझी स्थिती भावानं घरी नक्कीच सांगितली

असावी. कारण त्याच दिवशी मला पाहायला मा-बाबा आले. बाबांनी माझ्या नवऱ्याला सांगितलं की बेबीला दवाखान्यात न्या. तेव्हा अतिशय चिडून त्यानं विचारलं, 'जे काय होईल ते माहेरीच होईल असं म्हणून नेलीत. मग का परत पाठवलंत?' त्याची बोलण्याची तऱ्हा अत्यंत असभ्य होती. त्यावर बाबा इतकंच म्हणाले, 'तिचं नशीबच खोटं!' आणि मा ला घेऊन निघून गेले.

माझ्या ह्या परिस्थितीत संध्यादीचं आमच्याकडे येणं जाणं वाढलं होतं. एके दिवशी ती माझ्या नवऱ्याला म्हणाली, 'शंकर, दोन दिवस झाले. हिचं आहे तसंच आहे. काही फरक नाही. तेव्हा सुईणीला बोलाव तर खरं!' तो 'हो' किंवा 'नाही' काहीच बोलला नाही. पण संध्यादी त्याच्या मागेच लागली तेव्हा सुईणीला बोलावून आणलं. सुईणीनं सगळ्यांना बाहेर जायला सांगितलं. हॉस्पिटलमध्ये डॉक्टरांनी मला जसं तपासलं होतं तसंच तिनंही तपासलं आणि पोट चोळलं. म्हणाली, 'बाळंत व्हायला दोन तीन दिवस लागतील. तोपर्यंत तुला असंच सहन करावं लागेल. आता ऊठ.' मी भीतीनं थरथर कापायला लागले. तिनं माझे कपडे व्यवस्थित केले आणि मला म्हणाली, 'तू कपड्यांना किंवा घरातल्या दोरीला कुठं गाठ मारली असशील तर ती सोड.' नंतर तिनं मला मिसळणाच्या डब्याचं झाकण उघडायला सांगितलं. मग पुन्हा लावलं. हे सगळं करता करता मला रडू कोसळलं. वाटलं कुठल्या आफतीत सापडलेय कोण जाणे! सुईण थोडा वेळ माझ्याजवळ बसली. मग संध्यादीशी काही बोलून निघून गेली.

पाच दिवस झाले तरी माझं पोट दुखतच होतं. थांबून थांबून दुखत होतं. दुखायला लागलं की काय करू आणि काय नको असं व्हायचं. दुखायचं थांबलं की फिरून यावं, सगळ्यांशी बोलावं असं वाटायचं. दिवसा माझ्याजवळ संध्यादी असायची. मला काय खावंसं वाटतंय म्हणून विचारायची. मला बळेबळेच गरम दूध, गरम चहा किंवा गरम पाणी पाजायची. म्हणायची काही खाल्लं प्यायलं नाही तर तुला जास्त त्रास होईल. रात्री मात्र मला फार एकटं वाटायचं. दुखायला लागलं आणि मी विव्हळायला लागले तरी माझ्या नवऱ्याला काही वाटायचं नाही. उठून काही करणं तर दूरच, तो आरामात झोपलेला असायचा. सहाव्या दिवशी सुईणीनं येऊन पुन्हा माझ्या पोटाला तेल लावून चोळलं. पुन्हा तपासलं आणि 'अजूनही वेळ आहे,' असं म्हणाली. माझ्या कळा हळूहळू वाढत होत्या आणि त्याचबरोबर माझं रडणं-ओरडणंही. त्या दिवसभर सुईण थांबली होती. सहा दिवस मी धड जेवले नव्हते की झोपले नव्हते. मी आता जगेन, असं काही मला वाटत नव्हतं.

सहा दिवस होत आले आणि माझी सुटका होण्याची काहीच लक्षणं दिसेनात तेव्हा संध्यादीला काळजी वाटायला लागली. तिनं माझ्या नवऱ्याला सांगितलं, 'शंकर, काय चाललंय हे तुझं? एवढे दिवस झाले आणि तू काहीच हालचाल केली

नाहीस. जा. तिला हॉस्पिटलमध्ये घेऊन जा.' त्या दिवशी रात्री नऊ वाजता संध्यादी, तिचा नवरा, माझा नवरा आणि सुईण मला हॉस्पिटलमध्ये घेऊन जायला निघाले. संध्यादीनं आधार देण्यासाठी माझा हात पकडला तेव्हा मी रडायला लागले. म्हटलं की माझ्यात अजिबात ताकद नाही. मला मुळीच चालवत नाही. 'जायला तर हवंच' असं म्हणत सगळ्यांनी मिळून मला समोरच्या ट्रकमध्ये चढवलं. मला हॉस्पिटलमध्ये भरती करून ते सगळे त्याच ट्रकमधून परत गेले. त्या ट्रकमधूनच संध्यादीचा नवरा चारा वाहून न्यायचा. मधूनच मला त्या ट्रकमधून हिंडून यावं असं वाटायचं.

हॉस्पिटलमध्ये मी म्हणजे चौदा वर्षांची बेबी एकटी राहिल्यावर आरडाओरडा करणार नाही तर काय करणार होती! त्यामुळे आजूबाजूच्या पेशंटना त्रास होतोय असं दिसताच बेबीला एका दुसऱ्या खोलीतल्या टेबलावर निजवलं आणि तिचे हातपाय बांधून टाकले. आया आणि नर्स मधून मधून तिला पाहून जात होत्या. ती आणखी मोठ्यानं ओरडायला लागल्यावर आयानं एका डॉक्टरना बोलावून आणलं. डॉक्टरांनी तिला सलाइन लावलं आणि नर्सला बजावलं, 'हिची स्थिती गंभीर आहे. येथून हलू नकोस.' रात्री दहा वाजता आपल्या शरीरातून काहीतरी बाहेर पडल्यासारखं बेबीला वाटलं. तिनं आयाला विचारलं, 'झालं मावशी?' तिच्या बोलण्यावर नर्स आणि आया दोघी जोरात हसल्या. तेवढ्यात जीवघेणी कळ आली. तिचे हातपाय मोकळे असते तर जे काही समोर दिसलं असतं ते तिनं तोडून-फोडून टाकलं असतं. आया म्हणाली, 'बिचारी! एवढं सोसतेय पण सुटका काही होत नाहीये.' बेबीला ती म्हणाली, 'देवाचं नाव घे. कालीमातेचा धावा कर. सगळं व्यवस्थित होईल.' देवाचं आणि कालीमातेचं नाव घेतलं की सगळं व्यवस्थित होतं हे बेबीला कुठं माहीत होतं! आयानं सांगताच ती तसं करायला लागली, 'हे देवी, माते काली, तुमच्या बेबीच्यानं आता आणखी नाही सोसवत. तिची सुटका कर नाही तर कायमचं तुझ्याकडे ने.' ह्या धाव्याबरोबर बेबीला एवढ्या जोरात कळ आली की तिच्या तोंडातून 'ओ माऽऽ' असे शब्द आपोआपच बाहेर पडले. आया आणि नर्स तिच्या पायापाशी उभ्या होत्या. नर्स आयाला म्हणाली, 'मावशी डोकं दिसतंय. पण पुढे काहीच होत नाही.' एवढं बोलून ती डॉक्टरांना बोलवण्यासाठी धावत सुटली. डॉक्टर आले. त्यांनी बेबीच्या पोटाला एक बेल्ट बांधला. मग पोट चाचपडून पाहिलं आणि म्हणाले, 'मूल फिरलंय.' नर्सनं तोपर्यंत आणखी एका डॉक्टरना बोलावून आणलं. आता बेबीचा स्वत:वरचा ताबा सुटत चालला होता. वेदनांमुळे तिनं जोरात हातपाय झटकायला सुरुवात केली. त्यामुळे बांधलेले हातपाय सुटले. चारजणांनी मिळून पुन्हा तिला बांधलं. तेव्हा बेबी आणखीनच जोरात आरडाओरडा करायला लागली, 'ओ मा! मा रेऽ मेले गऽऽ मा, कुठं आहेस तू? वाचव ग वाचवऽऽ'

डॉक्टरांनी मुलाचं डोकं पकडून त्याला बाहेर काढलं. आता बेबीचा आरडाओरडा

थांबला. ती एकदम शांत झाली. बेबीला टाके घालण्यासाठी नर्स मोठमोठ्या कात्र्या, सुऱ्या, चाकू घेऊन आली तेव्हा बेबीनं घाबरून आयाला विचारलं, 'मावशी. आता पुन्हा काय करणारेत? मी तर आता बरी आहे.' आया म्हणाली, 'डॉक्टर काही करणार नाहीत. तू फक्त शहाण्यासारखी शांत राहा.' बेबी पडल्या पडल्या बाळाचं ट्यांहा-ट्यांहा ऐकत राहिली. आयानं पुन्हा बोलायला सुरुवात केली, 'तुझा मुलगा चांगल्या मुहूर्तावर जन्माला आलाय बघ! जन्माष्टमीच्या रात्री दहा वाजून दहा मिनिटांनी आणि वजनही काही कमी नाही त्याचं. तीन किलो दहा ग्रॅम.' अशा प्रकारे आयानं बेबीला बोलण्यात गुंतवलं आणि त्या दरम्यान डॉक्टरांनी टाके घालण्याचं काम उरकून घेतलं. डॉक्टरांच्या हातातलं काम उरकताच ते आयाला म्हणाले, 'आता सगळं साफ करून घ्या. बाप रे! केवढं रक्त! मोठ्या बादल्या भरल्या. एवढं रक्त गेल्यावर काहीही झालं असतं. नीट स्वच्छ करा सगळं.' एवढं बोलून डॉक्टर निघून गेले.

डॉक्टर गेल्यावर बेबीला टेबलावरून उतरवून उभं करायला जाताच ती धाडकन पडली आणि तिची शुद्ध हरपली. आया डॉक्टरना बोलवायला धावली. डॉक्टर आले. 'असं काही होईल असा मला अंदाज होताच,' असं म्हणत त्यांनी बेबीला स्ट्रेचरवरून तिच्या बेडपर्यंत न्यायला सांगितलं. बेबीला फक्त थोडे आवाज ऐकू येत होते. पण ती ना बोलू शकत होती ना पाहू शकत होती. सलाइन लावायचं तर हाताची शीरच सापडत नव्हती. तेवढ्यात आणखी एक डॉक्टर तिथं आले. ते म्हणाले, 'बघू. मी पाहतो.' त्यांनी बेबीचा हात खाली-वर करून पाहिला आणि कोपरापाशी सुई खुपसून सलाइन लावलं. जाता जाता डॉक्टरांनी नर्सला सांगितलं की एक बाटली संपली की दुसरी लावायची. नर्सनं एका मागून एक असं तीन बाटल्या सलाइन दिलं आणि मग आसपासच्या पेशंटना 'हिनं पाणी मागितलं तरी तिला अजिबात पाणी द्यायचं नाही,' असं बजावून निघून गेली. रात्री दोन वाजण्याच्या सुमारास बेबीनं डोळे उघडले. तेव्हा तिला वाटलं की ती पूर्ण बरी झालीय. तिनं उठण्याचा प्रयत्न केला पण तिला उठवलं नाही. तिला वाटलं की तिच्या पोटात काहीच नाही. ती अगदी बारीक आणि हलकी झालीय. इतकी बारीक की बिछान्यात दिसतसुद्धा नाहीये. तिला खूप तहान लागली होती. तिनं अगदी काकुळतीनं आजूबाजूच्या पेशंटकडे पाणी मागितलं. पण त्यांनी तिला पाणी दिलं नाही. त्यांनी सांगितलं की 'तिला पाणी द्यायचं नाही, असं नर्सनं बजावलंय.' त्याच वेळी बेडजवळच्या टेबलावरची पाण्याची बाटली बेबीच्या नजरेला पडली. आता आपण पाणी प्यायलो नाही तर आपला जीव जाईल, असं तिला वाटलं. तिनं हात लांब करून ती पाण्याची बाटली उचलली आणि घटाघटा पाणी पिऊन बाटली रिकामी केली. सकाळी उठून पाहते तर तिचं तोंड आणि डोळे खूप सुजले होते. डॉक्टरनं

तिची ही दशा पाहिली आणि तिला ते खूप रागावले, ‘मरायचंय का तुला? का प्यायलीस पाणी?’ बेबीजवळ काही उत्तरच नव्हतं.

थोड्या वेळानं आयानं बेबीच्या मुलाला तिच्याजवळ आणून दिलं आणि ती मिठाई मागायला लागली. म्हणाली, ‘चल. मिठाईला पैसे दे. तुझं पहिलंच मूल. तेही अगदी चांगल्या दिवशी झालेलं. बुधवार. कृष्णाच्या जन्म दिवशीच. पोराचा बाप कधी येणार? आम्ही सगळ्यांनी किती कष्ट घेतलेत. रात्रभर जागलोय. तुलाही फार त्रास झालाय.’ बेबी म्हणाली, ‘मावशी, मला खूप भूक लागलीय.’ आयानं चहा आणि पाव आणून दिला आणि मुलाला पाजायला सांगितलं. बेबीनं पाव खाल्ला, चहा प्यायला. तरी म्हणाली की ‘माझी भूक भागली नाहीये’ आया म्हणाली, ‘कशी भागेल? तुझ्या अंगात काही राहिलंच नाहीये.’ मग विषय बदलून तिनं विचारलं, ‘तुझ्या घरचं कुणी येणार नाही का?’ ती असं विचारायला आणि बेबीचा नवरा तिथं यायला एकच गाठ पडली. आया त्याला म्हणाली, ‘बाबा रे, रात्रभर आम्ही खपलोय. आमचा हक्काचा वाटा पहिला काढ बघू.’

मुलगा झाल्याचं कळताच बेबीच्या नवऱ्याला आकाश ठेंगणं झालं. नर्सनं त्याला पाहताच शेरा मारला, ‘वा! मुलाच्या बापाच्या तोंडावरचं हसू तरी पाहा! एक रात्र तिच्याजवळ राह्यला घरी कुणी नव्हतं वाटतं! काल ती मेली असती तर तुमचा हा डबा कुणी खाल्ला असता? तुमचं नशीब थोर म्हणून वाचली ती. नाहीतर तिची काही आशा नव्हती. तुम्ही असे कसे हो! ती पोर इतके दिवस सोसत राहिली आणि तुम्ही हातावर हात घेऊन बसून राहिलात?’ बेबीच्या नवऱ्यानं सगळं मुकाट्यानं ऐकून घेतलं. बेबीनं नवऱ्याला विचारलं, ‘काय आणलंयत? बघू तरी. मला खाववेल की नाही कोण जाणे!’ तिनं उठायचा प्रयत्न केला पण तिला उठवलं नाही. आया बेबीच्या नवऱ्याला म्हणाली, ‘तिला आधार दे. बाबा! फार अशक्त झालीय ती. तिला चांगलंचुंगलं खायला घाल. नुसतं मुलाचं करून नाही चालायचं. मुलाच्या आईकडं पण बघायला हवं.’ बेबीच्या शेजारची बाळंतीणही असंच म्हणाली. बेबीच्या नवऱ्यानं डाळ-भात केला होता. तो डाळ-भात आणि हॉटेलमधून मासे घेऊन तो आला होता. बाळ रडायला लागताच बेबीनं पाजायला घेतलं. पण बेबीला दूधच नव्हतं. आया म्हणाली, ‘तू पोटभर खा. तेव्हाच दूध येईल. तोपर्यंत बाळाला पाण्यात खडीसाखर घालून दे. मी गरम पाणी घेऊन येते.’

बाळाला आईचं दूध मिळालं दोन दिवसानंतर. बेबी बाळाला दूध पाजत होती तेवढ्यात डॉक्टर आले. घाबरून बेबीनं बाळाला खाली ठेवलं. दुरूनच डॉक्टरांनी विचारलं, ‘बरं वाटतंय ना? फार त्रास झाला तुला. वय तरी असं किती आहे तुझं! ह्या वयात मूल होऊच कसं दिलंस!’ असं म्हणून डॉक्टर निघून गेले. डॉक्टरांचं बोलणं ऐकून आजूबाजूचे पेशंट, आया, नर्स सगळे हसायला लागले. पण बेबीच्या

तोंडावर अजिबात हसू नव्हतं. ती मुकाट्यानं सगळ्यांच्या तोंडाकडे बघत होती. बाळ रडतंय, त्याला पाजावं हेही तिला सुचत नव्हतं. मग आयाच म्हणाली, 'अशी कशी ग तू! बाळ रडतंय तुझं. उचल त्याला. तुला काही समज नाही. कशी सांभाळणार आहे मुलाला कोण जाणे!' एवढं ओरडल्यावर नरमाईच्या सुरात म्हणाली, 'आज बहुतेक तुला सोडतील असं वाटतं. घरी जाण्याआधी आमचं देणं दे बरं का! मी ड्यूटिवर नसले तर जी असेल तिच्या जवळ दे. बघ हं बाई, चुकवून जाऊ नकोस. तुमच्यासारख्यांची आम्ही घाण काढतो. त्याची किंमत चुकवता नाहीच यायची. पण काहीतरी द्यायला हवंच.'

दुसऱ्या दिवशी अकराच्या सुमाराला डॉक्टर आले. बेबीशी अगदी आपलेपणानं बोलले. म्हणाले, 'काय, बरं आहे ना! आज तुला सुट्टी मिळणार बरं का! दुपारी कुणाबरोबर तरी घरी जायला हरकत नाही. औषधं लिहून देतो. वेळेवर घ्यायची आणि पाण्यात जास्त काम करायचं नाही. समजलं?'

बाराच्या सुमारास बेबीचे मा-बाबा आले. डिलिव्हरी रूममध्ये ती नाही असं पाहून ते परत फिरले. ती कोपऱ्यातल्या बेडवर होती. मा ला पाहून तिनं तिला हाक मारली, 'मा, अग, तिकडे कुठं शोधतेस? मी इथं आहे.' मा म्हणाली, 'बापरे! तुला शोधता शोधता हैराण झालो. तुझे बाबा बाहेर उभे आहेत.' शेजारच्या पेशंटनं विचारलं, 'ह्या कोण?' बेबीनं सांगितलं, 'माझी आई,' 'बाप रे! तुझी आई? खरं नाही वाटत.'

मा म्हणाली, 'मुलगा झाला नं? मी तर आधीच सांगितलं होतं मुलगाच होणार म्हणून. जा, तुझ्या बाबांना दाखव.' बेबी मुलाला घेऊन निघाली तेव्हा दुसऱ्या एका पेशंटनं विचारलं, 'कोण आलंय? तुझी आई का?' मग मा ला उद्देशून पेशंट म्हणाला, 'मग काय दीदी, आता नातवाबरोबर लग्न करणार ना?' मा म्हणाली, 'हो.'

बेबीचे बाबा दुरूनच म्हणाले, 'इकडे नको आणूस. इकडे नको आणूस.' तरी बेबी त्यांच्यापाशी जायला लागली तेव्हा ते म्हणाले, 'पाहा ह्या मुलीचं वागणं! जा. मी त्याला घरी गेल्यावरच पाहीन.'

मा-बाबा गेल्यावर बेबीचा नवरा आला. डॉक्टरांनी तिला घरी जाण्याची परवानगी दिल्याचं सांगताच तो म्हणाला, 'तर चल घरी. थांब. मी रिक्षा आणतो. तोपर्यंत तू सगळं सामान गोळा कर.' थोडं पुढे जाऊन तो पुन्हा मागे फिरला, म्हणाला, 'डब्यात भात आहे. खाऊन घे.'' बेबीच्या धाकट्या आत्याची मुलगी– साधना – बेबीच्या वडिलांकडे काही दिवसांसाठी आली होती. बेबीच्या आईवडिलांबरोबर तीही बेबीला बघायला हॉस्पिटलमध्ये आली होती. बेबीला मुलगा झाल्याचं कळताच बेबीच्या आईवडिलांनी तिला काही दिवस बेबीकडे राहण्यास सांगितलं होतं. बेबीच्या नवऱ्यानं रिक्षा आणताच साधनाला घेऊन ते घरी आले.

घरापाशी रिक्षा थांबताच, घराचा अवतार पाहून मला घरात जावंसंच वाटेना. साधना म्हणाली, 'तू जरा बाहेर बस. तोपर्यंत मी घर स्वच्छ करते.' मी मुलाला घेऊन तिथंच बसले. तेवढ्यात संध्यादी आलीच. तिनं हसतच विचारलं, 'कशी आहेस? तब्येत बरी आहे ना?' मी म्हटलं, 'आता तशी बरी आहे. पण अशक्तपणा फार वाटतोय.' 'तो वाटणारच ग! किती त्रास झाला तुला! तुझ्या जागी दुसरी कुणी असती ना तर जगलीच नसती.' नंतर जरा मोठ्यानंच ती माझ्या नवऱ्याला म्हणाली, 'बरं का शंकर, फक्त बाळाचंच पाह्यचं नाही. बाळाच्या आईची पण काळजी घ्यायला हवी. तिला चांगलं खायला घाल.' मग माझ्या आतेबहिणीला म्हणाली, 'आधी चूल पेटव. आणि दीदीला चहाबिहा करून दे.'

एवढ्या सगळ्या गोंधळात बाळानं माझ्या मांडीवर शी करून ठेवली होती. माझे कपडे आणि हातही माखले होते. मी त्याला एका बाजूनं पुसायला गेले की शी दुसरीकडे लागायची. साधनानं हे पाह्यलं तेव्हा ती ओरडलीच, 'बाई ग! अग, काय करतेस हे? आण. बाळाला माझ्याकडे दे. त्याला नुसतं उलटंपालटं करत बसलीय.' मी ओशाळून संध्यादीकडे पाहिलं आणि हसून मान वळवली. साधनाला सगळं येत होतं. मोठी असल्यानं धाकट्या भावंडांचं तिलाच करावं लागायचं. संध्यादी म्हणाली, 'साधना किती दिवस तुझ्या बाळाला सांभाळेल! नंतर तुलाच त्याचं सगळं करायचंय.' साधनानं बाळाला स्वच्छ केलं. माझ्याकडे त्याला दिलं आणि मग माझ्यासाठी चहा आणि पाव घेऊन आली. मी खाईपर्यंत तिनं खोलीच्या एका कोपऱ्यात माझी झोपण्याची व्यवस्था केली. रात्री साधनाही माझ्यापाशीच झोपायची. एके दिवशी ती म्हणाली, 'सटवीची पूजा झाल्याशिवाय बाळंतिणीच्या खोलीत ये-जा झालेली आमच्याकडे खपली नसती.' मी म्हटलं, 'अग, एका खोलीचं घर असल्यावर काय करणार?'

त्यातच अचानक एके दिवशी मा आली आणि साधनाला म्हणाली, 'चल. घरी चल.' मी म्हटलं, 'थोडे दिवस आणखी राहू दे ना तिला. माझा मुलगा महिन्याचा झाला की तुझे जावई तिला तिच्या घरी पोहोचवून देतील. नाही तर मी जाईन.' पण मा नं ऐकलं नाही. साधनालाही जायचं नव्हतं. पण ती मामाकडे आली होती. तेव्हा त्यांचं ऐकणं तिला भाग होतं. मा गंभीरपणे म्हणाली, 'नाही. मी आणि तुझे बाबाच तिला पोहाचवणार आहोत.' साधना गेल्यावर बाळाला सांभाळून घरातलं सगळं काम मीच करायला लागले. वस्तीतले लोक विचारायचे, 'काय ग सूनबाई, तुझी बहीण गेली?' मी 'हो' म्हटल्यावर ते पुढे विचारायचे, 'आणखी थोडी का नाही राहिली? अजून सातेक दिवस राहिली असती तर बरं झालं असतं.' मी म्हणायची, 'मी तरी काय करू? ती ज्यांच्याकडे आली होती ते तिला ठेवायला तयार नव्हते तर मी तरी बळजबरी कशी करणार?' मग ते म्हणायचे, 'पाण्यात जरा जपून कर.

अजून ओली बाळंतीण आहेस.' असं सांगून हे लोक मला आधार द्यायचे. तो आधार उपकारासारखाच होता. माझे आईवडील तेवढंही करत नव्हते. मी हॉस्पिटलमधून आल्यापासून ते एकदाच मला पाह्यला आले आणि रागारागानंच साधनाला घेऊन गेले. एकदाही त्यांनी 'बाळ कसं आहे?' म्हणून विचारलं नाही. त्यांनी तोंडाला कुलूपच घातलं होतं.

मी असेच दिवस ढकलत होते. बाळ महिन्याचं झालं आणि माझं दूध आटलं. पोर भुकेनं रडायचं पण मला कारण समजायचंच नाही. शेजारच्या एका बाईनं विचारलं, 'का ग, तुझं पोर एवढं रडतं? त्याचं पोट भरत नाही वाटतं! त्याला वरचं दूध पाजून बघ.' मी ही गोष्ट मुलाच्या बापाला सांगितली तर काही दिवस त्यानं ती कानापाठीमागेच टाकली. पण एके दिवशी त्याच्या मनात काय आलं कोण जाणे! मुलासाठी दुधाच्या पावडरचा डबा घेऊन आला. मी बाळाला पाजायची. शिवाय डब्यातलं दूध गरम पाण्यात मिसळून पाजायची. मग त्याचं रडणं बंद झालं. ह्यानंतर महिन्याला तीन डबे यायला लागले. आम्हाला भलेही उपाशी राहावं लागलं तरी मुलाचं पोट भरायलाच हवं! घरातलं आणखी काही लागणारं मागितलं तर तो चिडायचा. भांडायचा.

दिवस असेच सरकत होते की एके दिवशी न सांगता सवरता माझा भाऊ थोरल्या काकांना आणि बाबांच्या एका मित्रांना घेऊन हजर झाला. बाबांचे ते मित्र म्हणजे आमचे धरणीकाका. मी तेव्हा बाळाला घेऊन झोपले होते. ते आले आणि गुपचूप उभे राहिले. त्यांना असं पाहताच मी धडपडत उठून बसले. आणि त्यांना बसायला जागा करून दिली. काका म्हणाले, 'मी बसत नाही, बेटा!' मी विचारलं, 'का काका? काय झालंय? तुमचं तोंड असं उतरलेलं का?' काका काही बोलत नाहीत असं पाहून मी धरणीकाकांना विचारलं. पण तेही गप्पच. मग मी भावाला विचारलं. तो इतकंच म्हणाला, 'आपली दीदी गेली.' आणि रडायला लागला. 'कुठली दीदी?' 'अग, आपली सुशीला दीदी.' दीदीला काय झालं असेल? मला तर काहीच समजेना. हळूहळू माझं अंग थंड पडलं. लाकडासारखं झालं. धरणीकाकांनी दोनतीन वेळा 'तुझी दीदी गेली' असं सांगितलं तेव्हा कुठं मला रडू फुटलं आणि मी रडतच बाबांकडे धाव घेतली. तिथं जाऊन पाहते तर बाबांचे डोळे कोरडे ठणठणीत. त्यांच्याकडे पाहून वाटलं की झाल्या गोष्टीचं त्यांना काहीच नाही. बाबांच्या पायावर डोकं आपटून मी रडायला लागले. म्हटलं, 'बाबू, दीदीही गेली. आम्हाला वाटायचं की मा नाही पण एक दीदी तर आहे. आज तिलाही गमावून बसलात.' बाबांनी मला हाताला धरून उठवलं. म्हणाले, 'गप्प राहा बघू. काही झालं नाहीये. मी निघालोच आहे चौकशीला.' 'आता आणखी काय होणार? कधी कुणी तिची विचारपूस केली नाही. मी जेव्हा जेव्हा तिच्याकडे गेले तेव्हा तेव्हा लोकांचं बोलणं

ऐकलंय त्यांचं एकच विचारणं असायचं, 'काय ग, तुझा बाप तुला अगदीच विसरून गेला का? नवी आई मिळाल्यापासून तुम्हाला तो कधी भेटायलासुद्धा येत नाही! असा कसा तुमचा बाप! ह्या वयात पुन्हा लग्न करायची काय गरज होती!' मी पुढे बोलतच राहिले, 'लोकांचं असं बोलणं ऐकून दीदी किती रडायची! तुम्हाला कल्पनाच नाही त्याची, बाबा! आणि तुम्ही! आपली मुलगी एवढी दूर आहे तर तिला कधी भेटून यावं असंही वाटलं नाही ना तुम्हाला?' मला रडू आवरतच नव्हतं.

मी बाबांकडे धावले तेव्हा माझा भाऊ आणि काका माझ्या घरातून माझ्या मोठ्या भावाकडे जायला निघाले होते. माझा दादा आणि वहिनी जवळच्याच एका गावात राहत होते. काका त्याच्याकडे गेले तेव्हा तो जेवायला बसला होता. काकांना पाहताच तो पानावरून उठायला लागला तेव्हा काका म्हणाले, 'बेटा, आधी जेवून घे.' वहिनी पाहुणे आलेत म्हणून पुन्हा चूल पेटवायला लागली तेव्हा धरणीकाका म्हणाले, 'मुली, काही करायचं नाही आता.'

काकांना दादाकडे सोडून माझा धाकटा भाऊ बडी मा ला निरोप द्यायला गेला होता. दादानं पुन्हा घास उचलला असेल नसेल तोच बडी मा तिथं आली आणि आल्याआल्याच दादाला म्हणाली, 'काय रे अजय, काय ऐकते मी! तुझी दीदी गेली?' दादा डोळे फाडफाडून बघतच राहिला. धरणीकाका नरमाईनं म्हणाले, 'अहो, तो जेवत होता ना म्हणून आम्ही गप्प बसलो होतो. आणि तुम्ही अचानक त्याला सांगून टाकलंत!' दादानं समोरचं ताट सारलं आणि तोही बाबांकडे आला. तेव्हा मी तिथंच होते. दादा आला आणि बाबांसमोर उभा राहिला. तो भयंकर संतापला होता. त्याचे डोळे लाल झाले होते. त्याला पाहून वाटत होतं की आता हा कुणाचा तरी खून करणार! त्याला रडताही येत नव्हतं. त्यानंतर बऱ्याच वेळानं त्याचे डोळे भरून आले. मुलगी गेली तरी बाबांच्या डोळ्याला पाणी नव्हतं. दादा बाबांकडे एकटक बघत होता. मग अचानक तो बायकांसारखा मोठ्यानं रडायला लागला. धरणीकाका त्याची समजूत घालायला लागले. दादाला रडताना पाहून मला जास्तच रडायला यायला लागलं. दादा बाबांकडे निघाला तेव्हा बडी मा ही त्याच्या मागून निघाली होती. पदरानं डोळे पुसत ती दादाला म्हणाली, 'तुझ्या वडिलांना दीदीची काळजी करताना मी कधीही पाह्यलं नाही. आम्हीच कधी तिचा विषय काढला तर ते काही बोलायचे. नाही तर नाहीच.' दादा म्हणाला, 'आम्ही दीदीची काही विचारपूस करत नव्हतो म्हणूनच साल्याला वाटलं की बरी संधी आहे, हिला विचारणारं कुणीच नाही.' दादानं हळू आवाजात काकांना विचारलं, 'काका, दीदीला झालं तरी काय?' काका म्हणाले, 'मंगल माझ्याकडे आला होता. म्हणाला की तिची तब्येत फार बिघडलीय. तिला तुम्हाला सगळ्यांना पाह्यचंय.'

मंगल म्हणजे दीदीचा नवरा. काकांना निरोप देऊन तो लगेच निघून गेला.

काकी म्हणाली, 'थांब, बाबा! बस जरा. मुलगा बरा आहे ना?' पण तो मिनिटभरसुद्धा निघाला तसं थांबला नाही. काकांनी तिला काय झालंय म्हणून विचारलं तर म्हणाला की देवी आल्यात. 'काका तसेच काही न खातापिता दीदीला पाह्यला गेले. तिच्या घरी जाऊन पाहतात तो दीदीला अंगणात ठेवलं होतं. पांढऱ्या मांजरपाटानं तिला झाकून टाकलं होतं. हे पाहून काका अवाकच झाले. दीदीसाठी नेलेली फळं त्यांच्या हातातून गळून पडली. त्यांनी बरोबर शहाळं नेलं होतं. त्याच्या पाण्यानं ते दीदीला आंघोळ घालणार होते. तेही अंगणात पडून गेलं. जावईबापूचा काही पत्ताच नव्हता. काकांना निरोप देऊन तो तिथून परस्परच पळून गेला होता. हे सगळं ऐकून माझ्या काळजाला घरं पडली पण बाबांच्या डोळ्याला पाणी नव्हतं. दीदी कधीतरी रागानं बाबांना म्हणाली होती, 'बाप असा असतो का कधी! मी तर बापाचं श्राद्ध केव्हाच करून चुकलेय.' बाबा उसासे टाकत हीच गोष्ट घोकत बसले होते आणि वरती म्हणत होते, 'बघा आता कोण कुणाचं श्राद्ध करतं ते!' बडी मा म्हणाली, 'ह्या अशा वेळेला ही गोष्ट आठवतेय? मुलगी गेली पण कणभर वाईट वाटत नाहीये.' बाबा मध्येच म्हणाले, 'नाही दीदी. मला तसं नाही म्हणायचं.' 'तसं नाही तर कसं म्हणायचंय? मुलगी गेली तर तिच्या घरी जायचं सोडून ती केव्हा काय म्हणाली ते उकरत बसलेत.' काका बाबांना म्हणाले, 'येणार असशील तर चल. नसशील तर तसं सांग. म्हणजे मला जायला बरं!' बाबा म्हणाले, 'का नाही येणार, दादा! पण ते लोक थांबले असतील का अजून?' काका म्हणाले, 'मी तसं सांगून आलोय आणि राजूलाही बजावलंय की आम्ही येईपर्यंत पोरीजवळून उठायचं नाही म्हणून.' माझ्या मोठ्या आत्याला 'राजू' म्हणून हाक मारत. बाबा म्हणाले, 'तर मग मला माझी पोर अखेरची दिसेल तरी!'

पण काका इकडे निघून येताच ते लोक आत्याला धाकधपटशा दाखवायला लागले. दीदीला घेऊन जाण्यासाठी घाई करायला लागले. म्हणायला लागले, 'किती वेळ असं ठेवायचं.' पण आत्या ठामपणे म्हणायला लागली, 'नाही. मी तिला नेऊ देणार नाही. दादा माझ्या भावाला आणायला गेलाय. त्यांना येऊ द्या. ते आल्यावर बघू. मग काय करायचंय ते करा.' पण ते लोक म्हणाले, 'नाही. नाही. ते कधी येतील कोण जाणे! प्रेत असं घरात नाही ठेवणार आम्ही.' त्यांनी आत्याला दमदाटी करून क्रियाकर्म उरकून घेतलं. आत्या रडत रडत म्हणायला लागली, 'आता मी दादाला तोंड तरी कसं दाखवू? दादानं तिला सोडू नकोस म्हणून बजावलं होतं. पण माझं काही चाललं नाही. काय करू आता?'

बाबांना आणि त्यांच्या बरोबरच्या लोकांना दीदीच्या घरी जायला बराच उशीर झाला. कारण आधी गाडीनं जाऊन मग तीन मैल पायी जायचं होतं. ते दिसताच आत्या धावत जाऊन आपल्या मोठ्या भावाच्या पायावरच पडली. 'दादा, तुझा शब्द मला

नाही रे पाळता आला.' ती कधी बाबांच्या गळ्यात पडून रडायची तर कधी मा च्या. ती मा ला म्हणाली, 'मी त्यांना अडवायचा खूप प्रयत्न केला.' पुन्हा ती मोठ्यानं रडायला लागली. बाबांनी तिला विचारलं होतं, 'दीदी, माझ्या पोरीला काय झालं होतं?' बाबा-मा दीदीच्या घरून परत आल्यावर मला ह्या सगळ्या गोष्टी कळल्या.

दीदीचं ऐकताच मी माझ्या तान्ह्या मुलाला टाकून बाबांकडे गेले होते. घरी येऊन पाहते तर मुलाला घेऊन त्याचा बाप खाटेवर बसलाय. मला पाहताच तो म्हणाला, 'तुला अजिबात अक्कल नाही का? एवढ्याशा पोराला टाकून धावत सुटलीस!' मी म्हटलं, तुम्ही घरी आहात हे माहीत होतं ना मला.' मला पाहताच संध्यादी आली. आणि तिनं घाईघाईनंच 'काय झालं' म्हणून विचारलं. मी म्हटलं, 'माझी दीदी गेली. आणि माझी स्थिती अशी आहे की तिच्या दोन मुलांना सांभाळणं मला जमण्यासारखं नाही. त्या पोरांचे खूप हाल होतील आता. आईला गमावण्यात काय दुःख असतं ते आम्हाला चांगलं ठाऊक आहे. आमची आई तर असून नसल्यासारखीच. त्या मुलांची स्थितीही आमच्यासारखीच होईल बघ! संध्यादीनं विचारलं, 'तुझे वडील त्यांना स्वतःपाशी नाही का ठेवून घेणार?' मी म्हटलं, 'वा! ते कधी धडपणे सांभाळतील त्यांना! कधीच नाही. तरीही त्या मुलांबद्दल त्यांना काय वाटतंय हे ते परत आल्यावरच कळेल आपल्याला.' संध्यादी म्हणाली, 'आता घे बाळाला. दूध पाज त्याला. मी एकदा येऊन पाहून गेले तेव्हा हातपाय नाचवून खेळत होता.'

मी बाळाला मांडीवर घेतलं. त्याला दूध पाजता पाजता मी दीदीचाच विचार करत होते. आज माझी मा असती तर दीदीचं ऐकून तिला किती वाईट वाटलं असतं. आणि ह्या मा च्या डोळ्याला पाण्याचा टिपूससुद्धा नव्हता. मला तिकडे जाता आलं असतं तर त्या पोरांचं रडणं भेकणं दिसलं तरी असतं. त्यांना कधी आईची गरज पडली तर रडून केवढा गोंधळ घालतील ती! त्यांना भूक लागली तर कुणाला सांगतील! रडरड रडतील आणि मग त्यांचा बाप त्यांना मारेल. भूक लागली तर कदाचित शेजारचं कुणी खायला देईलही. नाहीतर काहीच मिळालं नाही तर ती दारात उभी राहून केविलवाणी बघत बसतील आणि त्या घरातील लोक कुत्र्याला हाकलावं तसं त्यांना हाकलतील. म्हणतीलही, 'काय रे, खायला मिळत नाही वाटतं! राहिली आपली समोर येऊन उभी. चला, निघा इथून.' मग एवढंसं तोंड करून ती मागे फिरतील. कोण देईल त्यांना खायला? कोण त्यांना मायेनं सांभाळेल? मी तर त्यांच्या जवळ नाही की धावत जाऊन त्यांना पाहून येईन! अग आई ग! आमचं झालं तेच त्यांचं होईल. त्यांच्या नशिबात काय आहे कोण जाणे!

मी असा विचार करत होते आणि माझं बाळ रडायला लागलं. मी एक उसासा टाकला. त्याला शांत केलं. दूध पाजलं. असेच दोनेक दिवस सरले. मग मी

बाळाच्या वडिलांना म्हटलं, ‘मी माहेरी जाते.’ तो म्हणाला, ‘तिथं कोण आहे? तूच तर म्हणालीस ना की तुझे मा-बाबा दीदीच्या घरी गेलेत.’ ‘घरी बडी मा आहे. पाहून तरी येते बाबा-मा आलेत की नाही!’’ मी गेले त्याच्या दुसऱ्याच दिवशी बाबा–मा परत आले. आल्या आल्याच मा आंघोळीला गेली. मला पाहताच बाबांनी हातातली बॅग दारातच टाकली. त्यांचे डोळे वाहायला लागले. ते पाहून मीही जमिनीवर लोळण घेतली आणि जोरजोरात रडतच दीदीबद्दल विचारायला लागले. बाबांनी सर्व हकीकत सांगावी म्हणून त्यांना घाई करायला लागले. बाबा रडत होते. पण त्यांनी मला उठवलं. म्हणाले, ‘मा[१२], गप्प राहा बघू. माझी पोर गेली. फार सोसावं लागलं तिला.’ बडी मा म्हणाली, ‘रडू नकोस. जे व्हायचं ते झालं. आता रडून काय होणार? गप्प राहा बघू.’ बाबा बडी मा ला म्हणाले, ‘दीदी, माझ्या पोरीला फार त्रास झाला. तो साला बेटा मंगल दुसऱ्या मुलीच्या प्रेमात पडला होता. त्याबद्दल माझी पोर त्याला काही म्हणायला लागली की तो तिला मारायचा. कुणी म्हणतं तिनं विष खाल्लं तर कुणी म्हणतं तिची तब्येतच बिघडली होती. माणसं तितकी मतं. मी काय केलं माहीत आहे? तिच्या मोठ्या मुलाला जवळ घेऊन विचारलं, ‘काय रे दादुभाई[१३], काय झालं होतं तुझ्या आईला?’

बाबांच्या म्हणण्याप्रामणे तो पोरगा थोडा घाबरला. उत्तर द्यावं की नाही ह्या गोंधळात पडला. पाच वर्षांच्या त्या मुलाची ही स्थिती पाहून बाबांनी त्याला कडेवर घेतलं आणि बाहेर नेलं. तिथं त्याला बरंच चुचकारून बाबांनी विचारलं, ‘दादुभाई, तुझी आई माझीही मा होती. ती अशी कशी गेली रे? काय झालं होतं रे तिला? ती आजारी होती?’ पोराच्या तोंडून चटकन निघालं, ‘नाही दादू[१४], आईला काही झालं नव्हतं.’ बाबांनी पुन्हा विचारलं, ‘मग ती आपल्या सगळ्यांना सोडून कशी गेली रे? आता तुला आई कुठली? कशी गेली ती? सांग. सांग ना! काय झालं होतं तिला? मी तुला माझ्याबरोबर घेऊन जाईन. माझ्याकडेच राह्यचंस तू. येशील ना माझ्या घरी?’ तो म्हणाला, ‘हो. येईन. घेऊन जाल ना मला?’ बाबा म्हणाले, ‘हो तर! ती बघ ती दीदा[१५] आहे ना तिच्याजवळ राह्यचं. आता सांग बरं, बाबा, आईला काय झालं होतं? तो म्हणाला, ‘सांगतो पण माझ्या बाबांना नाही ना सांगणार?’ ‘नाही. अजिबात नाही. सांग तू. घाबरू नकोस. मी आहे ना! सांग.’ तो म्हणाला, ‘दादू, माहीत आहे, बाबा तीन-चार दिवस आईशी भांडत होते. तिला धरून मारत होते. काल पण त्यांनी दार लावून तिला खूप खूप मारलं. मी पण त्याच खोलीत होतो. ती जेव्हा ‘मेले,’ ‘मेले’, ‘वाचवा’, ‘वाचवा’, अशी ओरडायला लागली ना तेव्हा बाबांनी तिचा गळा धरला. तिची जीभ बाहेर आली तेव्हा मी, ‘बाबा, मरेल ती. सोडा. सोडा तिला’ म्हणून ओरडायला लागलो. मी बाबांच्या पाठीत गुद्दे घातले तरी त्यांनी तिला सोडलं नाही. जेव्हा तिचा आवाज एकदम बंद

झाला तेव्हा त्यांनी तिला सोडलं. मग ती एकदम धप्पकन खाली पडली. बाबांनी तिला हाका मारल्या पण तिच्या तोंडातून आवाज नाही आला.' 'मग पुढे काय झालं, दादुभाई?' कारण त्याच्या सांगण्यावरून दीदी तोपर्यंत मेली नसावी, फक्त बेशुद्ध पडली असावी असं बाबांना वाटलं म्हणून बाबांनी पुन्हा विचारलं, 'पुढे काय झालं?' तो म्हणाला, 'मग मला खोलीबाहेर काढून बाबाही बाहेर निघून गेले.' एवढं बोलून ते पोर घाबरून रडायला लागलं. त्याच्याच्यानं पुढे बोलवलं नाही. बाबांनी आजूबाजूला चौकशी केली, तेव्हा समजलं की तिला मारहाण केल्यावर त्यानं तिचा गळा दाबून तिला ठार केलं.

तेव्हापासून बाबांच्या डोळ्यांना धारा लागल्या होत्या. त्यांचा गळा दाटून आला होता. बोलायला त्रास होत असूनही ते मा ला म्हणाले, 'राणी माझ्या पोरीला त्यानं गळा दाबून मारलं ग! तिनं त्याचं काय केलं होतं? काय करू मी आता? मी त्या साल्याला चौकीत नेईन.' तिथं बाबांचे मित्र आणि ओळखीपाळखीचे बरेच लोक होते. त्यांच्याकडून कळलं की बाबांची धमकी जावयाच्या कानावर गेली तेव्हा तो म्हणाला, 'जा म्हणावं कुठं जायचंय तिथं. मला जेलमध्ये जावं लागलं तर त्यांच्या मुलीची एवढीशी खूणही बाकी ठेवणार नाही.' ह्याचा अर्थ सगळ्यांनी असा काढला की जेलमधून सुटल्यावर तो आपल्या दोन्ही मुलांना मारल्याशिवाय राहणार नाही. ह्यावरून बरीच बोलाचाली झाली. बाबांची तक्रार होती की ते पोहोचण्यापूर्वीच त्यांनी त्यांच्या मुलीचं क्रियाकर्म का उरकून घेतलं! त्यांनी तिचं पोस्टमॉर्टेम केलं असतं. तिथं जे बाबांच्या ओळखीचे किंवा मित्र होते, त्यातील बहुतेक मुसलमान होते. ते बाबांना म्हणाले, 'हालदार, आम्ही तुमच्यासाठी काय करायचं तेवढं सांगा. म्हणाल तर त्याचे दोन्ही हात छाटून टाकतो. स्वत:च्या हातानं एक ग्लास पाणीसुद्धा पिता नाही यायचं.'

हे सगळं ऐकून आजूबाजूच्या बायकांच्या डोळ्यांत पाणी आलं. पदरानं त्या डोळे पुसायला लागल्या. बाबांचेही डोळे लाल झाले होते. त्यांना बोलणंही जड जात होतं. त्यांच्या छातीत काही अडकल्यासारखं वाटत होतं. माझ्या मनात आलं की जीव जाताना दीदी किती तडफडली असेल कोण जाणे! बाबांचं बोलणं ऐकून माझ्या काळजाचं पाणी पाणी झालं. बाबा सांगत होते की दीदीच्या दोन्ही मुलांना त्यांनी बाबांना फक्त एकदाच दाखवलं. बाबांना त्या दोघांना स्वत:बरोबर आणायचं होतं पण दीदीची सासू 'नाही' म्हणाली. मग बाबा तरी काय करणार! दीदीच्या सासूपुढे त्यांना हार मानावी लागली. ते एवढंच म्हणाले की देव जर असेल तर न्याय मिळेल. माझ्या मनात आलं की देव न्याय देवो की न देवो, माझी दीदी काही आता परत मिळणार नाही.

हळूहळू माझं माहेर पूर्वपदावर आलं. दीदीच्या मुलांचं काय झालंय, ह्याचं

त्यांना सोयरसुतकही नव्हतं. एवढंच नाही तर आपल्याला आणखी दोन नातवंडं आहेत ह्याचाही त्यांना विसर पडला होता. मला त्या मुलांना पाहावंसं वाटत होतं. पण मी जाऊ कशी! मी असहाय होते, एका माणसाची कैदी होते. त्याचं म्हणणं मला ऐकावं लागत होतं, तो सांगेल ते करावं लागत होतं. पण का? असं का? आयुष्य माझं आहे का त्याचं? मी त्याच्याजवळ आहे म्हणून त्याच्या म्हणण्याप्रमाणे मी चालायचं का? की तो मला घासभर अन्न देतो म्हणून? तो मला कुत्र्यामांजरासारखंच तर वागवतो. त्याच्या घरात मला सुख शांती मिळत नसेल तर एखाद्या निर्जीव वस्तूसारखं कशाला त्याच्याजवळ राह्यचं?

असा विचार करता करता माहेरी माझा आठवडा गेला. तिथंही मी काही खूष नव्हतेच. मी थोडी जरी बसले तरी ते मा-बाबांना बघवायचं नाही. मा तिच्या मर्जीप्रमाणे वागायची. त्यात बाबांना काही वाईट दिसायचं नाही पण मी आणि माझा भाऊ जरा जरी काम न करता बसलो की बाबा रागवायचे. कधी मला बरं वाटत नसलं तरी बाबा माझ्याकडे लक्ष द्यायचे नाहीत. कधी जरा जास्त वेळ बिछान्यात पडून राहिले तर बाबांना ते सहन व्हायचं नाही. मी जेवढे दिवस माहेरी असायची तेवढे दिवस सगळं काम मीच करायची. जरा जास्त दिवस राहिले की घरात भांडणं सुरू व्हायची आणि मला माझ्या घरी परत यावं लागायचं. आताही तसंच झालं.

माझा मुलगा तीन महिन्यांचा झाला तेव्हाची गोष्ट. दुपारचं जेवणखाण आवरलं होतं. मी घराबाहेर चूल सारवत बसले होते. माझा नवरा तिथंच उभा होता. तो एकदम म्हणाला, ‘बाबा येताहेत.’ मी दचकून विचारलं, ‘कोण? कोण बाबा?’ मला वाटलं की माझेच बाबा येताहेत. तो बोट दाखवत म्हणाला, ‘ते पाहा!’ मी पाहिलं तर पांढरं धोतर आणि पांजाबी[१६] घातलेले एक म्हातारे गृहस्थ आमच्यासमोर येऊन उभे राहिले. ते आलटून पालटून माझ्या नवऱ्याकडे आणि माझ्याकडे पाहतच राहिले. मी गप्प उभी होते. माझ्या नवऱ्यानं जेव्हा त्यांना ‘घरात बसा’ म्हटलं तेव्हा मी लगबगीनं त्यांना पाय धुवायला पाणी दिलं. ते आपल्या मुलाशी बोलत होते आणि मी बाहेर उभी राहूनच ऐकत होते. ते म्हणत होते, ‘तू कुणालाही काही न कळवताच लग्न केलंस! कुणाला काही सांगितलंसुद्धा नाहीस. तीन वर्षं झाली. तू आपल्या घरीसुद्धा फिरकला नाहीस. आणि तिकडे तुझ्या आईचं सारखं चाललेलं असतं की माझा शंकर कसा आहे कोण जाणे! आम्हाला किती वाटत होतं की तुझं लग्न करावं, सून घरात आणावी आणि तू तर कुणाला काही न सांगता-सवरता लग्न केलंस, मूलही झालं. तुला काय वाटतं की तुला कुणीच नाही’ थोडं थांबून ते रागानंच म्हणाले, ‘तसं असेल तर सांगून टाक. आम्ही कुणीच पुन्हा कधी इकडे फिरकणार नाही. आम्हाला काहीसुद्धा वाटणार नाही. आम्हाला एक मुलगा नाहीच असं मानू आम्ही.’ माझा नवरा चाचरत चाचरत काय पुटपुटला ते माझ्या लक्षात

आलं नाही. मी घाईघाईनं चूल पेटवून चहा केला आणि चहा-बिस्किटं घेऊन सासऱ्यांपुढे गेले. मी त्यांना चहा दिला. ते माझ्यावर बरेच नाराज असावेत. पण मी असं काय केलं होतं! माझ्या नवऱ्याला आईबाप आहेत की नाहीत ह्याचा मला पत्ताच नव्हता. माझे सासरे म्हणाले, 'मला चहाबिहा काही नको.' मी माझा पदर डोक्यावरून आणखी पुढे ओढला. माझ्या मनात आलं की मुलानं न सांगता सवरता लग्न केल्यावर सासरे नाराज होणारच!

बाप-लेक बोलत होते आणि मी मुकाट्यानं ऐकत होते. माझ्या मनात आलं की बाळाला त्याच्या आजोबांच्या मांडीवर द्यावं. पण लगेच वाटलं की त्यांनी त्याला ढकलून दिलं तर! पुन्हा विचार केला की एकदा देऊन तर बघावं ते काय म्हणतात! असा विचार करता करता मी डोक्यावरचा पदर सावरला आणि बाळाला बळेबळेच त्यांच्या मांडीवर ठेवलं. माझे सासरे आता मात्र हळूच हसले. त्यांचा राग मावळला असावा. मुलाला त्यांच्यावर सोपवून मी स्वयंपाकाच्या तयारीला लागले. भात टाकला आणि नवऱ्याला 'स्वयंपाक काय करू?' म्हणून विचारलं. तो म्हणाला, 'थांब, मी मासे आणतो.'

माझ्या सासऱ्यांनी मला विचारलं, 'काय ग मुली, तुमच्या लग्नाच्या वेळी कुणी माझ्या मुलाजवळ त्याच्या आईबापाची चौकशी केली नाही? माझ्या मुलाला एकटा पाहून तुझ्या वडिलांनी लग्न लावून दिलं?' मी म्हटलं, 'बाबा, ह्या बाबत मला काहीच ठाऊक नाही.' त्यांनी विचारलं, 'तुझे वडील सध्या कुठं आहेत? त्यांचं घर कुठं आहे?' मी म्हटलं, 'फार लांब नाही. उद्या सकाळी आपल्या मुलाबरोबर जाऊन या.' मग त्यांनी विचारलं, 'माझा नातू किती महिन्यांचा झाला? नाव काय ठेवलंय?' 'तीन महिन्यांचा. भाद्रपदाच्या अष्टमीला झाला. अजून नाव नाही ठेवलं त्याचं.' ते म्हणाले, 'ह्याचं नाव सुबल.' ते पुढे म्हणाले, 'मला सहा मुलं. मी फक्त मोठ्या मुलाचं लग्न केलं. पण त्याचं नशीब असं वाईट की त्याला मुलगा झालाच नाही. एकापाठोपाठ एक अशा चार मुलीच झाल्या. मधल्याचं अजून लग्न नाही झालं. त्यानंतर हा मुलगा आणि तू. तुला आम्ही काय करतो ते माहीत नाही. आम्ही कुंभाराचं काम करतो. तुझ्या बाबांचं नाव काय?' 'उपेंद्रनाथ हालदार.' 'अच्छा! तुझं माहेर हालदार का?' मी 'हो' म्हणताच त्यांनी विचारलं, 'तुझे वडील येतात का इथं? बाळाला पाह्यला येतात ना?' मी म्हटलं, 'येतात पण कधीतरी. सासऱ्यांचं बोलणं पदर तोंडावरून खाली ओढून घेऊन मी मुकाट्यानं ऐकत होते. कधी त्यांच्या प्रश्नाला उत्तर द्यायची तर कधी नुसतंच 'हूं हा' करायची. त्याच दिवशी रात्री जेवणखाण झाल्यावर माझे सासरे त्यांच्या मुलाला म्हणाले, 'सूनबाई स्वयंपाक फार चांगला करते हे कबूल करायलाच हवं. जरा जास्त झणझणीत झाला होता..... तरी....' मी विचार केला की ह्याचा अर्थ त्यांचा राग गेला.

दुसऱ्या दिवशी सकाळी माझा भाऊ आला. घरात परक्या माणसाला पाहून त्यानं विचारलं, 'दीदी, कोण ते?' मी म्हटलं, 'माझे सासरे.' आत जाऊन मी सासऱ्यांना माझा भाऊ आल्याचं सांगितलं. ते म्हणाले, 'कुठाय? बोलव त्याला.' मग त्यांनीच स्वत: माझ्या भावाला हाक मारली. 'बाबा, ये आत. बस.' माझा भाऊ म्हणाला, 'बसत नाही. बाजारात आलो होतो. आता घरी निघालोय.' घरी गेल्यावर भावानं वडिलांना जावईबापूंचे वडील आल्याचं सांगताच ते थक्कच झाले. मा ला म्हणाले, 'काय ग राणी, शंकर तेव्हा आपल्याशी खोटं बोलला!' मा म्हणाली, 'सोडून द्या. आता काय करणार? कळलंच आहे तर त्यांना भेटून येऊ. नाहीतर त्यांना काय वाटेल? म्हणतील की पाहा, कळल्यावरसुद्धा साधं भेटायला आले नाही.' मा चं ऐकून बाबा आणि मा दुपारी आमच्याकडे आले. बाहेरूनच बाबांनी विचारलं, 'काय ग बेबी, तुझे सासरे आलेत म्हणे! कुठं आहेत?' मी स्वयंपाक करत होते. माझे सासरे खाटेवर बसून चहा पीत होते. मी म्हटलं, 'हे काय इथंच आहेत. तुम्ही घरात नाही का येणार? बाहेरूनच ओरडणार?' सासऱ्यांना माझे वडील आल्याचं सांगताच ते म्हणाले, 'कुठं आहेत व्याहीबुवा? या. या. बसा. सूनबाई, तुझ्या बाबांनाही चहा कर.' बाबा म्हणाले, 'राहू दे, बेटा. आम्ही चहा पिऊनच निघालोय.' मला ठाऊक होतं की मी केला तरी बाबा चहा पिणार नाहीत म्हणूनच मी काही न ऐकल्यासारखंच केलं. बाबांनी माझ्या सासऱ्यांना विचारलं, 'घरी सगळं ठीक आहे ना?' ते म्हणाले, 'हो. सगळं ठीक आहे. पण मला सांगा की तुम्ही मुलीचं लग्न केलंत आणि आम्हाला साधं सांगितलं नाहीत!' बाबा म्हणाले, 'आम्हाला शंकरच्या घरी कोण कोण आहेत हे ठाऊकच नव्हतं. त्यानं खोटंच सांगितलं की त्याला कुणीच नाही म्हणून. मला कळलं असतं तर मी मुलीचं लग्न असं थोडंच केलं असतं!' थोडं थांबून बाबांनी विचारलं, 'आपल्या सुनेला आता घेऊन जाणार ना?' सासरे म्हणाले, 'काय? आता? नाही. आता नाही. आधी घरी जाऊन सगळ्यांना कळवतो. त्याची आई केवढ्या आशेवर होती – मुलाचं लग्न करायचं. सून घरात आणायची. आणि इकडे ह्यानं गुपचूप लग्न उरकून घेतलं.' मा म्हणाली, 'आता काय करायचं! नशिबात होतं ते झालं! आता तरी ह्यांना 'सुखी राहा' म्हणून आशीर्वाद द्या.' तेव्हा बाबा म्हणाले, 'आता निघतो आम्ही. उद्या सकाळी मुलाला पाठवतो. त्याच्याबरोबर या आमच्याकडे.' एवढं सांगून बाबा-मा गेले.

दुसऱ्या दिवशी माझा भाऊ आला आणि सासऱ्यांना घेऊन गेला. मा च्या हातचं जेवण त्यांना जास्तच आवडलं. बाबांकडून आल्यावर त्यांनी मला हे सांगितलं. त्यांना बाबांची राहणीही आवडली. दुपारी ते त्यांच्या गावी परत गेले आणि जाताना आपल्या मुलाला सांगून गेले की मार्गशीर्षात ते सुनेला घेऊन जातील.

माझ्या मुलासाठी मला एखादं चांगलं नाव सुचत नव्हतं. सासऱ्यांनी नातवाचं नाव 'सुबल' ठेवलं होतं आणि मुलाच्या बाबांच्या मनात होतं 'बुधन' मला मात्र ही दोन्ही नावं आवडली नव्हती. माझ्या एका दिरानं 'गौतम' सुचवलं होतं. ते मला बरं वाटलं होतं. पण अखेर मीच नाव नक्की ठरवलं.– हाक मारायची 'बाबू' म्हणून आणि खरं नाव 'सुब्रत'.

मला नेण्यासाठी, एक महिन्यानं सासरे परत आले. आल्या आल्याच त्यांनी आपल्या लेकाला विचारलं, 'काय, सूनबाई येणार आहे ना?' लेक म्हणाला, 'एवढ्या घाईगडबडीत कशी जाईल ती? कपडेबिपडे घ्यायला हवेत.' सासरे म्हणाले, 'मला फार नाही थांबता यायचं. कापणी व्हायचीय. सूनबाईला घेऊन गेलो तर ती घर आणि स्वयंपाकपाणी सांभाळेल. म्हणजे मग तुझ्या आईला कापणीत मला हातभार लावता येईल. सूनबाईला शेतातलं काम काही जमायचं नाही. पण घरचं नक्कीच जमेल.' माझा नवरा म्हणाला, 'हो. तुमचं बरोबर आहे. तरी एकदोन दिवस थांबा. माझे पैसे यायचेत. ते आले की पाहू.'

मी विचार केला की माझे सासरे घाई करताहेत, ह्यात चूक काहीच नाही. तिकडे सगळे आपापल्या कामात आहेत. शिवाय कापणी व्हायचीय. एवढं असूनही ते मला न्यायला आलेत कारण बाकी सगळे शेतातल्या कामाला गेले, तर मला घरचं सगळं बघता येईल. तेव्हा मी त्यांच्याबरोबर जायचं नक्की ठरवलं. सासरी कसं वागायचं असतं, हे मला ठाऊक नव्हतं. पण कुठंतरी प्रवासाला जायचं म्हटल्यावर व्हावा तसा आनंद मला झाला. पण मनात आलं की मी तशी एकटीच जाणारेय. तिथं माझी कुणाशीही ओळखपाळख नाहीये. मनातलं काही सांगावंसं वाटलं तर कुणाला सांगायचं? शिवाय माझं बाळ लहान आहे. त्याला कोण सांभाळेल आणि तिथं किती दिवस राहावं लागेल कोण जाणे! एवढा विचार केल्यावर मी बडी मा कडे धाव घेतली. तिला म्हटलं, 'बडी मा, मी सासरी चाललेय. माझ्याबरोबर कुणाला तरी पाठवशील का?' तिनं विचारलं, 'कुणाला पाठवू?' मी म्हटलं, 'मेज बुडीला.' बडी मा च्या मधल्या मुलीला त्यांच्या वस्तीतले सगळे 'मेज बुडी' म्हणायचे. बडी मा नं होकार देताच मी मेज बुडीला विचारलं, 'ए बुडी, माझ्याबरोबर येशील का?' तिनं विचारलं, 'कुठं? सांग ना कुठं?' मी म्हटलं, 'माझ्या सासरी.' ती म्हणाली, 'आई जाऊ देईल का?' मी म्हटलं, 'हो. मी विचारलंय बडी मा ला. रेडि राहा. मी सकाळी येईन न्यायला. हो. पण एक सांग, चालशील ना?'

मी ह्या आधी सासरी गेले नव्हते. पण माझ्या सासऱ्यांनी सांगितलं होतं की घरी जाण्यासाठी तीन मैल चालावं लागतं. हे ऐकल्यावर मी थोडी नाखूष झाले होते पण सासरेच म्हणाले की तुला एवढं चालवणार नाही, हे माहीत आहे मला. म्हणून मी तुझ्या दिराला बैलगाडी घेऊन यायला सांगितलंय. त्यांनी मला बंगाली मुलींनी

सासरी कसं राह्यचं असतं ते नीट समजावून सांगितलं. सकाळी रेडि होऊन मी मेज बुडीकडे निघाले तर तीच माझ्याकडे येताना दिसली. तिला घेऊन मी गेले. बस मधून उतरलो. समोरच एकजण बैलगाडी घेऊन उभा होता. मेज बुडी म्हणाली, 'ए, डोक्यावरून पदर घे.' मी घाईघाईनं घुंघट घेतला. बैलगाडीत मी कधीच बसले नव्हते. माझ्या बहिणीची हसून हसून मुरकुंडी वळली. मी मात्र लाजून, तोंड झाकून हसत होते. माझे सासरे सायकलवरून आमच्या मागून येत होते. रस्ता कच्चा होता. रस्त्याच्या कडेला मोठमोठे दगड होते. गाडीला गचका बसताच माझी बहीण 'ही ही' करून हसायची. आणि मी तिला गप्प बसायला सांगायची. ती म्हणायची, 'ए दीदी, मी खाली तर पडणार नाही ना?' गाडी चालतच होती. रस्ता संपण्याचं काही नाव नव्हतं. मी दिराला विचारायची, 'आणखी किती लांब आहे?' वाटेत एखादं गाव लागलं की वाटायचं की आलं वाटतं घर.

बैलगाडीतून उतरताच दीर म्हणाला, "ती बघ माझी जेठिमा[१७]." मी घाईघाईनं पुढे झाले आणि त्यांच्या पायाला हात लावून नमस्कार केला. त्या म्हणाल्या, "घरात ये. घरात ये." माझ्या सासूबाईंनी एक खाट बाहेर आणून टाकली. बसण्याआधी मी सगळ्यांना नमस्कार केला. सासूबाई चुलीत लाकडं सारत होत्या. मलाही असाच स्वयंपाक करावा लागणार होता. माझ्या मनात आलं की हे जमेल का मला? काही वेळानंतर जेठानी[१८] मला तळ्यावर आंघोळीसाठी घेऊन गेली. मला पोहावंसं वाटलं, पण विचार केला की गावातले लोक काय म्हणतील! नवी सून आल्या आल्या पोहायला लागली!

तळ्याचं पाणी छान, काचेसारखं होतं. उकडत असलं की काही ना काही कारण काढून मी तळ्यावर जायची. तळ्यात उतरून लहान मुलासारखं पाण्यात खेळायची. माझं हे खेळणं पाहून गावातले लोक विचारायचे की तुझ्या माहेरी तळं नाही? मी म्हणायची, 'आहे. पण पाणी एवढं स्वच्छ नाही. गढूळ आहे. खूप चिखल आहे. म्हणून लोक नळावरच आंघोळ करतात.'

एके दिवशी माझ्या धाकट्या दिरानं – अनिलनं – विचारलं, 'वहिनी, तुला पोहता येतं?' मी 'हो' म्हणताच तो म्हणाला, 'चल तर मग. पाहू या कोण पहिलं पलीकडच्या काठाला जातं ते." मी एका पायावर तयार झाले. म्हटलं, 'चल.' तळं तसं बरंच मोठं होतं. आम्ही दोघं बरोबरच पाण्यात उतरलो. तो मध्यावर जाईपर्यंतच दमला आणि मी एका झटक्यात ह्या काठापासून त्या काठापर्यंत गेले. घाटावर आंघोळ करणारे हे पाहून आश्चर्यचकित झाले. म्हणाले, 'बाप रे! कोण म्हणतं की शहरातल्या मुलींना काही येत नाही म्हणून!' काहींच्या मते, असं तळं पोहून जाताना त्यांनी ह्या आधी कुणालाच पाहिलं नव्हतं. त्यातले काही आमच्या घरी येऊन माझ्याशी बोललेसुद्धा.

गावातले लोक माझं वागणं पाहून सासऱ्यांना म्हणायचे, 'काय हो, ही तुमची सून आहे की मुलगी?' सासरे विचारायचे, 'का? काय झालं?' तर ते म्हणायचे, 'सासरा समोर बसलाय आणि ही डोक्यावरून पदर न घेता काम करतेय.' सासरे म्हणायचे, 'त्यात काय झालं! ती माझी सून नाहीच, मुलगी आहे. मीच तिला डोक्यावरून पदर घ्यायचा नाही म्हणून सांगितलंय.' सासऱ्यांनी मला खरंच सांगितलं होतं की त्यांच्यासमोर मी डोक्यावरून पदर घ्यायची गरज नाही. 'आपल्या मोठ्या दिरासमोर मात्र घे आणि गावातल्या लोकांसमोर घेतलेला बरा कारण हे गाव आहे. इथं अशा गोष्टींकडे लोकांचं लक्ष असतं.' शहरातल्या मुलीला काही काम येत की नाही हे बघायला गावातले लोक यायचे तेव्हा माझे सासरे त्यांना मुद्दाम सांगायचे की माझी सून फार छान स्वयंपाक करते. सासूबाई म्हणायच्या की घरातलं सगळं काम तिला येतं. आल्यापासून सगळं काम तीच करते. माझ्या थोरल्या चुलत सासूबाई म्हणायच्या, 'तिचा स्वभावही चांगला आहे.' सासरच्या सगळ्यांनाच मी आवडले होते. सगळ्यांचाच माझ्यावर जीव होता.

माझ्या सासऱ्यांचं एक दुमजली, छानसं घर होतं. घराला मोठं अंगण होतं. शिवाय एवढी शेती होती की वर्षभर तांदूळ विकत घ्यावा लागायचा नाही, शेतातल्या तांदळावरच भागायचं. मी सगळ्यांच्या आधी उठायची. झाडझूड, पोतेरं, भांडी घासणं उरकून चहा करायची. मी चहा टाकला की सगळे उठून तोंड धुवायला लागायचे. माझा दीर म्हणायचा की तू इथं येण्याआधी आम्हाला सकाळी चहा कधीच मिळायचा नाही. माझे दीर मला गावीच राहावं म्हणून आग्रह करायचे. त्यांचा आग्रह पाहिला की मी विचार करायला लागायची की मला अशा ठिकाणी राहणं जमेल! मला गावी येऊन बरेच दिवस झाले होते म्हणून 'मला इथं नाही राहता यायचं'असं स्वच्छपणे सांगायला माझं मन धजत नव्हतं. माझी बहीण कंटाळली होती. ती सारखं विचारायची, 'ए दीदी, घरी कधी जायचं? जाऊ या आता. इथं कंटाळा आलाय.' मी उगाचच काहीबाही सांगून हसायची आणि म्हणायची, 'लवकर जाऊ या हं!'

माझ्या मुलाचं इथं खूप कोडकौतुक होत होतं. माझ्या सासूबाई त्याला अजिबात मातीत खेळू द्यायच्या नाहीत. मला मुलगा असल्यानं सगळ्यांचा माझ्यावर जास्तच लोभ होता. खरं तर घरात एक माझ्यापेक्षा मोठी सून होती. पण तिला माझ्याइतकं प्रेम मिळत नव्हतं. घरातली माणसं तिच्याशी आणि तिच्या नवऱ्याशी धड बोलायचीसुद्धा नाहीत. त्यांची भांडणंही बरीच होती. ते त्याच घरात वेगळे राहत होते. मी ह्याकडे लक्ष नाही द्यायची. मला सगळे सारखेच होते. आणि मी ठरवून टाकलं होतं की सगळ्यांशी मिळून मिसळून राह्यचं, सगळ्यांशी बोलायचं. त्या दोघांशी मी बोलायची, हे घरच्या बाकीच्या लोकांना आवडत नसावं. त्या घरात कुणीच कुणाशी धड बोलत

नाहीत, असं ऐकलं होतं. मी फक्त ऐकायची, काही बोलायची नाही. घरातली भांडणं बहुतेक वेळा जमिनीवरून होत. माझ्या मोठ्या दिराला शेती सोडून दुसरं काहीच काम नव्हतं. त्याचं म्हणणं होतं की मी वेगळा राहतो तर माझ्या वाट्याची जमीन मला देऊन टाका. माझे सासरे म्हणत की मी जिवंत आहे आणि मी जिवंत आहे तोपर्यंत जमिनीच्या वाटण्या होणार नाहीत. सध्या सगळी जमीन माझी आहे. त्यांचं आपलं हे एकच म्हणणं होतं. ते कुणाचंच ऐकायचे नाहीत. घर चालवण्यासाठी माझी मोठी जाऊ लाह्या भाजून विकायची. तिचे कष्ट पाहून मला बरं नाही वाटायचं. मी तिथं असतानाच, एके दिवशी, माझ्या समोरच सासऱ्यांचं आणि मोठ्या दिरांचं भांडणं झालं. मुलानं बापावर हात उचलला. मी फक्त बघत राहिले. बोलले काहीच नाही. पण ह्या गोष्टीमुळे माझ्या मनातून ते घर उतरलं. त्या प्रसंगानंतर दोन दिवसांनी मी सासऱ्यांना म्हटलं की मला परत माझ्या घरी पोहोचवा. कारण माझी बहीण परत जाण्यासाठी हट्ट करतेय. माझ्या थोरल्या सासूबाईंनाही माझं म्हणणं पटलं. त्या म्हणाल्या, 'तिथं तो एकटाच आहे. त्याचं जेवणखाण कोण बघणार! सूनबाईला पोहोचवून दिलेलं बरं!' सासरे म्हणाले, 'जरा विचार तर करा. नव्या सुनेला घेऊन आलोय. तिला काय तसंच पाठवून द्यायचं! कपडेबिपडे नको घ्यायला? नाहीतर तिचे आईवडील काय म्हणतील!' मी म्हटलं, 'माझे आईवडील अशा गोष्टीत नाही पडत. ते कशाला पाह्यला येताहेत! सोडून द्या हे सगळं.'

आज जाऊ, उद्या जाऊ करता करता एक महिना व्हायला आला. त्या लोकांना हे बरंच वाटत होतं! स्वयंपाकापासून घरातील सगळी कामं मीच करायची. घरातले बाकी सगळे शेतावर जायचे आणि तिन्हीसांजेला परत यायचे. स्वयंपाक तयार असायचाच. आंघोळ उरकून पानावरच बसायचे.

एके दिवशी माझी बहीण माझ्या दिराला म्हणाली, 'अनिलदा, चला ना डोंगरावर जाऊ या.' अनिलनं विचारलं, 'डोंगरावर चढशील?' ती म्हणाली, 'जाऊ या तर खरं!' अनिल मला म्हणाला, 'चल ना वहिनी!' मी म्हटलं, 'मी एवढी चालेन?' तो म्हणाला, 'हो. हो. चल ना!' तो डोंगर तर अगदी जवळ वाटत होता. पण आम्ही चालायला सुरुवात केल्यावर तो मागे मागे सरकायला लागला. आणि एवढा उंच होता की एक मैल तरी चढावं लागेल असं वाटत होतं. माझ्या कडेवर मूल होतं. त्याला अनिलनं घेतलं. त्याला वाटलं असावं की आम्ही दोघी डोंगरावर चढू शकणार नाही. पण आम्ही भराभर चढलो. वर पोहोचलो असू नसू तेवढ्यात अनिलनं काय पाहिलं कोण जाणे! तो ओरडला, 'वहिनी, भरकन खाली उतरा. लवकर.' त्याच्या ओरडण्यावरून तो कुणालातरी पाहून घाबरलाय असं वाटलं. मग आम्ही पडण्याचीसुद्धा फिकीर न करता धावत-पळत खाली उतरलो. त्याचा अवतार पाहून मीही घाबरल्यासारखी झाले होते. मी बहिणीला म्हटलं, 'लवकर चल!'

खाली रस्त्यावर आल्यावर अनिल हसायला लागला. मी विचारलं, 'काय झालं इतकं हसायला?' तो म्हणाला, 'तुम्ही वानराला भिता?' मी म्हटलं, 'अच्छा! डोंगरावर वानर पाह्यलंस वाटतं.' तो 'हो' म्हणताच मी म्हटलं, 'बाप रे! वानराला पाहून एवढा घाबरलास! मला धड काही पाहताही आलं नाही. वरून घरं कशी दिसतात ते पाह्यचं होतं. लहानपणी आम्ही डलहौसीला राहत होतो. तिथं दाराशी यायची वानरं. पण आम्हाला कधीच भीती वाटली नाही.' आम्ही घरी येताच सगळे विचारायला लागले की सूनबाई डोंगरावर चढली की नाही? अनिल म्हणाला, 'हो ना! मलाही वाटलं होतं की वहिनी नाही चढणार म्हणून. पण हिनं तर मलाही मागं टाकलं.' शहरातल्या बुद्दू मुलीसुद्धा गावातल्या मुलींपेक्षा चपळ असतात, ह्याचं त्या सर्वांना खूप नवल वाटलं. माझ्या थोरल्या सासूबाई म्हणाल्या, 'ही मनहरच्या मुलाची बायको न वाटता मनहरची मुलगीच वाटते.' मनहर म्हणजे माझे सासरे.

तिथल्याप्रमाणे मोकळी जागा ह्या आधी मी कधीच पाहिली नव्हती. मीठ घ्यायलासुद्धा अर्धा मैल चालत जावं लागायचं. मी तशी खेडेगावं पाहिली होती पण ह्या गावासारखं गाव पाहिलं नव्हतं. माझ्या दीदीच्या सासऱ्यांचं घरही एका गावातच होतं. पण तेही गाव असं नव्हतं. अशा ठिकाणी मी एक महिना घालवला, ही आश्चर्याचीच गोष्ट होती. सुरुवातीला मी इतके दिवस तिथं राहीन असं मला वाटलं नव्हतं. पण हळूहळू जमलं. एवढंच नाही तर लाकडाच्या चुलीवर स्वयंपाकही करता यायला लागला. तिथं राहून मला शेतातलं काम आणि मुडि भाजणं मात्र जमलं नाही. ही दोन कामं मी शिकले असते तर माझे सासू-सासरे आणखीनच खूष झाले असते. पण तशी संधीच मिळाली नाही.

आज निघू, उद्या निघू करता करता माझा तिथून निघण्याचा दिवस उजाडला. मला पोहोचवायला ह्या वेळी माझ्या सासऱ्यांऐवजी अनिल आला. इकडे आल्यावर पाहते तर रस्त्याच्या कडेचं आमचं घर नव्हतं. संध्यादीचं पण नव्हतं. त्या जागी नवी घरं बांधली होती. आधी रोड घरासमोर होता. आता तो घरामागे वीस हातांवर होता. संध्यादीचं आणि आमचं घर आता एकमेकांना लागून होतं. एकच अंगण. एकच व्हरांडा. मध्ये फक्त पार्टिशन. अंगण खूप लहान होतं. पण पहिल्यापेक्षा खूप चांगलं. ह्या घरातून षष्टीचं सगळं घर व्यवस्थित दिसायचं. त्या तिघी बहिणी होत्या. मोठी शीतला आणि मधली टुसु. शीतलाला तीन मुली होत्या. षष्टीचं खरं नाव प्रतिमा होतं. त्या सगळ्यांना मी आवडत असले तरी माझं जास्त षष्टीशी पटायचं. मी त्यांच्या घरी गेलेलं शंकरला आवडत नव्हतं, तरी मी त्याचं ऐकायची नाही. त्यांच्यात काही वाईट दिसत नसताना मी त्यांच्याकडे जायचं नाही, असं का, ते मला कळत नव्हतं. त्या तिघी बहिणींची लग्नं झाली होती. पण त्यातली कुणीच सासरी राहत नव्हती. सुरुवातीला षष्टीचा नवरा तिला इथं राहू देत नव्हता.

आपल्याबरोबरच घेऊन जायचा. षष्टीचा मोठा मेहुणा डी.एस.पी.त होता. षष्टीला एक मुलगाही होता. तो माझ्या मुलापेक्षा महिन्यानं मोठा होता. षष्टीचे वडीलही आपल्या बायको मुलींबरोबर राहत नव्हते. षष्टी उजळ होती, सुंदर होती पण तिला एक डोळा नव्हता. मला त्याचं खूप वाईट वाटायचं. त्या बहिणींचं बोलणं मला आवडायचं. लहानथोर कुणीही त्यांच्याकडे गेलं तर त्या त्याला 'बस' म्हणत, त्याची विचारपूस करत. एके दिवशी संध्यादीला मी विचारलं, 'माझा नवरा मला षष्टीच्या घरी का जाऊ देत नाही?' ती म्हणाली, 'तुला नाही समजायचं.' पण मी तिच्यापाशी हट्टच धरला. तेव्हा ती म्हणाली, 'लग्न झाल्यावरही त्या आपल्या बापाच्या घरी राहताहेत. हे पाहतेस ना तू?' मी म्हटलं, 'बस! एवढ्यावरून त्यांना वाईट समजायचं?' 'मग ऐकच. षष्टीच्या मोठ्या बहिणीचं लग्न झालं तेव्हा तिच्या नवऱ्यानं तिचं ऐकून आपल्या सासूलाही आपल्या घरी बोलावून घेतलं. काही दिवसांनी षष्टी आणि मधली पण मेहुण्याकडे गेल्या आणि तिथंच राहिल्या. जावई सासूला आईसारखं मानायचा आणि मेहुण्यांना बहिणींसारखं. त्यानं त्या दोघींची लग्नही करून दिली. मधली सासरी राहिली नाही. तिचा थोरला दीर वारला तेव्हा दोन संसारांचं ओझं तिला झेपेना. वहिनीचे आणि दिराचे संबंधही तिला सहन झाले नाहीत. भांडणतंट्याचा काही उपयोग होत नाही असं दिसताच ती आईकडे परत आली. तेव्हापासून ती इथंच आहे. षष्टीचं लग्न ज्याच्याशी झालं होतं त्याची पहिली बायको वारली होती. तिला एक मुलगा होता. षष्टी मुलाला सांभाळेल म्हणून त्यानं दुसरं लग्न केलं होतं. काही दिवसांनी तो कुठंतरी कामाला निघून गेला. षष्टी त्याला पत्र पाठवायची पण उत्तर कधीमधीच यायचं. काही दिवसांनी तो परत आला. एक वर्ष राहिला आणि एके दिवशी अचानक षष्टीला तिच्या आईपाशी सोडून निघून गेला. जाताना 'थोड्या दिवसांनी तिला घेऊन जाईन,'' असं सांगून गेला. तेव्हा षष्टीला दिवस गेले होते. तिला तशा स्थितीत सोडून तो गेला ते आजतागायत परत आला नाही.' हे ऐकून माझ्या मनात आलं की ह्यात ह्या बहिणींचा काय अपराध?

माझा नवरा मला त्यांच्याकडे जाऊ देत नाही हे ठाऊक असूनही मी तो घरात नसताना, त्याचा डोळा चुकवून त्यांच्याकडे जायची. का नाही जायचं मी? मला तर काही वाईट दिसत नव्हतं. त्यांना मी आवडत होते. माझ्या मुलावर त्यांचा किती जीव होता! षष्टी आणि तिची आई खूप व्रत-वैकल्य करायच्या. षष्टीच्या अंगात देवीही यायची वाटतं! मला वाटायचं की त्या वाईट असत्या तर त्यांच्या घरात देवी कशी आली असती!

एके दिवशी दुपारी मी त्यांच्याकडे गेले आणि माझा नवरा घरी आला. षष्टीची आई म्हणाली, 'ए, तो बघ शंकर आलाय. जा. जा. घरी जा.' त्यानं मला पाहिलं होतं. तेव्हा तो काहीतरी बोलणार हे मला ठाऊक होतं. मुलाला कडेवर घेऊन मी

भीतभीतच घरात शिरले. तो काही बोलला नाही. त्यानं माझे केस धरले आणि मला लाथाबुक्क्यांनी मारायला लागला. वरती ओरडायला लागला, 'साले, तुला तिथं जाऊ नको म्हणून सांगितलंय, तरी जातेस!' शिव्या देत तो मला बदडत होता. तो मारत होता आणि रस्त्यावरून जाणारे उभे राहून मजा बघत होते. कुणी त्याला अडवलं नाही. मी खाली पडून गुपचूप मार खात होते आणि माझं पोर किंचाळून आजूबाजूच्या लोकांना बोलावत होतं. एवढा मार खाऊनही मी षष्टीकडे जाणं सोडलं नाही.

आमच्या वस्तीतले लोक षष्टीबद्दल वाटेल ते बोलायचे. पण त्याचं कारण मला ठाऊक नव्हतं. ते लोक षष्टीच्या घरी कधी जायचे नाहीत किंवा त्यांच्यात मिसळायचे नाहीत. लोक म्हणायचे की त्या घरी बाहेरचे लोक येतात. बस! एवढ्यावरून त्या घरातल्या बायकांना ते वाईट ठरवायचे. पण षष्टीकडे बायकासुद्धा जायच्या. मी त्यांना वाईट मानत नव्हते. कारण त्याही माझ्यासारख्या बाईमाणूस होत्या. एक बाई असून दुसऱ्या बाईला वाईट म्हणणं माझ्याच्यानं होत नव्हतं, कधी होणारही नाही. आमच्या भागातल्या एका कमिटिचा लीडर प्रदीप हाही षष्टीकडे जायचा हे मला ठाऊक होतं. पण तो त्यांच्याकडे जात असूनही लोक त्याला मान द्यायचे. मग त्या घरातल्या बायकांना का नावं ठेवायची? आमच्या वस्तीतल्या लोकांना विचारावंसं वाटायचं की त्या बायका वाईट आहेत तर मग तुमचा हा लीडर कसा चांगला? तो तर त्यांच्याकडे जातो. पण माझी ही इच्छा माझ्या मनातच राहिली. मी षष्टीच्या घरी जायची. त्यामुळे आमच्या वस्तीतील लोक मलाही त्यांच्यासारखंच समजायला लागले असावेत. आमच्या वस्तीतल्या लोकांचं असंच होतं. सगळा वेळ ते कुणाची बायको कुणाशी बोलते, कुणाचं लग्न कुणाशी झालं, कोण कुणावर प्रेम करतं, कुणाची मुलगी कुणाबरोबर पळून गेली ह्याबद्दल बोलायचे. स्वत:च्या घरी काय चाललंय ह्याकडे त्याचं लक्ष नसायचं. आणखी एक गोष्ट माझ्या लक्षात आली होती. ह्या लोकांना कुणी चांगलं खाल्लेलं, कुणी चांगले कपडे घातलेले सहन व्हायचं नाही. त्यांना अशांचा मत्सर वाटायचा. हे सगळं मला मुळीच आवडायचं नाही. कारण प्रत्येकजण स्वत:ला आवडतं तसं करतो, असं माझं मत होतं.

अशा तऱ्हेच्या वस्तीत राहिल्यावर कधी ना कधी अजितसारख्याशी माझी ओळख होणारच होती. अजित आमच्यासमोरच राह्यचा. आम्ही एकाच वस्तीत राहत असल्यानं तो मला वहिनी म्हणायचा. तो आमच्याशी छान मिळूनमिसळून राह्यचा आणि सतत थट्टामस्करी करायचा. माझ्या मुलाला घ्यायचा, दुकानातून त्याला एवढंतेवढं घेऊन द्यायचा. मुलांचे लाड सगळेच करतात म्हणून मी त्याच्या अशा वागण्याकडे लक्ष द्यायची नाही. पण हळूहळू हे सगळं फारच होतंय, असं माझ्या लक्षात आलं. त्याच्या मनात काय आहे, ते मी ओळखलं. 'माझ्या मुलाला असं

सारखं घेऊन देऊ नकोस. लोकांत बरं दिसत नाही,' असं मी त्याला सांगायला लागले. ह्यावर त्याचं म्हणणं असं की लोकांशी मला काय करायचंय. मला जो आवडतो तो आवडतोच. 'माझ्याशी असं बोलत जाऊ नकोस. माझ्या घरात आवडत नाही.' पण माझं ऐकण्याऐवजी त्यानं मला आणखीनच सतवायला सुरुवात केली. मी त्याच्यापासून दूर राह्यची, त्याच्याशी बोलायची नाही. तरी तो बळेबळेच मला भेटायला यायचा. त्याची घरी येण्याची वेळ झाली की मी शेजारी कुठंतरी जाऊन बसायची. तो इकडेतिकडे शोधायचा आणि मी कोणाकडे गेलेय ते शोधून तिथं हजर व्हायचा. मी कुठंही असले तरी हा तिथं हजर. वस्तीतले लोक त्याच्यावरून माझ्यावर संशय घ्यायला लागले. माझी काही चूक नसताना, त्याच्यामुळे मला घरी मार खावा लागायचा. मी नवऱ्याला विचारायची, 'तुम्ही आधी त्याला का नाही बोलत? तो सुरुवातीला तुमच्याकडेच तर यायचा. तेव्हा तुम्हाला काही वाटत नव्हतं.'

तो अजित मागे लागल्यानं, लोक मलाही वाईट चालीची समजायला लागले होते, नवराही मला मारझोड करत होता. मग माझ्यानं गप्प बसवेना. मीही नवऱ्याला उलट उत्तरं द्यायला लागले. माझा नवरा रात्री मला पुन्हा पुन्हा सतवायचा. रागानं मी त्याचं ऐकलं नाही की शिव्या द्यायला लागायचा. मग चिडून मीही काहीतरी बोलल्याशिवाय राहायची नाही. त्याचं गलिच्छ बोलणं माझ्या मनाला फार लागायचं. वाटायचं की आताच्या आता ह्या घरातून निघून जावं. सकाळी ही गोष्ट मी त्याला सांगायची आणि खरोखरच माहेरी निघून जायची. पण दोन तीन दिवसांनी बाबा मला परत आणून सोडायचे. एके दिवशी बाबांनी अजितला माझ्या घरापाशी घुटमळताना पाहिलं. त्यांनी त्याला बोलावून घेतलं. ते म्हणाले, 'बेटा, हे काय चाललंय. माझं ऐक. इकडे येत जाऊ नकोस. तुझ्यामुळे एक पोर मार खाते. हे पाहून तुला बरं वाटतं का?' अजित मान खाली घालून म्हणाला, 'काका, बेबी तर आधीपासूनच मार खातेय. तेव्हा काय माझ्यामुळे तिला मारत बसत होता?' बाबा म्हणाले, 'बेटा, मला कळतंय. दोष तुझा नाही आणि तिचाही नाही. तिच्या नशिबी काय आहे कोण जाणे! हा साला असा असेल असं वाटलं नव्हतं. तेव्हा तर अगदी साधासरळ वाटला होता. तरीही बेटा, सांगतो ते ऐक. बेबीपासून दूर राहा.' बाबा अजितला समजावून सांगून निघून गेले. ते मला न भेटता का गेले, हा प्रश्न मला नंतर पडला.

माझ्या वस्तीतल्या लोकांनी अजितच्या वडिलांना ताकीद दिली की अजितनं बेबीकडे जाता कामा नये. तिच्या मुलाचं कोडकौतुक करायची गरज नाही. त्यांनी आपल्या मुलावर लक्ष ठेवावं. अजितच्या वडिलांनी त्याला चांगलं फटकारलं. पण दोन-तीन दिवसांनी तो पुन्हा मूळ पदावर आला. मी तर त्याच्या सावलीलासुद्धा उभी राहत नव्हते. तो जिथं असेल, तिथं माझं काम असेल तरी जात नव्हते. पण तो

माझी छेड काढायची संधी शोधतच फिरत असायचा. मी त्याला अशी संधी मिळू द्यायची नाही. मी कुठं निघाले तर तो माझ्या आधीच माझ्या रस्त्यावर माझी वाट पाहत उभा असायचा. मग मला त्याचा भयंकर राग यायचा. लोकांनी त्याला असं वाट पाहत उभं राहिलेलं पाहिलं, तर माझा काही संबंध नसताना ते मलाच नावं ठेवणार ना! मग मी त्याला तोंडाला येईल ते बोलायची. तरी तो कुत्र्यासारखा माझ्या मागे यायचा. मी त्यालाच नाही तर त्याच्या आईवडिलांनासुद्धा शिव्या द्यायला कमी करायची नाही. पण त्या निर्लज्जावर काही परिणाम व्हायचा नाही.

एके दिवशी षष्टीनं आणि तिच्या आईनं अजितला घरी बोलावलं. त्या त्याला म्हणाल्या, 'काय रे, तिच्या मागे का लागतोस? दिसत नाही तिला किती मार खावा लागतो ते? ती तुझ्याशी बोलत नाही मग तू कशाला तिच्या भोवती घिरट्या घालतोस रे?' अजित म्हणाला, 'षष्टी, ती मला किती आवडते ह्याची तुला कल्पनाही नाही यायची!' 'तू तिच्यावर कसं काय प्रेम करतोस? तिला नवरा आहे, मूल आहे.' अजितनं उत्तर दिलं, 'मूल असलं म्हणून काय झालं? मी तिच्यावर प्रेम करतो. तिच्याशी बोलायला मला आवडतं. ती मला आवडते.'

दुसऱ्या दिवशी षष्टीनं मला अजितशी झालेलं सगळं बोलणं सांगितलं. मी म्हटलं, 'तो माझ्यावर प्रेम करतो! आपल्या प्रेयसीला कुणी बदडतंय आणि हा आपला बघतोय, हेच का त्याचं प्रेम? ह्यालाच म्हणायचं प्रेम? प्रेम कशाला म्हणतात हे तरी त्याला ठाऊक आहे का? तो माझ्यावर खरंच प्रेम करतो की प्रेमाच्या नावाखाली आणखी काही? त्या मागे दुसरं काही असेल तर मला त्याचा तिरस्कार वाटतो. त्याच्या तोंडावर थुंकते मी. षष्टी, तू त्याला चांगली समज दे. माझ्यामागे लागू नको म्हणावं आणि माझं विचारशील तर मी त्याच्या सावलीलासुद्धा उभी राहत नाही.'

अजितचा निर्लज्जपणा दिवसेंदिवस कमी होण्याऐवजी वाढायलाच लागला. आता तर वस्तीतले लोकच त्याला समजवायला आणि धमकवायला लागले. पण त्याच्यावर कशाचाच परिणाम झाला नाही. मग लोकांनी त्याला मारझोड करायला सुरुवात केली. ह्या प्रकरणाबद्दल लोक आपापसात काहीबाही बोलायचे. बरेच लोक 'काय झालं?', 'काय झालं?' करत तिथं गोळा व्हायचे. ज्यांना कधी काही ठाऊक नव्हतं, त्यांनाही सगळं कळलं. कुणी म्हणायचं की ह्यात त्या मुलाचाच दोष आहे, मुलीचा अजिबात नाही. कुणी सुचवायचे की मुलीला बोलावून विचारा, तर काहींच्या म्हणण्याप्रमाणे त्यांनी आम्हा दोघांना एकत्र पाहिलं होतं. पण काहींच्या मते मुलगी तशी नव्हती. मग दुसरे विचारायचे की मुलगी तशी नाही हे तुम्हाला कसं माहीत?

बाहेर हे असं बोलणं चालायचं आणि मी दार बंद करून घरात रडत बसायची. मला हे सगळं अजिबात आवडायचं नाही. कधी कधी तर ह्यात आपलीच चूक

असावी असंही वाटायचं. लोक संध्याकाळ झाली तरी ह्याच प्रकरणाची चर्चा करत राह्यचे आणि दुसऱ्या दिवशी कुणालाही तोंड कसं दाखवावं हा प्रश्न मला पडायचा. कारण सकाळीच मला नळावर पाणी भरण्यासाठी जावं लागायचं. तिथं आमच्या वस्तीतल्या सगळ्या बायका-मुली यायच्या. मला पाहून त्यांच्या मनात माझ्याबद्दल काय वाईटसाईट येत असेल कोण जाणे! शरमेनं मला घराबाहेर पडायला नको वाटायचं. पण काय करणार! घराबाहेर पडण्याशिवाय इलाज नव्हता. ह्या गोष्टीमुळे इथं भांडणतंटे होतात, मलाही हे बरं वाटत नाही तर इथं राह्यचंच कशाला असं माझ्या मनात यायचं. असा विचार करता करताच दिवस सरायचा. त्या वेळी माझा मुलगा तीन वर्षांचा होता आणि मला पुन्हा चार महिने झाले होते. त्यामुळे माझ्या काळजीत आणखीनच भर पडली होती. ह्या भांडणतंट्यात आणि मारझोडीत एक मूल सांभाळणंच कठीण होतं. त्यात आणखी एकाची भर पडली तर करायचं काय? जायचं कुठं?

एके दिवशी आमच्या वस्तीतल्या मुलांनी घरोघरी जाऊन एक-एक, दोन-दोन रुपये गोळा केले आणि सिनेमा दाखवण्यासाठी व्हिडिओ आणला. सगळ्यांचं पाहून मीही वर्गणी दिली. त्या वेळी सिनेमा, जात्रा[११] ह्यांचं मला फार वेड होतं. सिनेमा बघायला जायचं म्हणून मी घरातलं सगळं काम संध्याकाळीच आवरून घेतलं. नवरा घरी येताच मी त्याला जेवायला वाढू का म्हणून विचारलं पण त्यानं 'नको' म्हटलं. त्याच्या 'नको', 'नको' करण्यात बराच वेळ गेला. मी म्हटलं, 'जेवून घ्या. मी जरा व्हिडिओ पाह्यला जाणारेय.' 'नाही. काही गरज नाही. काही जायचं नाही.' 'का? मी गेले तर काय होतं? आजूबाजूचे सगळे जाणारेत. मीही जरा जाते आणि लगेच येते.' पण तो काही मला परवानगी देईना. रागानं मी थोडी तणतणले आणि मग गप्प बसले. सकाळी मुली रात्रीच्या सिनेमाबद्दलच बोलत होत्या. सिनेमा खूप छान होता म्हणे! रजनीनं मला विचारलं, 'वहिनी, तू नाही आलीस? किती छान होता सिनेमा!' त्यांचं बोलणं ऐकून मला रागही आला आणि वाईटही वाटलं. मी मनातल्या मनात म्हटलं, 'देवा रे! माझ्या आयुष्यात सुख शांती नावालासुद्धा नाही का? अशी पण घरं आहेत ना की जिथं नवरा-बायकोत किती सलोखा आहे! असे संसार किती सुंदर! किती सुखात असतील ते लोक! माझं आयुष्य असंच जाणार का?' पण देवानं माझं ऐकलं नाही. एके दिवशी पाहते तर अजित पुन्हा आमच्या घराभोवती घिरट्या घालतोय! त्याला पाहताच मी घरातच शिरले. दुसऱ्या दिवशी नळावरून बादली भरून आणत होते तर हा समोर. आम्हाला दोघांना माझ्या नवऱ्यानंही पाहिलं होतं. मी बादली घरात ठेवते ना ठेवते तोच नवऱ्यानं विचारलं, 'तू त्याच्याशी बोलत होतीस?' मी म्हटलं, 'मी जाते असं पाहून लोक त्याला रस्त्यानं जाण्याची बंदी करतील? रस्त्यानं तो जातोय की आणखी कुणी, हे

पाहण्याची मला गरजच काय? तुम्ही घरातले. तुम्हीच असा संशय घेतला, असं वाईटसाईट मनात आणलं तर बाकीच्या लोकांबद्दल बोलायलाच नको!'

ह्या नंतर एके दिवशी षष्टीच्या आईनं मला बोलावलं म्हणून मी त्यांच्या घरी गेले तर माझा नवराही माझ्या पाठोपाठ तिथं आला. त्यानं काहीही न बोलता वाटेत पडलेला एक दगड उचलला आणि इतक्या जोरात माझ्या डोक्यात मारला की डोकं फुटून रक्त वाहायला लागलं. मी काहीही हालचाल न करता गप्प उभी राहिले. षष्टीची आई माझ्या नवऱ्याला शिव्या देता देताच म्हणाली, 'काय रे, इथं कुणी पुरुषमाणूस आहे का की तू तिला असं मारावंस? इथं आम्ही सगळ्या बायका राहतो आणि तीही बाईच आहे ना? ती नुसती येऊन उभी राहिली तर तू तिचं डोकं फोडलंस!' षष्टीची आई मला म्हणाली, 'बाई ग, तू म्हणूनच त्याच्या घरात नांदतेस, दुसरी कुणी असती तर केव्हाच पळाली असती!' मुलाला कडेवर घेऊन मी घरात आले आणि नवऱ्याला फक्त इतकंच विचारलं, 'असं मारायला मी केलं तरी काय?' मी एवढं विचारायचाच अवकाश त्यानं एक भलं मोठं दांडकं उचललं आणि माझ्या पाठीमागच्या बाजूला जोरानं मारलं. त्यानंतर काही क्षणातच माझ्या पोटात खूप दुखायला लागलं. संध्याकाळपर्यंत ते दुखणं माझ्या सोसण्यापलीकडे गेलं. मी मा-बाबांचं नाव घेऊन ओरडायला लागले. इतकं दुखत होतं की मला उठता येत नव्हतं, खाववत नव्हतं की झोपवत नव्हतं. रात्रभर मी अशीच मोठ्यानं विव्हळत होते. माझा नवरा मात्र आरामात झोपला होता. सारख्या सारख्या त्याला हाका मारल्या पण 'हूं' सोडून त्याच्या तोंडून शब्द निघाला नाही. मग मी किंचाळले, 'अहो, मरेन मी आता. कुणाला तरी बोलवा ना! आता मला अजिबात सहन होत नाही. मूल होतानाही मला इतका त्रास झाला नव्हता. लवकर कुणाला तरी बोलवा.' तो म्हणाला, 'रात्री वेळी-अवेळी कुणाला बोलवणं मला नाही जमणार.'

तेव्हा मीच माझ्या मुलाला सोबत घेऊन उठले. ओटीपोट हातात धरून 'आई गऽऽ बाप रेऽऽ करत करत, समोर राहणाऱ्या महादेवकडे गेले आणि त्याला म्हटलं, 'दादा, माझ्या दादाकडे जाल का हो? माझ्या पोटात फार दुखतंय. मला आता सोसवत नाही. मी नाही आता जगणार! जरा जा ना हो दादाकडे.' तो म्हणाला, 'पण तुमचा दादा कुठं राहतो ते मला माहीत नाही.' मी म्हटलं, 'माझ्या मुलाला घेऊन जा. तो दाखवेल तुम्हाला.' माझी स्थिती पाहून तो बिचारा माझ्या मुलाचा हात धरून निघाला. दादाच्याकडे गेल्यावर तो दादाला म्हणाला, 'तुमच्या बहिणीला काय झालंय? पोटात खूप दुखतंय तिच्या. चला. लवकर चला.' दादानं विचारलं, 'शंकर काय करतोय?' महादेव म्हणाला, 'तो कसलं काय करतोय! ढाराढूर झोपलाय.' दादा आला आणि त्यानं मला घरातल्या हातगाडीवर घालून नेलं. तेव्हा रात्रीचे दोन वाजले होते. कुठला दवाखाना उघडा असणं शक्यच नव्हतं.

दादानं पुरं दुर्गापूर पालथं घातलं पण कुणी डॉक्टर मिळाला नाही. शेवटी त्यानं मला त्याच्या घरी नेलं. माझ्या वहिनीनं तेलानं पोट चोळलं. पण दुखणं काही कमी होईना. माझं इतकं दुखत होतं की वहिनीला ओरबाडावंसं वाटत होतं. एवढ्या रात्री वहिनीनं कुठूनतरी मंतरलेलं पाणी आणलं. पण त्याचाही काही उपयोग झाला नाही. मग दादानं त्याच्या एका मित्राला बोलावून आणलं. त्याचं नाव होतं सचिन. त्यानं माझं पोट चाचपडून पाहिलं. आणि मग दादाला बाहेर घेऊन गेला. काही वेळानं दादानं वहिनीलाही बाहेर बोलावून नेलं. वहिनी परत आत आली आणि तिनं मला विचारलं, 'किती दिवसांत तुला पाळी आली नाही?' मी 'चार महिने' असं म्हणताच तिनं पुन्हा विचारलं, 'कुठं पडली बिडलीस का?' मी 'नाही' म्हणताच तिनं आश्चर्यानं विचारलं की 'मग तुझ्या पोटाला लागलं कसं?' मी म्हटलं, 'तुमच्या जावईबापूंनी मला मारलं. तेव्हापासूनच पोटात दुखायला लागलंय,'' वहिनी म्हणाली, 'तुझ्या पोटातलं मूल वाचणार नाही. पडणार आहे. त्याला धक्का लागलाय. सचिनदा जे औषध देतील त्याचे दोन-दोन थेंब दोन्ही डोळ्यांत घालायचे. पाच मिनिटांत काम होईल.'

पाच मिनिटाऐवजी पंधरा मिनिटं झाली तरी औषधाचा काही परिणाम होईना. मग मात्र सचिनदा घाबरला. तो दादाला म्हणाला, 'हिला ताबडतोब हॉस्पिटलमध्ये न्यायला हवं, नाहीतर ही वाचणार नाही. हिची तब्येत फारच बिघडलीय.' दादाही घाबरला. घाईघाईनं तो मला नेण्याच्या तयारीला लागला. वहिनी मला आधार देऊन बसवतच होती इतक्यात माझ्या पोटातून काहीतरी बाहेर पडलं आणि मला चक्कर आली. मला तेव्हा बोलवतसुद्धा नव्हतं. दादाचे डोळे भीतीनं विस्फारले होते. मला सगळं दिसत होतं, ऐकू येत होतं पण तोंडातून शब्द निघत नव्हता. बऱ्याच वेळानं फक्त 'हूंऽऽ केलं. माझ्या दोन्ही बाजूला दादा आणि वहिनी उभे होते. सचिनदा म्हणाला, 'जे व्हायचं ते झालं. आता हिला दुसऱ्या बिछान्यावर झोपवा. माझ्या वहिनीला तो म्हणाला, 'थोडा गरम चहा द्या हिला.' मग त्यानं मला विचारलं, 'आता कसं वाटतंय?' त्या वेळी डोळे उघडून त्याच्याशी बोलावं असं मला मुळीच वाटत नव्हतं. तरीसुद्धा मी डोळे उघडले. पण बोलण्याऐवजी तोंडातून हूंऽऽऽ एवढंच बाहेर पडलं. मला दुसऱ्या बिछान्यावर झोपवलं. माझ्या पोटातून बाहेर पडलेली घाण, दादा आणि सचिन, जंगलात फेकून आले. भल्या पहाटे उठून घाण झालेलं अंथरूण धुण्यासाठी, हळूहळू चालत, मी वहिनीबरोबर त्यांच्या विहिरीवर गेले. माझ्या अंगात अजिबात जोर नव्हता. वहिनीनं विहिरीतून पाणी काढलं आणि मी हळूहळू कपडे धुतले.

सबंध दिवस असाच गेला. माझ्या नवऱ्यानं माझी काहीसुद्धा विचारपूस केली नाही. संध्याकाळी पाच वाजता त्यानं माझ्या मुलाला पाठवलं. मी तेव्हा झोपलेलीच

होते. माझा मुलगा म्हणाला, 'मा घरी चल.' माझा एवढासा मुलगा एका वस्तीतून दुसऱ्या वस्तीतल्या मामाच्या घरी आला. पण नवऱ्याला काही येता आलं नाही. आजूबाजूच्या लोकांना हे कळल्यावर ते म्हणायला लागले, 'आता पाठवतोय मुलाला! रात्री ही मेली असती तरी तिचा नवरा तिला बघायला आला नसता!' वहिनी म्हणाली, 'जा. तुझा सासरा आलाय.' मग मी माझ्या घरी आले. आल्यावर कळलं की थोरल्या दिरांच्या मुलीचं लग्न आहे म्हणून सासरे मला न्यायला आलेत.

मी जायचं ठरवलं. सासरी खाणंपिणं कसं का असेना, तिथं मला शांतता मिळायची. मागच्या वेळी नेलं होतं तसंच मला सासऱ्यांनी गावी नेलं. तिथं गावातले लोक नव्या नवरीला पाहायला यावं तसे पाहायला यायचे. ते माझ्याशी खूप बोलायचे. त्यांची बोली माझ्यापेक्षा वेगळी असल्यानं त्यांना माझं बोलणं आवडायचं. मी 'खेलाम'[२०] म्हणायची तर ते 'खालुम' म्हणायचे. मी 'गेच्छि'[२१] म्हणायची तर ते 'गेलुम'. मी लहान मुलाला किंवा मुलीला 'बाच्छा' किंवा 'शिशु' नाहीतर 'कचि बाच्छा' म्हणायची तर ते लहान मुलाला 'नुनु' आणि लहान मुलीला 'नुनि' म्हणायचे. त्यांची बोली आणि तिथलं वातावरण मला फार आवडायचं. माझ्या सासऱ्यांच्या सर्व मुलांची आता लग्नकार्य झाली होती. घरात काही सण, उत्सव किंवा कुणाचं लग्न असलं की मी तिथं जायची. तेव्हा माझ्या लक्षात यायचं की इतर सुनांपेक्षा मीच सगळ्यांची लाडकी होते. मी रात्री रोटी नाही खात, हे माझ्या सासऱ्यांना ठाऊक होतं. म्हणून त्यांनी घरात सांगून ठेवलं होतं की रात्री रोट्या केल्या तरी माझ्या तिसऱ्या नंबरच्या सुनेसाठी भात टाकायचाच. ते असंही म्हणत की दिवसातून तिला तीन वेळा भात मिळाला तर तिच्या दृष्टीनं ते चांगलंच. असं प्रेम-ममता मिळत असूनही प्रत्येक वेळी असं काही ना काही कारण निघायचंच की मला तिथं एक-दोन महिन्यांपेक्षा जास्त राहताच यायचं नाही आणि मग पुन्हा त्या भांडणतंट्यानं आणि ताणानं भरलेल्या घरी मला परत यावं लागायचं. सासरहून निघताना सगळ्यांच्या डोळ्यांत पाणी असायचं. त्यामुळे मुलीला माहेरहून निघताना जसं वाईट वाटतं तसं मला वाटायचं. आपलं माहेर सोडून मी कुठंतरी दूर चाललेय असं मला वाटायचं. पण कधी ना कधी तिथून परतावंच लागायचं. काही दिवस तिथं राहिल्यावर मलाच आपलं वाटायचं की माझे सासरे काही बडे नाहीत. पोटासाठी इथं प्रत्येकजण शेतात राबतो. मी मात्र बसून खाते. हे बरं का? पण त्यांना मदत करावी म्हटलं तरी मला शेतातलं काम कुठं येत होतं!

सासरहून परत आल्यावर एके दिवशी मा-बाबा दुर्गापूजेसाठी घेऊन जायला आले. पण हातातलं काम तसंच टाकून त्यांच्याबरोबर मी जाणार तरी कशी? मी नंतर येते म्हणून त्यांना सांगितलं. बाबांचं घर असं होतंच किती दूर! पायी जाता यायचं. बसनं गेलं तर तीन रुपये लागायचे. मा-बाबा सांगून गेले की नक्की ये.

आम्हाला परत इथं यायला लावू नकोस. जाता जाता बाबा हेही सांगायला विसरले नाहीत की त्यांनी आमच्यासाठी कपडे घेऊन ठेवलेत. दरवर्षी दुर्गापूजेला ते मला आणि माझ्या मुलांना कपडे घ्यायचे.

माझ्या वहिनीला, मा-बाबा, त्यांच्याबरोबरच घेऊन गेले. तिनं घरी गेल्यावर मा-बाबांना, मला माझ्या नवऱ्यानं कसं मारलं आणि माझा गर्भपात कसा झाले हे अगदी सविस्तर सांगितलं. ते ऐकून मा-बाबा भयंकर संतापले आणि मी जेव्हा त्यांच्याकडे गेले तेव्हा बाबा म्हणाले, 'आता तू इथंच राहा. परत जाऊच नकोस.' पण किती दिवस? मी, माझा दादा किंवा वहिनी त्यांच्याकडे फार म्हणजे सहा-सात दिवसांपेक्षा जास्त दिवस टिकणं शक्यच नव्हतं. त्याच्यापुढे भांडणं, ताण. मग राहणं कठीण. परत फिरावंच लागायचं. पण ह्या खेपेला मात्र मला परत जावंसं वाटत नव्हतं. 'मी परत जाणार नाही,' असं बाबांनाही सांगितलं.

बाबांकडे मी नाइलाजानं राहत होते. आता इथं येऊन जवळ जवळ मला महिना होत आला होता. दरम्यान माझ्या नवऱ्यानं माझी विचारपूससुद्धा केली नव्हती. मला माझ्या घरी जायचं नव्हतं. आणि माहेरीही दिवस काढणं कठीण होतं. मला हे सगळं जेव्हा अगदी सोसवेना तेव्हा मी बाबांना म्हटलं की मला आत्याकडे जायचंय. मी असं नुसतं म्हणताच बाबा तयार झाले. नंतर दोन दिवसांनी त्यांचा पगार होताच, तिकीट काढून त्यांनी मला आणि मुलाला बसमध्ये बसवून दिलं. दुर्गापूरहून जलंगीला जायचं होतं, आणि बाबांनी माझ्या हातात फक्त शंभर रुपये ठेवले होते. माझ्याजवळ माझे पैसे होते. पण ते त्याहीपेक्षा कमी होते. बसमधून उतरताच आधी मी मोठ्या आत्याकडे गेले. मोठी आत्या आता पहिल्यासारखी राहिली नव्हती. तिच्या केसांच्या जणू जटा झाल्या होत्या. तिला पाच मुलगे. तिचं घर मोठं होतं आणि पाचही मुलगे त्यांच्या लग्नांनंतर त्या घरातच वेगळे वेगळे राहत होते. ती स्वत: धाकट्याकडे राहत होती. पण तिला सगळी मुलं सारखीच होती. ज्याच्याकडे आधी स्वयंपाक होईल त्याच्याकडे ती जेवायची. मी सगळ्यांचीच लाडकी होते. मी जाताच सगळे विचारायला लागले, 'तू एकटीच आलीस? जावई नाही आले? तुला त्यांनी एकटं येऊच कसं दिलं?' मी सांगितलं की मी बाबांकडून आलेय. ह्याच्या बापाला मी इथं आल्याचं ठाऊकही नाही. आणि विचारलं, 'एकटीला काय येता येत नाही वाटतं?'' आत्याच्या एका सुनेनं विचारलं, 'जावयांना कळल्यावर ते काही बोलणार नाहीत?' मी म्हटलं, 'काय बोलेल! खूप आरडाओरड करेल, लोक जमवेल आणि जमलं तर मला मारेल. आणखी काय करेल! मला त्याच्याकडे राह्यचंच नाहीये.' आत्याचा मुलगा म्हणाला, 'म्हणजे मामानं न बघता-सवरताच लग्न करून दिलं वाटतं?' मी म्हटलं, 'हो. तसंच झालं. बाबा आहेतच तसे. म्हणायचे जे स्थळ येईल तिथं देऊन टाकेन. आणि केलंही तसंच. काही चौकशी

केली नाही. अचानक एके दिवशी मामा आला. म्हणाला, 'एक मुलगा आहे. देणार का मुलगी?' झालं! बाबा तयार झाले.' आत्याचा मोठा मुलगा म्हणाला, 'आता काय करणारेयस?' मी म्हटलं, 'मी त्याच्याकडे तर जाणार नाही. तिथं भांडणतंटे करत बसण्यापेक्षा एकटं राहणं चांगलं. एक पोर आहे. त्याला घेऊन राहीन. कष्ट करून खाईन.' शेजारची एक मध्यमवयीन बाई आमचं बोलणं ऐकत होती. ती म्हणाली, 'काय करायचं! नशिबात होतं ते झालं! एवढ्या लहान वयात एवढ्या मोठ्या मुलाची आई झालीय बघा! हिला घरातून बाहेर काढायला काहीतरी कारण हवं होतं म्हणून दिलं लग्न करून.' तिला आत्या म्हणाली, 'सगळ्या गोष्टीत नशिबाचाच दोष असेल तर देवानं हात, पाय, डोळे दिलेतच कशाला? हे दिले नसते तरी चाललं असतं.'

मोठ्या आत्याकडे येऊन मला पंधरा-वीस दिवस झाले होते. दिवस बरेच चालले होते. माझ्याबरोबर माझ्या मुलालाही माया मिळत होती. वहिनींबरोबर मी दोन-तीन सिनेमेसुद्धा बघितले. मोठ्या आत्याच्या घरापासून धाकट्या आत्याचं घर दोन-तीन मैलांवर होतं. मी म्हटल्यावर, एके दिवशी, मोठी आत्या मला धाकट्या आत्याकडे सोडून आली. मोठ्या आत्यापेक्षा धाकट्या आत्याचा माझ्यावर जास्त जीव होता. मला पाहून तिला खूपच आनंद झाला. माझ्या मुलाला तिनं उचलून घेतलं. ती त्याचे पटापट मुके घ्यायला लागली आणि त्याच्याशी बोलायला लागली. ती मला म्हणाली, 'ये बेटा, ये. तुमचं काहीच कळत नाही बघ! का ग असं? तुझं लग्न केव्हा झालं? आणि मुलगा एवढा मोठा झाला तरी आम्हाला काहीच पत्ता नाही!'

एवढी माया-ममता मिळाल्यावर आणखी कुठं जावंसं वाटेल का? पण काय करणार? असं बसून कोण किती दिवस खायला घालणार! मला चांगलं आठवत होतं की आता माझ्या मुलाचे आत्या जसे लाड करत होती तसेच लहानपणी आमचेही करायची. माझ्या दोन्ही आत्या पान खायच्या, पण धाकटी जरा जास्तच खायची. तिचं तोंड नेहमीच लाल असायचं आणि दाताच्या कडा काळ्या पडल्या होत्या. तिच्या ओठांच्या कडेनं पिंक गळायची. ती पिंक ती पदरानं किंवा रुमालानं अधून-मधून पुसायची. तिचा रंग गोरा होता पण तोंडावर देवीचे व्रण होते. त्यांची स्थिती काही फारशी चांगली नव्हती. माझ्या आतोबांचा माशांचा लहानसा धंदा होता. पण धाकट्या आत्याकडून मला जे प्रेम मिळालं तसं प्रेम दुसऱ्या कुणाकडून नाही मिळालं. अगदी आईसारखं प्रेम होतं तिचं माझ्यावर.

धाकट्या आत्याकडे आठवडाभर राहिल्यावर मी धाकट्या काकांकडे करीमपूरला जायचं म्हटलं तेव्हा आत्यानं मला बसमध्ये बसवून दिलं. धाकट्या काकांची स्थिती खूपच चांगली होती. त्यांचं एक मोठं हॉटेल होतं, एक मिठाईचं दुकान होतं. मोठ्या

मुलाचं रेडिओ आणि टेपरेकॉर्डरचं दुकान होतं. त्याचं घरही चांगलं होतं आणि पैशाला काही कमी नव्हतं. पण त्यांना माझ्याबद्दल प्रेम वाटत नव्हतं. मग मला ह्या सगळ्याची काय किंमत! मी त्यांच्याकडे दोन-चार दिवसच राहिले असेन. तेवढ्यातच बाबा मला न्यायला आले. ते काकाशी माझ्याबद्दल बोलले. तेव्हा काकाचं बोलणं मी ऐकलं. काका म्हणत होता, 'पोरीचं वय तरी असं किती होतं? मग लग्नाची घाई का केलीस? आणि आम्हाला कळवलंसुद्धा नाही? लग्न म्हणजे काय खेळ आहे? चार लोकांकडे चौकशी करावी लागते, पाच-पंचवीस नातेवाईकांना बोलवायचं असतं. मग त्यांच्यासमोर लग्न करायचं असतं. तू कळवलंस का कुणाला? कुणाला बोलावलंस? किंवा निरोप तरी पाठवलास? तुला बरं वाटलं ते केलंस. तुझ्या पापाचं फळ आता ह्या पोरीला भोगावं लागेल! आता दुसरा उपाय नाही. तिला त्या घरी जावंच लागेल.' बाबांना काही बोलायला उरलंच नव्हतं. दुसऱ्याच दिवशी सकाळी मला बाबांबरोबर परत फिरावं लागलं. मला घेऊन बाबा पंचायतीत गेले. त्यांनी माझ्या नवऱ्याला बोलावून घेतलं. तिथं पाच लोकांना गोळा करून बाबा माझ्या नवऱ्याला म्हणाले, 'आता पुन्हा माझ्या मुलीला घर सोडावं लागू नये. तुम्हाला घरात लागणाऱ्या सगळ्या वस्तू तिला आणून द्याव्या लागतील. मग तिला घराबाहेर पडावंच लागणार नाही.' एवढं बोलून बाबा निघून गेले. करीमपूरहून परत आल्यावर मी बाबांना सांगितलं होतं की मी पुन्हा माझ्या नवऱ्याकडे जाणार नाहीये. तेव्हा त्यांनी माझी तऱ्हतऱ्हेनं समजूत घातली. मग मीही विचार केला की एवढ्या लोकांचं न ऐकणं काही बरोबर नाही.

मी माझ्या नवऱ्याबरोबर घरी गेले. पण ते घर वेगळंच होतं. जुनं घर त्यानं संध्यादीला विकलं होतं. हे घर त्याच वस्तीत पण जास्त आतल्या भागात होतं. मी ज्या गोष्टीला घाबरत होते तीच झाली! मला त्या वस्तीतच मुळी राह्यचं नव्हतं. आणि एवढ्या गजबजलेल्या भागात मला घर नको होतं. दुसरीकडे घेतलं असतं तर बरं झालं असतं. ह्या नव्या ठिकाणी काहीजण माझ्याशी बोलायचे, तर काही बोलायचे नाहीत. पण त्यानं माझं काहीच बिघडत नव्हतं. मी विचार केला की जो बोलेल त्याच्याशी बोलायचं, जो बोलणार नाही त्याच्याशी नाही बोलायचं. तिथं एक कंस नावाचा माणूस राह्यचा. त्याची बायको मला पाहताच तोंड वेंगाडून मान फिरवायची. कंस घरातून बाहेर पडला की तीही त्याच्यामागून घराबाहेर यायची, तो ड्यूटिवर निघाला की ती त्याला रस्त्यापर्यंत पोहोचवायला जायची. आणि त्याच्या घरी परतण्याच्या वेळेला रस्त्याच्या कडेला जाऊन उभी राह्यची. तिला सारखं वाटायचं की मी तिच्या नवऱ्याशी बोलेन. पण बोलणं तर सोडाच मी कधी त्याच्या तोंडाकडेसुद्धा पाहिलं नाही.

त्याच वस्तीत बापीची आई राह्यच्या. पण त्या माझ्याकडे कंसाच्या बायकोच्या

नजरेनं कधीच पाह्यच्या नाहीत. मी त्यांना 'काकी' म्हणायची. कंसाची बायको त्यांची मैत्रीण होती. काकी माझ्याशी बोलतात म्हणून कंसाची बायको काकींना वाटेल ते बोलायची. काकी माझी बाजू घ्यायच्या. त्या तिला म्हणायच्या, 'तुम्ही सगळे समजता तेवढी काही शंकरची बायको वाईट नाही. त्या अजितवरून तुम्ही तिच्याबद्दल वाईट मत करून घेतलंय.' माझी अशी बाजू घेतल्यावर काकींना बोलणी खावी लागायची.

दिवस असेच उलटत होते. आता पुन्हा मी आई होणार होते. त्याचबरोबर मुलाला शाळेत कसं घालायचं, ह्या काळजीनं मला सतावलं होतं. ह्याला-त्याला सांगून शेवटी काम झालं. माझा मुलगा अगदी लहान असल्यापासून त्याच्या वडिलांनी त्याला एक वाईट सवय लावली होती. त्याच्या हातावर चार आणे, आठ आणे टेकवायचे. मग तो लगेच शेजारच्या दुकानाकडे धावायचा. ह्यावरून आमच्यात खूप भांडणं व्हायची. कारण पैसे मिळाले की माझ्या मुलाला शाळेची आठवणच राह्यची नाही. पण अशी भांडणं तर काही ना काही कारणावरून व्हायचीच. आपल्या मुलासाठी मी काय काय सोसलंय, ते माझं मलाच माहीत! मुलगा तीन वर्षांचा असताना असंच आमचं भांडण झालं होतं. मला राग आला. मी माहेरी निघाले. तेव्हा माझ्या नवऱ्यानं मुलाला माझ्याकडून हिसकावून घेतलं होतं. आणि मला पुन्हा घरात येण्यास बंदी केली होती. माझ्या घराजवळच माझा एक दीर राहत होता. त्याच्याकडे त्यानं मुलाला नेऊन ठेवलं होतं. तेव्हा मुलगा अंगावर पीत होता. मुलाशिवाय माहेर मला खायला उठलं. सारखी त्याची आठवण येऊन रडू यायचं. त्या वेळी माझ्या दादाची मोठी मुलगी माझ्या माहेरीच राहत होती. मी माझ्या मुलाला सोडून राहून शकणार नाही, हे बाबांना ठाऊक होतं. त्यांनी माझं मन रमावं म्हणून दादाची मुलगी माझ्या मांडीवर ठेवली. ते म्हणाले की ही तुझीच मुलगी आहे. पण माझ्या मनाला काही पटेना. मी मुलाला आणायला निघाले. दिराच्या घरी जाऊन पाहते तर माझा मुलगा घराबाहेर खेळत होता.

मी 'बाबू' म्हणून हाक मारताच त्यानं माझ्याकडे झेप घेतली आणि दूध पिण्यासाठी धडपडायला लागला. दिरांच्या घरासमोर एक देऊळ होतं. त्याच्या ओसरीवर बसून मी त्याला पाजलं. तेवढ्यात एक पंधरा-सोळा वर्षांची मुलगी तिथं आली आणि मला विचारायला लागली की ह्या मुलाची मी आई आहे का? मी विचार केला की मी काही बोलले तर ती माझ्याबद्दल आणखी काही विचारेल, माझी सगळीच माहिती काढून घ्यायला बघेल म्हणून मी काहीच बोलले नाही. हळूहळू तिथं बऱ्याचजणी जमल्या. त्यात माझी जाऊही होती. ती मला म्हणाली, 'दीदी, मुलाला घेऊन जाऊ नकोस. त्याच्या वडिलांनी त्याला आमच्याकडे ठेवताना बजावून सांगितलंय की मी येईपर्यंत मुलाला कुठं जाऊ द्यायचं नाही. त्याची आई

आली तरी तिच्याकडे त्याला द्यायचं नाही असंही सांगितलंय.' मी चिडून म्हटलं, 'छान! मुलगा जणू काही त्याच्या एकट्याचाच आहे! तो आहे तरी केवढा! अजून माझ्या अंगावर पितोय! ह्याच्याशिवाय मी कशी राहते ते एक देवच जाणे! माझ्यापासून ह्याला तोडून तुमच्याजवळ ठेवण्यात तुमचा तरी काय फायदा?' पण ती माझं ऐकायला तयार नव्हती आणि माझा मुलगा मला सोडायला तयार नव्हता. शेवटी तिनं त्याला बळेबळेच ओढून घेतलं. मी आपली तिथंच बसून राहिले. थोड्या वेळानं मुलगा पुन्हा घरातून बाहेर आला. माझ्यापाशी उभ्या असलेल्या बायकामुलींपैकी एकजण माझ्या जावेला म्हणाली, 'देऊन टाक ना मुलगा! मुलाला सोडून आई कधी राहील का?' मला पाहताच मुलगा माझ्याजवळ आला. मी त्याला उचललं आणि निघाले. थोडं पुढे गेल्यावर मागे वळून पाहिलं तर त्याचा काका आमच्या मागे पळत पळत येत होता. मी जोरात चालायला लागले. मनात आलं की बस मिळाली तर आम्हाला तो पकडू शकणार नाही. पण तिथं बस नव्हती. त्यानं माझ्याकडून रडणाऱ्या मुलाला हिसकावून घेतलं. मुलाला दुरावल्यामुळे माझी छाती फाटून गेली. डोळे पुसत पुसत मी माहेरी परत आले. बाबांनी फक्त एवढंच विचारलं, 'मुलाला नाही दिलं ना, बेटा?' मा बाबांना म्हणाली, 'त्याला सोडून हिला राहवायाचं नाही.'' आणि खरंच होतं ते! शेवटी मला नवऱ्याकडे परत यावंच लागलं.

एक मुलगा असताना इतक्या अडचणी तर दुसरं मूल झाल्यावर काय होईल, ही काळजी मला कुरतडत होती. माझ्या डिलिव्हरीची वेळ जवळ आली होती. तीन दिवस माझ्या पोटात दुखत होतं. मला हॉस्पिटलमध्ये नेण्याचं मात्र कुणालाच सुचत नव्हतं. बाबांना कळल्यावर ते मा ला घेऊन मला पाह्यला आले. बाबांनी रागानंच माझ्या नवऱ्याला विचारलं की त्यानं काय बायकोला मारून टाकायचंच ठरवलंय का? ह्यावरून दोघांचं मोठं भांडण झालं. लुंगी सावरून तो बाबांना मारायला धावला. बाबांना तो म्हणाला की 'आमच्या घराच्या भानगडीत तुम्ही पडू नका.' मग मा-बाबा काही न बोलता निघून गेले. ह्या प्रसंगानंतर दोन-एक दिवसांनी बाबा पुन्हा माझ्या घरी आले. तोपर्यंत मला फारच त्रास व्हायला लागला होता. त्या वेळी आमच्या जवळच राहणाऱ्या पद्माच्या आई माझ्यापाशी बसल्या होत्या. मी त्यांना 'मावशी' म्हणायची. त्या बाबांना म्हणाल्या, 'चार-पाच दिवसांपासून हिला खूप त्रास होतोय. हिला तुम्ही घेऊन जा.' हे ऐकून बाबा घरी गेले आणि मा ला घेऊन आले. मग मला रिक्शात घालून ते त्यांच्या कंपनीच्या हॉस्पिटलमध्ये घेऊन गेले. हॉस्पिटलमध्ये मला सोडून ते परत जायला लागले तेव्हा डोळे पुसत मी विचारलं, 'बाबू, मी इथून परत येईन ना?' मला तेव्हा षष्टीच्या मेहुण्यांची आठवण आली. आजारी पडल्यावर त्यांना हॉस्पिटलमध्ये दाखल केलं. तिथून ते घरी परत आलेच नाहीत. मला रडताना

पाहून बाबा म्हणाले, 'सगळं ठीक होईल, बेटा! देव आहे ना! सगळं ठीक होईल.' बाबा-मा गेल्यावर मी डिलिव्हरि–रूममध्ये गेले. तिथं चिरफाड करण्याची हत्यारं होती. ती पाहून मी घाबरले. डॉक्टरांना म्हणाले, 'मला कापू नका, डॉक्टर.' माझं बोलणं ऐकून सगळे डॉक्टर हसायला लागले. माझ्या लक्षात आलं की पहिल्या खेपेला जसे माझे हातपाय बांधले होते तसेच आताही बांधताहेत. मी जोरजोरात किंचाळायला लागले आणि किंचाळता किंचाळता बेशुद्ध पडले.

रात्री दहाला माझी सुटका झाली. बाराच्या सुमारास मी जागी झाले. तेव्हा मी दुसऱ्या खोलीत होते आणि माझ्यापाशी एका छोट्या बेडवर माझं बाळ झोपलं होतं. तोपर्यंत मला, मुलगा झालाय की मुलगी, हे माहीत नव्हतं. हळूहळू उठले. त्याच्याजवळ जाऊन पाहिलं. मला पुन्हा मुलगाच झाला होता. मला वाटत होतं की ह्या खेपेला मुलगी व्हावी. पण देवानं माझ्या ओटीत पुन्हा मुलगाच घातला होता. सकाळी आजूबाजूचे पेशंट म्हणायला लागले की मूल खूपच मोठं आहे. सहा महिन्यांचं वाटतंय. थोड्या वेळानं डॉक्टर आले आणि म्हणाले, 'तुझ्या वडिलांनी तुझं ऑपरेशन करून टाकायला सांगितलं होतं. पण ते आता नाही करता यायचं कारण तू खूप अशक्त झालीयस.' माझ्या बाळाचं वजन जन्माच्या वेळी तीन किलो दहा ग्रॅम होतं. हे मला डॉक्टरांकडूनच कळलं. दुसऱ्या दिवशी मा-बाबा आले. मुलगा झाल्याचं ऐकून त्यांना खूप आनंद झाला. मुलाला उंच उचलून घेऊन 'साला', 'साला' म्हणत बाबा हसायला लागले आणि हसत हसत त्याच्याशी बोबडं बोलायला लागले. मी मा-बाबांनी आणलेला डबा खात होते, इतक्यात एक आया आली आणि 'डॉक्टरांनी तुम्हाला बोलावलंय' असं सांगून बाबांना डॉक्टरांकडे घेऊन गेली. नंतर मला कळलं की 'तुमच्या मुलीच्या अंगात रक्त कमी आहे, ती फार अशक्त झालीय, तेव्हा आताच तिचं ऑपरेशन करता येणार नाही. तिला घरी न्या आणि पौष्टिक आहार द्या. मग सहा महिन्यांनी मी तिचं ऑपरेशन करेन.' हे सांगण्यासाठी डॉक्टरांनी बाबांना बोलावून घेतलं होतं.

हॉस्पिटलमधून बाबा मला त्यांच्या घरी घेऊन गेले. तिथं मी पाच दिवस राहिले. एवढ्या वेळात माझी तब्येत चांगली सुधारली. पाचव्या दिवशी विश्वकर्मापूजा होती. पण मी थांबले नाही. आंघोळ वगैरे उरकून त्याच दिवशी मी घरी आले. मला माझ्या मोठ्या मुलाच्या अभ्यासाची काळजी होती. म्हणून मी घाईघाईनं घरी आले. त्याला मोठ्या मुश्किलीनं मी शाळेत घातलं होतं. माझ्या मुलांनी शाळेत जावं, असं मला फार वाटायचं. मी माझ्या तान्ह्या मुलाला घेऊन घरी जाताच आमचे शेजारी त्याला पाह्यला आले. शिबूची आई तर बाळाला पाहून थक्क झाली. म्हणाली, 'बाप रे! केवढं मोठं आहे. सहा महिन्यांचं वाटतंय.' माझ्या मनात एकदम आलं की तसे तर हे लोक नेहमीच काही ना काही कारणानं माझ्या मागे लागतातच. आता माझ्या

मुलांना काही त्रास नको. म्हणून शिबूच्या आईचं बोलणं ऐकताच मी बाळाची करंगळी दाताखाली दाबून त्याच्या अंगावर थूऽ थूऽ करून थुंकले. त्याला नजर लागू नये म्हणून असं केलं. तरी तिथं राहत असताना त्याला काही ना काही व्हायचंच. आमच्याच वस्तीत एक सीताराम म्हणून राह्यचे. ते मला बहीण मानायचे. त्यांना मंत्रतंत्र येत होते. मुलाला काही झालं की मी त्यांनाच बोलवायची. ते येऊन काहीतरी मंत्रतंत्र करायचे. मग मला वाटायचं की आता माझं पोर बरं झालंय. पण आजारपण त्याची पाठ सोडत नव्हतं. मग मी त्याच्या वडिलांना सांगायची. पण तो माझं सांगणं कानापाठीमागेच टाकायचा. मग औषधपाण्याचं मलाच बघावं लागायचं. दुसरं काय करता येण्यासारखं होतं! आईवडिलांनी ज्याच्याशी गाठ घालून दिली होती, त्याच्याबरोबर काहीही झालं तरी, राह्यलाच पाहिजे होतं. पण तो कसाही असला तरी त्याचा मुलांवर जीव होता, एवढं मात्र खरं! तो कधी मुलांना मारायचा नाही. उलट त्याच्या समोर मी मुलांना काही कारणानं मारलं तर मलाच त्याचा मार खावा लागायचा.

दोन मुलं वाढत असल्यानं घरखर्चही वाढला होता. मी विचार केला की मीही काहीतरी करायला हवं, त्या शिवाय भागायचं नाही. मी काही केलं तर मुलाचा शाळेचा खर्च बाहेर पडेल आणि हातातही चार पैसे राहतील. आमच्या वस्तीतल्या लहान मुलांच्या आयांना मी सांगितलं की मी त्यांच्या मुलांना शिकवत जाईन. माझ्या मते ह्यात माझाच फायदा होता. कारण पहिली-दुसरीच्या मुलांना शिकवताना माझ्या मुलालाही त्यांच्याबरोबर शिकवता आलं असतं. म्हणजे मग त्याला वेगळी शिकवणी लावावी लागली नसती. थोडक्यात त्याच्या शिकवणीचे पैसे वाचले असते. एक-दोन करत करत माझ्याकडे बरीच मुलं शिकायला यायला लागली. ती मुलं मला दहा-दहा, वीस-वीस रुपये द्यायची. त्यामुळे महिनाअखेरीला माझ्याकडे दोन-तीनशे रुपये जमायचे. माझ्या नवऱ्याला जेव्हा हे कळलं तेव्हा तो घरखर्चाला कमी पैसे द्यायला लागला. मग मी विचार केला की थोडेसे पैसे वाचावे म्हणून मी इतके कष्ट करतेय, त्याचा काय फायदा! पण लगेच मला माझ्याकडे शिकवणीला येणाऱ्या मुलांचे चेहेरे दिसायला लागायचे. ती माझं ऐकायची, माझ्यावर प्रेम करायची. त्यांच्यातलं कुणी मला 'वहिनी' म्हणायचं, कुणी 'काकी' तर कुणी 'दीदी'. त्यांच्या हाका मारण्यावरून ती मला आपलं मानतात असं वाटायचं. मग मी ठरवलं की ती पैसे देवोत वा न देवोत, मी त्यांना सोडणार नाही.

अशीच काही वर्षं सरली. माझा मोठा मुलगा चौथीत किंवा पाचवीत असेल. बडी मा च्या मुली अधून-मधून मला भेटायला यायच्या. एकदा त्यांच्याबरोबर एक मुलगा आला. तो ह्या आधी कधीच आमच्याकडे आला नव्हता. बडी मा ची मुलगी लक्ष्मी म्हणाली, 'पाहिलंस का दुलाल आलाय!' मी विचारलं, 'कोण दुलाल?' ती म्हणाली, 'अगं, तुम्ही भाड्यानं मणींच्या घरात राहत होतात तेव्हा तुमच्या शेजारी

नव्हता का राहत? तेव्हा तुम्ही दोघं बरोबर खेळायचात.' मी म्हटलं, 'अगं, आता आलं लक्षात! त्याच्या पँटला बटणं किंवा पट्टा नसायचा. तो पँटला गाठ मारायचा. आणि मणी त्याला 'जावई', 'जावई' म्हणून चिडवायचे तोच दुलाल ना?' मला अचानक सगळं आठवलं. आम्ही एकमेकांबरोबर किती खेळलो होतो! बाबा ड्यूटिवर गेले रे गेले की आमचं खेळणं सुरू व्हायचं. खेळताना भीतीही वाटायची की बाबांनी अचानक येऊन आम्हाला खेळताना पाहिलं तर! ते मला तसं तर कधीच खेळू द्यायचे नाहीत आणि मुलाबरोबर खेळताना पाहिलं असतं तर माझं काही खरं नव्हतं! बरं हा दुलाल तर मुलींबरोबरच जास्त खेळायचा.

हल्ली दुलाल, आई आणि मोठ्या भावाबरोबर बडी मा च्या शेजारी राहत होता. त्याचे वडील वारले होते. सुरुवातीला तो बडी मा च्या मुलींबरोबर यायचा. मग हळूहळू एकटाच यायला लागला. मीही विचार केला की येतोय तर येऊ देत. त्याला मी चहापाणी करायची. तो आल्याबरोबर मुलांचे लाड करायचा. मग तीही खूष होऊन चिकटायची. जर एखाद्या दिवशी तो आला नाही, तर ती दोघं मला 'तो का नाही आला' म्हणून भंडावून सोडायची. मग मीही वैतागायची. लहानपणीसुद्धा खेळताना मी लपून बसले की मला शोधण्याऐवजी तो त्याच्या आईला बोलवायला जायचा. तेव्हाही मी त्याच्यावर अशीच वैतागायची. पण त्याचं घरी येणं माझ्या नवऱ्याला पसंत नव्हतं. तो तोंडानं काही बोलायचा नाही. मात्र त्याच्या हावभावावरून सगळं समजून चुकायचं. दुलालच्यासुद्धा ही गोष्ट लक्षात आली होती. एके दिवशी तो मला म्हणालाही, 'मी इथं येतो म्हणून शंकरदा तुझ्याशी नीट वागत नाहीत.' मी त्याला समजावलं, 'अरे, तसं काही नाही. त्यांचा स्वभावच आहे तो.' पण माझ्या बोलण्याकडे दुर्लक्ष करत जेव्हा तो म्हणायला लागला, 'हे बघ माझ्यावरून तुमच्या घरात भांडणं व्हायला नकोत.' तेव्हा मी रागानं म्हटलं, 'तू आलास म्हणून काही होणार नाही. आणि झालं तर काय? मी माझ्या बालपणीच्या मित्राबरोबर हसायचं-बोलायचं नाही का? आणि त्यानं मला मारलं म्हणून काय झालं? फार झालं आता सगळं. मी कशालाच भीत नाही.' माझ्या बोलण्याचा त्याच्यावर परिणाम झाला असावा. कारण ह्यानंतरही तो माझ्याकडे यायचा. मला ठाऊक होतं की तो जे मिळवतो त्यात त्याचं भागत नाही. म्हणून मी त्याला खायला प्यायला घातल्याशिवाय जाऊ द्यायची नाही. दोन मुलांची आई झाल्यावरसुद्धा मी एका लग्न न झालेल्या मुलाची एवढी काळजी का घेत होते, त्याच्यासाठी नवऱ्याचा राग पत्करायला मी का तयार झाले होते, हे माझ्यासारखी गावंढळ, अशिक्षित मुलगी कधीतरी नीट समजू शकेल का? तिला एवढंच समजत होतं की दुलाल जेव्हा तिला अग तुग करून आपलेपणानं बोलायचा तेव्हा तिला आपलं लहानपण आठवायचं. आणि तिच्या मनात दुलालबद्दल जर काही असेलच तर ते प्रेमपत्र लिहिणाऱ्या तारकविषयी

त्यांच्या वस्तीतल्या बेलापेक्षा अगदी वेगळं होतं. जर तिला कुणी तिच्या मुलांची शपथ घालून खरं खरं सांगायला सांगितलं असतं तर तिनं हेही कबूल केलं असतं की दुलालला जर लिहिता वाचता येत असतं तर तिनंही त्याला तशीच पत्रं लिहिलीही असती.

बेलाच्या प्रियकराचं पत्र आलं की ती धावत माझ्याकडे यायची. मला पत्र वाचून दाखवायला सांगायची. आमच्याच तिथं राहणाऱ्या तापसीच्या आईला आलेलं पहिलं पत्र मीच तिला वाचून दाखवलं होतं. ते पत्र तिला तिच्या एका दूरच्या दिरानं लिहिलं होतं आणि तिच्याकडे फेकलं होतं. तिनं ते लपवून ठेवलं होतं. आणि संधी मिळताच माझ्याकडे येऊन ते वाचून दाखवायला सांगितलं होतं. मी त्यांना जेव्हा पत्र वाचून दाखवायची, तेव्हा त्यांच्या प्रसन्न चेहऱ्याकडे पाहून मला वाटायचं की त्यांचा सगळा आनंद आणि प्रेम त्या कागदाच्या तुकड्यातच भरून राहिलाय. त्यांच्यासाठी काही प्रेमपत्रं मला लिहिणं भाग पडायचं. मी त्यांना सांगायची की मला नीट लिहिता येत नाही. तरीही त्या ऐकायच्या नाहीत. मग मला जमेल तसं मी त्यांना लिहून द्यायची आणि त्या त्यातच खूष व्हायच्या.

बेला आणि तापसीची आई ह्यांच्या प्रेमप्रकरणांबरोबरच मला आमच्याच तिथं राहणाऱ्या निशा आणि विभुदाच्या प्रेमप्रकरणाची नुसती माहितीच नव्हती तर त्यांना मी बऱ्याच तऱ्हेनं मदतही केली होती. विभुदाचं लग्न झालं होतं. घरात त्याची बायको होती. पण म्हणून काय झालं! प्रत्येकाची आपापली आवड असतेच ना! विभुदाचं निशावर प्रेम होतं. सुरुवातीला त्याची बायको आणि निशा ह्यांचं चांगलंच मेतकूट होतं. ऊठबस, खाणंपिणं सगळं एकत्रच चालायचं. पण जेव्हा विभुदा आणि निशाच्या प्रेमप्रकरणाचा तिला पत्ता लागला तेव्हापासून ती विभुदाच्या बायकोच्या डोळ्यांत सलायला लागली. ती दिसली तरी हिची तळपायाची आग मस्तकात जायची. निशा दिसताच ती शिव्यांची लाखोली व्हायची. मला विभुदाची बायको आणि निशा दोघीही आवडायच्या. विभुदाच्या बायकोचा उजवा पाय थोडा तोकडा होता. ती दिसायला सुंदर होती. जेव्हा घुंघट घेऊन बाहेर पडायची तेव्हा नवी नवरीच वाटायची. तिचा घुंघट एवढा लांब असायचा की तिच्या भांगातला सिंदूर दिसायचाच नाही. ती कपाळावर मोठी टिकली लावायची. त्यामुळे ती जास्तच सुंदर दिसायची. ती स्वच्छ गोरी होती. तिचे केस काळेभोर होते. तिचं विभुदावर खूप प्रेम होतं. तो घरात असला की तऱ्हतऱ्हेचे पदार्थ करून ती त्याला खायला घालायची. निशा काळी होती. तिचे केस दाट होते. तीही देखणी होती. विभुदा कुठं जायला निघाला की तो निशाशी बोलतो की काय हे पाहण्यासाठी त्याची बायकोही त्याच्या पाठोपाठ जायची. ती आजूबाजूच्या सगळ्यांना ह्याबद्दल विचारायची. एकदा संध्यादीकडे तिनं मलाही ह्याबद्दल विचारलं होतं. आणि त्याचबरोबर म्हणाली होती, ‘तुझा दादा

त्या पोरीशी बोलतो का ते पाहा. आणि तसं दिसलं तर मला सांग.' विभुदा आणि निशा एकमेकांना माझ्या घरातच भेटत ह्याचा तिला पत्ता नव्हता. त्याला निशाला भेटायचं असलं की तो तिच्या घराभोवती चकरा मारायचा आणि मग माझ्या घरी येऊन विचारायचा, 'निशा इथं तर नाही आली?' त्यांना माझ्या घरी भेटायची चांगली संधी मिळायची. मला मात्र भीती वाटायची की विभुदाच्या बायकोनं पाहिलं तर काय होईल! कधी कधी ते दोघं सिनेमालाही जायचे. एक-दोनदा मलाही नेलं होतं.

एकदा मी स्वपनच्या घरी टीव्ही बघत होते. तिथं इतरांबरोबर निशा आणि विभुदाही होते. अचानक विभुदाची बायको त्याला बोलवण्यासाठी तिथं आली. त्या दोघांना जवळजवळ बसलेलं पाहून तिला तिथं बसलेल्या इतरांशी काही मतलब राहिला नाही. तिला फक्त एकच विचार सतवायला लागला की निशा असताना तिचा नवरा तिथं का? तिनं बोलावल्यावरही विभुदा उठून गेला नाही म्हणून तिला भयंकर राग आला. तेव्हा सकाळचे दहा अकरा वाजले असतील. चुलीवर भात ठेवून ती विभुदाला बोलवायला आली होती. संतापूनच ती घरात शिरली आणि तिनं काहीतरी खाल्लं. त्यामुळे तिला चक्कर आली आणि ती तिथंच पडली. विभुदा घरी गेला तेव्हा ती तशीच पडली होती. काही वेळानं विभुदानं पाह्यलं तर ती चुलीवरचा भात उतरवायचा प्रयत्न करत होती. पण तिचे हात थरथरत होते. तिचं अंग लुळं पडत चाललं होतं. तोंडातून फेस येत होता. घरातल्या लोकांच्या मदतीनं विभुदानं तिला लगेच हॉस्पिटलमध्ये नेलं. पण काही फायदा झाला नाही. त्याच दिवशी रात्री दोन वाजता ती गेली. वस्तीतल्या लोकांना ही बातमी कळताच पहिले तर ते अवाकच झाले. नंतर सगळ्यांच्या जिभा वळवळायला लागल्या. कुणी म्हणालं, 'सकाळी तर चांगली हिंडत फिरत होती आणि आता हे काय ऐकतोय!' कुणी म्हणालं, 'बिचारी! फार चांगली होती.' तर कुणी शेरा मारला, 'बिचारीला त्या निशामुळे जीव द्यावा लागला.' विभुदाच्या बायकोचं मरण कोणत्याही कारणानं घडलं असलं तरी त्यानं निशाला सोडलं नाही. कधी कधी निशा रागानंच त्याला म्हणायची की लोक तिलाच दोष देतात. पण विभुदा तिकडे लक्ष द्यायचा नाही. ते पहिल्यासारखेच चोरून एकमेकांना भेटत होते. एक महिन्यानं विभुदाच्या मोठ्या भावानं आणि वहिनीनं त्याचं दुसरं लग्न करून दिलं कारण पहिल्या बायकोपासून त्याला मूल नव्हतं.

विभुदाला निशाशी लग्न करायचं होतं पण तीच तयार झाली नाही. मी तिला त्याबद्दल विचारल्यावर ती म्हणाली, 'माझं आणि त्याचं लग्न नाही होणार. कारण आमच्या दोघांची जात वेगळी आहे. मी त्याच्याशी लग्न केलं तर आमच्या जातीचे लोक माझ्या वडिलांना वाळीत टाकतील.' काहीही असो, पण विभुदाचं पुन्हा लग्न झालं आणि त्याला दिसायला बऱ्यापैकी बायको मिळाली. तरीही तो निशाला सोडू

शकला नाही. लपून-छपून भेटणं, सिनेमाला जाणं सुरूच होतं. निशाचं भूत त्याच्या मानगुटीवर बसलं होतं. ते उतरणं शक्य नव्हतं. पण त्याच्या मेलेल्या बायकोच्या भुतानं त्याच्या दुसऱ्या बायकोला धरलं. ती सारखी तिला त्रास द्यायची. मग भगताला बोलवावं लागायचं. भगत येऊन मंत्र टाकायचा, भुताशी बोलायचा, विभुदाच्या दुसऱ्या बायकोच्या तोंडावर पाणी मारायचा आणि जळत्या मशालीनं भुताला भीती दाखवायचा. विचारायचा, 'तू कोण आहेस?' सारखं सारखं विचारल्यावर भूत विभुदाच्या पहिल्या बायकोचं नाव घ्यायचं. मग भगत विचारायचा, 'तू हिला का धरतेस?' उत्तर मिळायचं, 'मी माझ्या नवऱ्याजवळ दुसऱ्या कुणाला जाऊ देणार नाही. हिच्या पोटातल्या मुलालाही जन्म घेऊन देणार नाही. मला मूलबाळ झालं नाही म्हणून हिलाही होऊ देणार नाही.' हे ऐकल्यावर भगत पेटत्या मशालीनं पुन्हा त्या भुताला घाबरवायचा. मग भूत म्हणायचं, 'ठीक आहे. जाते मी.' भगत विचारायचा, 'पुन्हा नाही ना येणार?' 'नाही.' 'कुठल्या बाजूनं जाशील?' 'घराच्या मागच्या बाजूनं.' एवढं झाल्यावर विभुदाची दुसरी बायको धावत घराच्या मागच्या बाजूला जायची आणि धपकन् पडायची. असं बऱ्याच वेळा घडलं. दरम्यान तिला एक मुलगीही झाली. त्या मुलीवर विभुदाच्या घरचे सगळे प्रेम करायचे. विभुदाची तर ती जीव की प्राण होती.

विभुदाला मुलगी झाली म्हणून काय झालं? काहीतरी – मुलगा किंवा मुलगी – होणारच होतं. नाहीतर त्यांनी दुसरं लग्न कशाला केलं असतं? ती मुलगी तर त्याचं पहिलं मूल होती. त्या वस्तीत दुसरं काही होवो किंवा न होवो, एकेका घरी तीन-तीन, चार-चार मुलं तर होतच होती. वस्तीची ही रीत पाहिली तर मी त्या रीतीला धरूनच चालले होते. लवकरच मी तिसऱ्यांदा आई होणार होते. ह्या पुढे आणखी मूल होऊं द्यायचं नाही, असा मी निश्चय केला होता. म्हणून ह्या खेपेला मुलगी झाली तर बरं असं मला वाटत होतं. ह्या वेळी ऑपरेशन करूनच हॉस्पिटलमधून परत यायचं, असं मी ठरवलं होतं. ही गोष्ट फक्त षष्टी आणि दुलाललाच ठाऊक होती. ह्याबद्दल मी बाबांनाही सांगितलं नव्हतं. कारण ह्या परिस्थितीत ते एकदासुद्धा माझी चौकशी करायला आले नव्हते. माझा संसार आणखी वाढू नये, म्हणून मी ऑपरेशन करणार होते. माझा नवरा सध्या मला जितके पैसे देत होता, त्यात घर चालवणं फार कठीण जात होतं. ट्यूशनचेही पहिल्यासारखे पैसे मिळत नव्हते. कुणी पैसे देत तर कुणी देतही नसत. पण काही झालं तरी हॉस्पिटलमध्ये जाण्याची व्यवस्था तर करायलाच हवी होती. ऑपरेशन करूनच परत यायचं असं ठरवलं असल्यानं जरा आधीच हॉस्पिटलमध्ये जाणं बरं म्हणून महिनाभर आधीच माझे कपडे वगैरे भरून ठेवले होते. दुलालला सांगून ठेवलं होतं की त्यानं नेहमीप्रमाणेच येऊन माझ्या मुलांकडे लक्ष ठेवावं. हॉस्पिटलमध्ये जायच्या दोन दिवस आधीच

माझं पोट दुखायला लागलं. सुरुवातीला मी तोंड दाबून सहन करत राहिले. पण जेव्हा सहन होईना तेव्हा मी मोठ्या मुलाला सीतारामदाला बोलावून आणायला सांगितलं. माझा त्रास बघून, घरी जाण्याची घाई न करता, दुलाल माझ्याकडेच बसून राहिला. मी हॉस्पिटलमध्ये असताना मुलांकडे बघायला कुणीतरी हवं म्हणून सासूबाईंना घेऊन यायला मी माझ्या नवऱ्याला सांगितलं. माझं त्यानं ऐकलं. तो सासूबाईंना गावाहून घेऊन आला. रात्री मला हॉस्पिटलमध्ये पोहोचवायचं झाल्यास मदत लागेल म्हणून त्या रात्री दुलाल घरी गेलाच नाही. रात्री बाराच्या सुमाराला विभुदा, सीतारामदा, दुलाल आणि माझा नवरा – सगळ्यांनी मिळून मला हॉस्पिटलमध्ये नेऊन सोडलं. मला सुरुवातीला एका खोलीत ठेवलं. नंतर खोली बदलली. त्यामुळे दुसऱ्या दिवशी दुलाल मला पाह्यला आला तेव्हा मी त्या खोलीत नाही असं पाहून घरी परत गेला. बुद्धूनं हॉस्पिटलमध्ये कुणाकडे चौकशीही केली नाही. घरी जाऊन त्यानं सगळ्यांना सांगून टाकलं की बेबी हॉस्पिटलमध्ये नाही. आमच्या वस्तीतल्या लोकांना वाटलं की मी कुठंतरी पळूनच गेले. दोन दिवस झाले तरी माझी चौकशी करायला कुणीही आलं नाही. तिसऱ्या दिवशी विश्वकर्मा पूजा होती. त्याच दिवशी दुपारी तीन वाजता मला मुलगी झाली. दुसऱ्याच दिवशी माझा शोध घ्यायला दुलालच आला. तेव्हा मी मुलीला मांडीवर घेऊन बसले होते. त्याला पाहून मी विचारलं, 'मला इथं सोडून गेलात आणि कुणीच माझी चौकशी करायला आला नाहीत? तू सुद्धा?' त्यानं सांगितलं की तो आला होता पण मी त्याला सापडले नाही. मी त्याला म्हटलं, 'एवढे दिवस मला कुणी पाह्यला आलं नाही त्यामुळे डॉक्टरांना वाटलं की माझ्या घरी कुणीच नाही.' दुलालनं घरी जाऊन सगळ्यांना मला मुलगी झाल्याचं सांगितलं. माझी खोली बदलली होती, हेही सांगितलं.

मुलगी झाल्यानंतर दोनेक दिवसांनी मी डॉक्टरना म्हणाले की मला ऑपरेशन करून घ्यायचंय. डॉक्टर म्हणाले, 'तुमच्या घरून तुमचे मिस्टर आल्याशिवाय ऑपरेशन करता येणार नाही. तुमच्या घरून तर कुणीच येत नाही. मला त्यांची सही घ्यावी लागेल.' मी म्हटलं, 'घरून कुणी येत नाही त्याला मी काय करू? किती वाट पाहू? मीच करते सही.' डॉक्टरांनी माझी सही घेतली आणि दुसऱ्या दिवशी सकाळी काही खाऊ नका म्हणून सांगून गेले. तीन-चार दिवस माझ्या तान्ह्या मुलीला कोण बघेल, हीच मला काळजी होती. नशिबानं मी काही पैसे लपवून बाजूला ठेवले होते. त्यामुळे मुलीसाठी पैसे देऊन मला एक आया ठेवता आली.

मी धरून सातजणींची ऑपरेशन एकाच वेळी झाली. त्यांच्यात सगळ्यात आधी मलाच शुद्ध आली. आणि मीच सगळ्यांच्या आधी हिंडा-फिरायला लागले. ऑपरेशन नंतरही पंधरा दिवस मला हॉस्पिटलमध्ये राहावं लागलं. माझा नवरा जवळ जवळ रोजच मला जेवण घेऊन यायचा. दुलालही यायचा. हॉस्पिटलमधून

घरी येताच शेजारीपाजारी मला बघायला आले. आधी ऐकलेल्या गोष्टी आता त्यांना माझ्याकडून ऐकायच्या होत्या. त्या सगळ्यांनी विचारलं, 'काय ग, तू हॉस्पिटलमधून पळून गेली होतीस ना? हॉस्पिटलमध्ये नव्हतीस ना तू?' मी त्यांना सांगितलं की माझी खोली बदलली होती. म्हणून मला भेटायला आलेल्यांना सापडले नाही. लोक म्हणायला लागले की दोन मुलांच्या पाठीवर मुलगी झाली. तुझं नशीब खरंच चांगलं आहे. माझं नशीब कसं आहे हे मला चांगलं ठाऊक होतं.

माझं नशीब कसंही असो, माझ्या मुलीचं नशीब खरंच चांगलं होतं. सगळेच तिचे लाड करत. दुलाल तर सगळ्यात जास्त. तो रोज यायचा आणि तिच्यासाठी काही ना काही आणायचाच. तिला थोडं जरी बरं वाटेनासं झालं तरी मला न सांगताच तो तिला डॉक्टरकडे घेऊन जायचा. मुलीचं सगळं दुलाल बघत असल्यानं माझ्या दुसऱ्या मुलाच्या शाळेसाठी धावपळ करायला मी मोकळी होते. दुलाल माझ्या मुलीला स्वत:च्या घरी न्यायचा. त्याची आई अतिशय मायेनं तिला आंघोळ घालायची, भरवायची. हळूहळू अशी वेळ आली की ती दुलालच्या घरून परत यायलाच तयार नसायची.

हॉस्पिटलमधून आल्यावर मला थोडी विश्रांती मिळेल असं वाटलं होतं, पण कुठचं काय! उलट घरकाम आणि मुलं ह्यात मी अधिकच गुंतले. थोडे दिवस कुठंतरी जाऊन यावं, असं मला फार वाटायचं. नशिबानं संधी चालून आली. माझा एक दीर धनबादला राहत होता. एके दिवशी तो आमच्याकडे आला. बोलता बोलता त्यानं मला त्याच्याबरोबर धनबादला यायचा आग्रह केला. तिथं मोठी जत्रा भरली होती. मी लगेच 'हो' म्हटलं आणि मुलांना घेऊन त्याच्याबरोबर गेले. साधारण आठवडा मी तिथं होते. जत्रा पाहिली आणि थोडी हिंडले-फिरलेही.

धनबादहून अगदी खुषीत परत आले. दुपारची वेळ होती. थोड्याच वेळात आमच्या वस्तीत एक भयंकर घटना घडली. पान्ना नावाच्या एकानं आपल्या बायकोवर ॲसिड टाकून तिला मारलं. पान्नाची बायको अगदी बाहुलीसारखी होती. गोरा रंग, कुरळे केस, सडपातळ बांधा. तिला असं मारावं ना! त्या दिवशी रविवार होता आणि ती शेजारी टी. व्ही. वर सिनेमा पाहत होती. पान्नाला प्यायची सवय होती आणि प्यायल्यावर तो आपल्या बायकोला खूप मारायचा. त्या दिवशीही त्यानं घेतली होती. तो शेजारी गेला आणि रागारागानंच तिला घरी घेऊन आला. त्या दोघांत थोडी बोलाचाली झाली. त्यानं अचानक तिच्या अंगावर ॲसिड टाकलं आणि काडेपेटी शोधायला लागला. त्याच्या बायकोनं रागाच्या भरात स्वत:हून त्याच्या हातात काडेपेटी दिली आणि म्हणाली, 'माझ्या मरण्यानं तुम्हाला शांतता मिळणार असेल तर घ्या ही काडेपेटी आणि पेटवा मला.' पान्नाला चढली होती. त्यानं एक काडी उजळून तिच्या अंगावर फेकली. दुसऱ्याच क्षणी आग भडकली. कपडे

जळल्यामुळे ती उघडी पडली. तिची कातडी आणि मांस पांढरं पडलं होतं. तोपर्यंत ती जिवंत होती. त्यांच्याशेजारी लता राहत होती. तिनं पाहिलं की पान्नाची बायको भिंतीला धरून वाकलीय आणि तिच्या तोंडातून ऊऽऽ ऊऽऽ असा आवाज फक्त निघतोय. ती जोरात ओरडली, 'आई गऽऽ वहिनीला मारून टाकलं.' तिचं ओरडणं ऐकून आजूबाजूचे जमा झाले. आम्हीही गेलो. मी पाहिलं तर ती भिंतीच्या आधारानं वाकून उभी होती आणि अंगावरची कातडी लोंबत होती. जिवंत असणं हेच आता तिचं एकमेव दुःख आहे असं माझ्या मनात आलं.

पान्ना पळून जाऊ नये म्हणून लोकांनी त्याला त्याच्याच घरात कोंडलं. पोलिसाला फोन केला आणि तिला घाईघाईनं हॉस्पिटलमध्ये नेलं. एक-दोन तासांत पोलीस आले. त्यांनी काय झालं ह्याची लोकांकडे चौकशी केली आणि ते पान्नाला घेऊन गेले. पान्नाची बायको हॉस्पिटलमधून जिवंत परत आली नाही. हॉस्पिटलमध्ये पोलीस आणि डॉक्टर तिला खरं सांग म्हणून सारखे आग्रह करत होते पण शेवटच्या घटकेपर्यंत तिचा आपला एकच हेका, की मीच स्वतःला पेटवून घेतलं. ह्यात माझ्या नवऱ्याचा काही दोष नाही. तिचं प्रेत जेव्हा घरी आणलं तेव्हा तिला शेवटचं पाहून घ्यावं म्हणून मीही गेले. तिचं तोंड पांढरंफटक पडलं होतं पण कपाळावरचं कुंकू होतं तसंच होतं. तिचे डोळे उघडेच होते. वाटत होतं की ती बघतेय आणि आता काही बोलेलसुद्धा. मला तिची कधी आठवण आली की तिचं हेच रूप डोळ्यांसमोर येतं. तिला दोन मुलं होती. मुलगी सात वर्षांची आणि मुलगा दहा वर्षांचा. त्या दोघांना दोन हाताशी धरून, माझ्या घरावरूनच, ती घाईघाईनं त्यांना शाळेत घेऊन जायची. त्या वेळी मी बाहेर असले तर माझ्याशी दोन शब्द बोलल्याशिवाय ती पुढे जायची नाही. त्या शाळेत जाणाऱ्या मुलांना आईशिवाय राहावं लागल्यावर फार हाल व्हायला लागले. बायकोनं मरताना दिलेल्या जबानीमुळे पान्नाला फक्त तीन महिन्यांची शिक्षा झाली. पण त्याचं घरी परत येणं आणि न येणं सारखंच होतं. मुलांचे हाल बघून पान्नाच्या सासऱ्यांनी त्यांना आपल्याबरोबर नेलं. पान्ना 'पाठवा' म्हणाला तरी ते पाठवायला तयार नव्हते.

ज्या कारखान्यातून बायकोच्या अंगावर टाकायला पान्नानं ॲसिड आणलं होतं, त्याच कारखान्यात तो कामाला लागला. तो कधी ड्यूटिवर जायचा तर कधी नाही. तो राहत असलेलं घर विकलं गेलं होतं. त्याचा सगळा पगार तो दारूवर उडवायचा. त्याच्या बायकोबद्दल, एकदा, मी आणि षष्टी बोलत होतो. मी षष्टीकडे गेले होते. बोलता बोलता षष्टी म्हणाली की रात्री कधी मला तिची आठवण येते आणि मग भीतीही वाटते. ती माझ्या मागे उभी आहे आणि मेल्यानंतरही तिचे डोळे कसे उघडे होते ना, तशीच माझ्याकडे बघतेय, असा मला भास होतो. मी घरी जाण्यासाठी उठलेली पाहून षष्टीनं विषय बदलला, 'उद्यापासून आमच्याकडे पूजा आहे. लक्षात

आहे ना? येशील ना?' 'हो. का नाही येणार! पूजा म्हटल्यावर यायलाच पाहिजे.' मी म्हटलं. घरी येताना मी विचार केला की पान्नाच्या बायकोचं जे व्हायचं होतं ते झालं. आता तिच्या मुलांचे हाल होऊ नयेत म्हणून मी मनसादेवीची आळवणी करेन.

षष्टीकडे मनसादेवीची मूर्ती होती आणि दसऱ्याला ते थाटामाटात पूजा करत. मीही उपवास करून पूजा करण्याचा विचार केला. एक दिवसाचा उपवास केलाही. पूजा रात्री होती. संध्याकाळी ढोलकऱ्यांच्या मागे, सगळ्याजणी निघाल्या. त्या पूजेसाठी पाणी आणायला कळशा घेऊन तळ्यावर चालल्या होत्या. मीही सगळी तयारी करून त्यांच्याबरोबर निघाले. पण माझ्या नवऱ्यानं शिव्या मोजून मला घरी आणलं. तो संतापला होता. घरी येताच त्याच्या अशा वागण्याबद्दल मी त्याला चार शब्द सुनावताच त्यानं मला मारण्यासाठी माझ्यावर झडप घातली. मी लपतछपत पळत होते, त्याला चुकवत होते आणि तो माझा पाठलाग करत होता. मी दिवसभर उपवास केला होता, रात्री पूजेच्या वेळी देवाला वाहण्यासाठी बाजारातून फळंही आणून ठेवली होती. रात्री पूजा झाली. पण मला जाता आलं नाही म्हणून माझ्या मनाला फार लागलं. म्हणून दुसऱ्या दिवशी सकाळीच फुलं घेऊन मी गेले. तिथं आमच्या वस्तीतल्या आणखीही काही बायकामुली आल्या होत्या. पुजारी मंत्र म्हणत होते. मी इतर बायकांच्यात उभी राहून डोळे मिटून मंत्र म्हणायला लागले. तेवढ्यात मागून कुणीतरी माझे केस जोरात ओढले. मी तिकडे लक्ष न देता मंत्र म्हणत राहिले. पुन्हा कुणीतरी माझ्या केसांना एवढ्या जोरात झटका दिला की मला तोल सांभाळता आला नाही. मी खाली पडले. तेव्हा कुठं मला समजलं की एवढ्या लोकांसमोर असा तमाशा करणारा माझा नवरा आहे. माझे केस ओढत तो रागानं ओरडला, 'चल साले, घरी चल. तुला दाखवतोच मजा!' तिथं जमलेल्या सगळ्यांना कळून चुकलं की घरी गेल्यावर मला चांगलाच मार खावा लागणारेय. पण मी तेव्हा त्याच्याबरोबर घरी गेलेच नाही. पूजा झाल्यावरच मी घरी गेले. आणि घरी गेल्यावरसुद्धा घरात न जाता दारातच उभी राहिले.

थोड्या वेळानं जोरजोरात आरडाओरड करत षष्टी आली. ती भयंकर संतापली होती. माझ्यापाशी उभं राहून घरात बसलेल्या माझ्या नवऱ्याला तिनं सुनावलं, 'तुम्ही तुमच्या बायकोशी कसं वागावं हे कोण सांगणार! पण आमच्या घरी पूजा सुरू असताना, इतक्या लोकांसमोर तुम्ही असं का वागलात? ह्यामुळे माझा तर अपमान झालाच पण माझ्या पूजेतही विघ्न आलं.' पुढं त्यालाच ऐकवत पण मला उद्देशून ती म्हणाली, 'इतक्या लोकांसमोर त्यानं तुझे केस ओढून तुला मारलं. काय केलं होतंस तू असं? तिथं इतरही बायकामुली पूजा करायला आल्या होत्या ना? त्या सगळ्या काय वाईट होत्या? त्यांच्या नवऱ्यांनी त्यांना काही म्हटलं नाही. आणि तू आलीस तर फक्त तुलाच आम्ही खराब केलं का?' थोडं थांबून षष्टी म्हणाली,

'तू म्हणूनच हे सगळं सहन करतेस. आमच्याशी गाठ पडली असती तर बरोबर दाखवलं असतं!' अशी बडबड करून षष्टी तर निघून गेली, पण आता तिचा राग माझ्यावर निघणार हे मला समजून चुकलं. मी दाराआड उभी राहिले. म्हणजे तो जाताना मी त्याच्या नजरेला पडू नये. थोड्या वेळानं तो कामावर गेला. आता त्याला संधी मिळाली नव्हती. पण रात्री परत आल्यावर तो मला सोडणार नव्हता. म्हणून मी मुलांना लवकरच जेवायला घालून झोपवलं. संध्याकाळी दुलाल आल्यावर मी त्याला सगळं सांगितलं. ते ऐकून तो मलाच रागावला. त्याचं म्हणणं होतं की षष्टीच्या घरी जायला नवऱ्याची परवानगी नसताना तू जातेसच का? त्याचं का ऐकत नाहीस? ह्यावर माझं म्हणणं होतं की गेले म्हणून काय झालं? मी काही एकटी गेले नव्हते आणि गेले तर काय होतं!

असं किती दिवस चालायचं? माझी मुलं आता मोठी व्हायला लागली होती. मोठ्याला आता हायस्कूलमध्ये घालायचं होतं. धाकटाही शाळेत जायला लागला होता. त्यांची शाळा आणि शिकवण्या ह्यासाठी बराच पैसा लागत होता. पण माझ्या नवऱ्याला त्याच्याशी काही मतलबच नव्हता. पैसे द्यायला तो नेहमीच का कू करायचा. दहा वेळा मागावेत तेव्हा कुठं पैसे हातात पडायचे. असं चालणार नाही असं पाहून आजूबाजूच्या लोकांना मी माझ्यासाठी काही काम बघायला सांगितलं, तर सगळ्यांचं म्हणणं एकच की तुला कशाला काम करायला हवं. सगळे माझी थट्टा करायचे. मला खरंच काम हवंय हे त्यांना पटतच नव्हतं. कुणी म्हणत की तुझ्याच्यानं बाहेरचं काम होणार नाही. आणि शंकर एवढा पैसा मिळवत असताना, तुम्हाला पैसा कमी पडण्याचं कारणच काय? घरात बसल्या बसल्या हे तुला एकदम काय झालं? मी त्यांना सांगायची की तो इतकं कमावतो तरी घरात पैसा देत नाही त्याचं काय!

ह्यावरून घरात रोज भांडणं व्हायची. मात्र मी एक गोष्ट पक्की ठरवली होती की कितीही कष्ट पडले तरी मुलांना शिकवायचं. बापासारखं त्यांना निरक्षर ठेवायचं नाही. पण माझा नवरा रोज माझ्यासमोर माझ्या मोठ्या मुलाला म्हणायचा की चल माझ्याबरोबर. मी हातगाडी ओढतो. तू मागून ढकल. बाप आपल्याला पैसे किंवा रस्त्यात काही खायला घेऊन देईल ह्या लोभापायी तोही बापाबरोबर जायचा. मग मला राग नाही का येणार? मुलाला पैसे देणं मला अजिबात आवडायचं नाही. ह्यावरून रोज घरात बोलाचाली व्हायची. माझा मुलगा बिघडत चालला होता. त्याचं अभ्यासात लक्ष नव्हतं. शाळेत जाण्याऐवजी तो इकडे-तिकडे भटकत राह्यचा. मी मुलाला जाब विचारायला लागले तर माझा नवरा आड यायचा. तो स्वत: तर मुलाला काहीच बोलायचा नाही उलट मी मुलाला मारलं तर मलाच त्याच्या बापाचा मार खावा लागायचा. मग मी त्याला पुन्हा मारेन ह्या भीतीनं माझा मुलगा पळून जायचा. कधी कधी तर तो दोन-दोन दिवस बेपत्ता असायचा. मग रडवेली होऊन

मी आजूबाजूच्या घरात 'माहेरी किंवा काकांकडे त्याला शोधत फिरायची. त्याच्या वडिलांना ह्या बाबतीत काही सांगायला जावं तर ते मलाच दोष द्यायचे. माझ्या नवऱ्याला, मुलगा नियमित शाळेत जातो की नाही, अभ्यास करतो की नाही' ह्याचं काहीच सोयरसुतक नव्हतं. मलाच हे सगळं बघावं लागायचं. तो फक्त त्याच्या मर्जीला येईल तेवढेच पैसे द्यायचा. एवढ्या पैशात खर्च भागतो की नाही, ह्याचीही त्याला फिकीर नसायची. काय करावं तेच मला समजायचं नाही. मोठा मुलगा सहावीत गेला होता. त्याच्या शिकवणीचे पैसे द्यावे लागायचे. धाकट्याच्या शिकवणीचा खर्च वेगळाच. माझा नवरा फक्त मोठ्या मुलाच्या शिकवणीचे पैसे द्यायचा. तेही कधीमधी. मास्तर त्याची शिकवणी बंद करतील की काय अशी भीती मला नेहमीच वाटायची. धाकट्याच्या शिकवणीचे पैसे तर कधीच मिळायचे नाहीत.

इतके वर्षं हे सोसून, अखेर एके दिवशी मी षष्टीच्या आईला म्हटलं की आता आणखी सोसणं माझ्याच्यानं नाही होणार. तिनं विचारलं, 'बेटा, मी जे काम करते, ते तू करशील?' मी विचारात पडले. असं दुसऱ्यांच्या घरचं काम कसं करायचं! बाबांना कळलं तर त्यांना काय वाटेल! त्यांच्या मित्रांनी कुठं मला पाह्यलं किंवा माझ्याबद्दल ऐकलं तर ते काय म्हणतील! हालदारबाबूंच्या किंवा हालदारदांच्या मुलीला काय काय करावं लागतंय बघा! षष्टीच्या आईला मी हे सांगितलं तेव्हा ती म्हणाली, 'बापाचं नाक कापेल म्हणून विचार करत बसलीस तर उपाशी मरावं लागेल.' मनात म्हटलं की हिचं बरोबरच आहे. मी बाबांच्या मानापानाचा विचार करतेय आणि ते तर मला पाह्यलासुद्धा येत नाहीत. माझं कसं चाललंय, मला खायला मिळतंय की नाही, ह्याची चौकशीही कधी करत नाहीत. मी आणि षष्टीची आई रस्त्याच्या कडेला उभं राहून बोलत होतो. इतक्यात माझ्या बाबांसारखा एकजण तिथं आला आणि षष्टीच्या आईला म्हणाला, 'मावशी, माझ्या घरी काम करण्यासाठी एखादी मुलगी पाहा ना!' ती म्हणाली, 'ठीक आहे, बाबा, पाहते.' मग माझ्याकडे पाहत ती त्या माणसाला म्हणाली, 'तुम्ही जरा इथंच थांबा.' त्या माणसाला थांबायला सांगून षष्टीच्या आईनं मला खूण केली. ती मला तिच्या घरात घेऊन गेली. आणि विचारायला लागली, 'करणारेयस काम?' मी म्हटलं, 'मी काम करेन. पण पहिलं काम काय आहे ते तर विचारा.' नंतर आम्ही दोघी त्या माणसाबरोबर त्याच्या मुलाच्या घरी गेलो. कारण त्याच्या घरी कामाला मुलगी हवी होती. त्या माणसाच्या मुलाचं नाव आशीष होतं. त्या घरी झाडणं, भांडीधुणी, स्वयंपाकाची तयारी, मसाला वाटणं, भाजी चिरणं अशी सगळी कामं करायची होती. मी 'हो' म्हटलं. आशीषनं सांगितलं तेवढ्या पैशात काम करायला मी तयार झाले. कारण ती माझी पहिलीच नोकरी होती आणि कोणत्या कामाचे किती पैसे घेतात ते मला ठाऊक नव्हतं.

माझं काम त्यांना खूपच आवडलं. ते ब्राह्मण होते आणि शिवाशिव पाळत.

तरीही माझ्याकडून सगळं काम करून घ्यायचे. कारण माझ्याशिवाय त्यांचं चालायचंच नाही. आशीषच्या बायकोचा स्वभाव थोडा वेगळा होता. ती माझ्या मागे मागे लागून काम करून घ्यायची. पण अशी संधी तिला फारशी मिळायचीच नाही. कारण मी माझ्या लहान मुलांना घरी सोडून कामाला यायची. तेव्हा मन लावून लवकरात लवकर कामं उरकायची. मला घरी जायची घाई असायची.

ह्यानंतर माझ्या कामाची चर्चा घराघरातून व्हायला लागली. लोक मला कामाला बोलवायला लागले. पण मी करून करून अशी किती कामं करणार होते! बायका काम धरताना ज्या कामाची बोली असेल तेवढंच काम करतात. पण माझं तसं नव्हतं. कुणी एखादं जास्तीचं काम सांगितलं तर मी अगदी खुषीनं करायची. मला वाटायचं त्यात काय एवढं! ह्यामुळे लोकांना मी जास्त आवडायची. बघता बघता मला चार-पाच घरची कामं मिळाली. ते मला मोलकरणीसारखं वागवायचे नाहीत. त्यांच्यातल्या कुणाला मी काका म्हणायची, कुणाला काकी. त्यांची मुलंही मला दीदी म्हणायची. कुणी आत्याही म्हणायचं. ती सगळी मुलं माझ्यावर प्रेम करायची. सकाळी लोक उठण्याआधीच मी कामावर जायची. प्रत्येकाचं थोडं थोडं काम आवरून मी घरी यायची. आल्यावर मुलांना खायला देऊन मारून मुटकून अभ्यासाला बसवायची. मग स्वयंपाक करायची. मुलांना शाळेत पाठवायची आणि मुलीला घेऊन मी पुन्हा कामावर जायची. मला परत घरी यायला बारा-एक व्हायचे. मुलं मधल्या सुटीत कधी जेवायला घरी यायची तर कधी डबा घेऊनच शाळेत जायची. चार वाजता शाळा सुटायची. तोपर्यंत माझी आंघोळ, जेवण आटोपलेलं असायचं. मुलांना शाळेतून आल्यावर मी खायला द्यायची. मग ती खेळायला जायची. घरातली कामं आवरेपर्यंत संध्याकाळ व्हायची. मग मी मुलांना अभ्यासाला बसवायची आणि संध्याकाळच्या स्वयंपाकाला लागायची. स्वयंपाक झाला की मुलांना शिकवणीला पाठवायची. मास्तर जर घरीच आले तर त्यांना चहा देऊन, मी मुलीला घेऊन पुन्हा कामावर जायची. काही घरात मी काम करत असताना कुणी ना कुणी माझ्या मुलीला सांभाळायचं. एका घरातली मुलगी टी व्ही बघताना माझ्या मुलीला मांडीवर घेऊन बसायची. आशीषच्या बायकोनं हे पाहिलं असावं आणि कदाचित तिला ते आवडलं नसावं. कारण एकदा ती मला म्हणाली, 'वा! माझ्या मुलांना नाही कधी कुणी मांडीवर घेतलं आणि तुझ्या मुलीचं एवढं कौतुक!' माझ्या मनात आलं की आम्ही गरीब आहोत म्हणून आमच्या मुलांना कुणी शिवायचंसुद्धा नाही का? कामाला येणाऱ्या बाईच्या मुलांशी असं वागणं बरं नव्हे, ही तिची दृष्टी मला अजिबात आवडली नाही.

मी अशी कामं करत होते. हे माझ्या नवऱ्याला आवडलं की नाही हे मला नक्की माहीत नाही. तो ह्याबद्दल कधी बोलला नाही. पण त्याच्याकडे पाहून तो खूष

असावा, असं वाटायचं. कधी मला त्याची दया यायची. वाटायचं की घर चालवण्याइतके पैसे त्याला मिळतही नसतील. पण तो घरात नसताना बॉक्समधले आणि कोटाच्या खिशातले पैसे मी पाह्यची तेव्हा त्याचा मला राग यायचा. कारण कोटाचे खिसे पैशानं भरलेले असायचे. वाटायचं एवढे पैसे जवळ असताना घरखर्चासाठी हा पुरेसे पैसे का देत नाही? मग पुन्हा वाटायचं की असू दे. त्यानं ते मुलांसाठीच तर ठेवलेत ना! पण मग पुन्हा मनात यायचं की कमीत कमी घर व्यवस्थित चालेल एवढे तरी पैसे त्यानं द्यायला नको का!

मी कामं करून जेवढे मिळवत होते तेवढे घरासाठीच खर्च होत होते. माझ्याजवळ एक पैसासुद्धा शिल्लक राहत नव्हता. मग मी घरखर्चाच्या पैशांतूनच एक-एक, दोन-दोन रुपये वाचवून एका मातीच्या गाडग्यात टाकायला सुरुवात केली. ते वरपर्यंत भरल्यावर मी दुलालला म्हटलं, ‘चल. फोडून पाहू या.’ आम्ही ते फोडलं. पैसे मोजल्यावर एक हजार पंधरा रुपये भरले. मी दुलालला म्हटलं की मी हे पैसे मुलीसाठी ठेवेन, नाहीतर ते खर्चून जातील. आणि तिच्या बापानं पाहिलं तर जे देतो तेही बंद करेल. घरात पैशांची अडचण असूनही मी बरेच दिवस त्या पैशांना हात लावला नाही. पण ते घ्यायची वेळ येताच मी दुलालला म्हटलं की काही करता आलं तर कर नाहीतर हे वाचणं अवघड दिसतंय. तेव्हा दुलालनं त्या पैशांतून माझ्या मुलीसाठी सोन्याच्या बाळ्या आणल्या.

दुलालनं मुलीसाठी सोन्याच्या बाळ्या आणल्या खऱ्या, पण माझ्या मनात आलं की ती त्या कधी घालेल का? एकतर ती सुरुवातीपासूनच अशक्त होती, शिवाय तिची सतत काही ना काही तक्रार असायची. अशा वेळी दागिने खरीदणं बरं का! माझी मुलगी बरी असली की सगळं काही मिळालं. ह्या मुलीसाठी खूप सोसलंय. हिला घेऊन हॉस्पिटलमधून घरी आले तेव्हा पाण्यात काम करावंच लागलं. मुलगी अंगावर पीत होती. तिला थंडी बाधली. श्वास घ्यायलाही त्रास व्हायला लागला. मी खूप घाबरले. तेव्हा रात्रीचे नऊ वाजले होते. ती कालीपूजेची रात्र होती. मुलीला तर श्वास घेता येईना. माझा नवराही घरात नव्हता. मी मुलीला घेऊन, कुणाला काहीही न सांगता-सवरता घराबाहेर पडले. पाहिलं तर रस्त्याच्या कडेला उभं राहून षष्टी आणि तिची आई बोलत होत्या. मला पाहताच त्यांनी विचारलं, ‘एवढ्या रात्री मुलीला घेऊन कुठं चाललीयस?’ मी म्हटलं, ‘पाहा ना! बरेच दिवसांपासून हिला सर्दी झालीय. तब्येत फारच बिघडलीय आज. तिच्या बापाला सगळं ठाऊक आहे. पण तो लक्षच देत नाही.’ षष्टीनं विचारलं, ‘आणि दुलाल?’ ‘तो आज आलाच नाहीय. दुसरं बरोबर यायला आहेच कोण!’ षष्टी लगेच म्हणाली, ‘चल. मी येते तुझ्याबरोबर.’ आणि ती तशीच माझ्याबरोबर निघाली.

दुलालच्या घराजवळ एक डॉक्टर होते. आम्ही आधी त्यांच्याकडे गेलो. आम्ही

जाईपर्यंत दवाखाना बंद करून डॉक्टर घरी गेले होते. मी षष्टीला म्हटलं, 'आता काय करायचं! चल. दुलालकडे जाऊन तो काय करतोय ते बघू या. असेल तर त्यालाच घेऊन बाजारातल्या मोठ्या डॉक्टरांकडे जाऊ या.' दुलालकडे गेलो. तो त्यांच्या तिथल्या काली पूजेत रमला होता. मुलीला घेऊन उभं असलेलं त्यानं मला पाहिलं. पण एकदाही येऊन माझी चौकशी केली नाही. त्याचं हे असं वागणं मी अचंब्यानं पाहतच राहिले. षष्टी मात्र त्याच्यापाशी गेली आणि तिनं त्याला माझ्या मुलीची तब्येत बरीच बिघडली असल्याचं सांगितलं. तरी तो इकडे-तिकडे धावपळ करत राहिला. मग ते पाहून मी षष्टीला म्हटलं, 'चल. स्वपन डॉक्टरांकडे जाऊ या.' जवळ जवळ अर्धा मैल चालत आम्ही स्वपन डॉक्टरांचा दवाखाना गाठला. तेव्हा रात्रीचे दहा वाजले होते. ह्या डॉक्टरांशी आमची थोडी ओळख होती. माझ्या वडिलांना ते ओळखत होते. त्यांनी आपल्या कानाला नळी लावून माझ्या मुलीला तपासलं. आणि म्हणाले, 'पोरगी अर्धमेली झाल्यावर घेऊन आली तू! मी आता रिस्क नाही घेत. चिठ्ठी देतो. बाजारात डॉक्टर कर्मकार आहेत. त्यांच्याकडे घेऊन जा.' त्यांचं बोलणं ऐकून माझा जीव गळ्याशी आला. मी रडत रडत षष्टीला विचारलं, 'काय होईल ग माझ्या पोरीचं?' ती म्हणाली, 'काय होणार! होणार काय! देवाचा धावा कर. सगळं ठीक होईल.' स्वपन डॉक्टरनी आम्हाला काही पैसे दिले. एक रिक्शा बोलावली आणि डॉक्टरकडून परत जाताना त्यांना भेटून जायला सांगितलं.

रिक्शेवाल्यानं आम्हाला दुर्गापूरच्या सबंध बाजारातून फिरवलं. एकही दवाखाना उघडा नव्हता. त्याला वाटलं असावं की डॉक्टर भेटले नाहीत तर भयंकर प्रसंग येईल. म्हणून तो त्याला माहीत असलेल्या एका डॉक्टरच्या घरी आम्हाला घेऊन गेला. तेव्हा अकराचा सुमार असेल. रिक्शेवाल्यानंच मुलीला तपासावं म्हणून डॉक्टरकडे गयावया केली. डॉक्टरांनी विचारलं, 'मुलीसाठी खर्च करावा लागेल. चालेल? ताबडतोब हिला हॉस्पिटलमध्ये भरती करायला हवं.' षष्टीनं विचारलं, 'हॉस्पिटलमध्ये भरती केल्याशिवाय काहीच करता येणार नाही?' डॉक्टर म्हणाले, 'पाहतो प्रयत्न करून.' ते मुलीला आत घेऊन गेले. त्यांच्या घरात उपचाराची सगळी व्यवस्था होती. त्यांनी एका नर्सला 'मुलीला टेबलावर झोपव' म्हणून सांगितलं. मुलीच्या नाकात नळ्या घालून त्यांनी काहीतरी काढलं. मुलगी जोरजोरात रडत होती. मुलीचे हाल मी दरवाजाच्या फटीतून पाहिले. षष्टीला मिठी मारून मीही रडायला लागले. त्या वेळी षष्टीशिवाय तिथं माझं कोण होतं! माझी एकंदर परिस्थिती पाहून डॉक्टरांनी माझ्याकडून फारसे पैसे घेतले नाहीत. रिक्शेवाल्यानंही माझ्यावर उपकार केले. ओळखपाळख नसताना, एवढ्या रात्री, कितीतरी वेळ तो आम्हाला घेऊन फिरला. झाले त्यापेक्षा त्यानं खूपच कमी पैसे घेतले आणि

आम्हाला घरी आणून सोडलं. येताना स्वपन डॉक्टरांना भेटता आलं नाही कारण त्यांचा दवाखाना तोपर्यंत बंद झाला होता. घरी येऊन पाहते तर माझा नवरा गाल फुगवून जेवत होता. मला वाटलं की एवढ्या उशिरापर्यंत मी दुलालबरोबर भटकतेय, असंच त्याला वाटलं असावं पण जेव्हा त्यानं माझ्या हातात औषधाची बाटली बघितली तेव्हा त्याचं तोंड एकदम उतरलं. दुसऱ्या दिवशी सकाळी दुलाल आला. तेव्हा मी त्याची चांगलीच हजेरी घेतली. तो काही बोलला नाही. थोड्या वेळानं त्यानं आपली चूक कबूल केली आणि मी 'नको', 'नको' म्हणत असतानाही, मुलीला उचलून घेतलं. त्यानंतर मात्र मुलीचं औषधपाणी, हवं-नको सगळं तोच बघायला लागला.

मी आता कामासाठी बाहेर पडायला लागले होते. तेव्हा रस्त्यात कुणी भेटल्या-बोलल्याशिवाय कसं राहील? कुणी मला कामाबद्दल विचारत, ओळखीचे इकडचं-तिकडचं बोलत. हे माझ्या नवऱ्याला सहन होत नव्हतं. कुणाशी मला बोलताना पाह्यलं तर मी घरात शिरताच तो मला शिवीगाळ करायचा, समजवायला जावं तर दगड उचलून मारायला धावायचा. मी दुसऱ्यांच्या घरी काम केलेलं त्याला चालायचं. पण रस्त्यात कुणाशी बोललेलं खपायचं नाही. मी विचार करायची की कामं केली तरी भांडण आणि नाही केली तरी भांडण. मग मी करायचं तरी काय! माझी मा आलीय असं कळल्यावर काही दिवसांसाठी तरी ह्या काळजीतून माझी सुटका झाली.

एके दिवशी कामावरून येऊन मी चूल पेटवत होते तेवढ्यात दादाची मुलगी सोमा धावत धावत आली आणि म्हणाली, 'आत्या, लवकर चल. आजी आलीय.' मी म्हटलं, 'तुझी आजी आलीय तर मी येऊन काय करू? आणि तुझी आजी तर कालच आलीय ना?' ती म्हणाली, 'अगं, ती आजी नाही.' मी आश्चर्यानं तिच्याकडे पाहत विचारलं, 'मग आणखी कुठली आजी?' ती म्हणाली, 'अगं, माझी आजी. बाबांनी शोधून आणलीय तिला.' सोमाचं बोलणं ऐकून मी चमकलेच. 'म्हणजे माझी खरी मा आलीय की काय!' माझ्या मा चा चेहरा मला चांगला आठवत होता. मी सोमाला म्हटलं, 'चल बघू या तर!' आम्ही धावतच गेलो. पाहते तर ओटीवर दादा बसला होता. मला पाहताच तो म्हणाला, 'जा. आत जाऊन पाहा कोण आलंय ते! इतक्या वर्षांत जिला शोधून आणायला बाबांना जमलं नाही तिला घेऊन आलोय मी.' दादाच्या घराच्या दारात बरीच गर्दी होती. मला पाहताच लोक म्हणायला लागले की बघ, तुझी आई आलीय. कुणीतरी म्हणालं की तुझी आई अगदी तुझ्यासारखीच आहे. कुणी कुणी मला बाबांना बोलावून आण म्हणून सांगितलं. मी आत गेले आणि मा ला पाहताच मला भोवळ आल्यासारखं झालं. माझ्या वहिनीनं माझ्या डोक्यावर तेल-पाणी शिंपडलं, मला उठून बसवलं. मी हुंदके

देऊन रडायला लागले. रडत रडतच दादाला म्हणाले, ‘का आणलंस? आपलं बरं चाललं होतं. मा ह्या जगात नाही असंच मानत होतो. आग विझली होती तर तिला पुन्हा पेटवायची गरजच काय होती?’

मा आता पहिल्यासारखी राहिली नव्हती. तिला माझी ओळखसुद्धा पटत नव्हती. तिथंच राहणारी एक जण म्हणाली, ‘ही पाहा तुमची मुलगी आलेय.’ तर मा म्हणाली, ‘माझी मुलगी! कोण? बेबी? माझी मोठी लेक तर आता ह्या जगात नाही. सगळ्यांना सोडून गेली ती.’ मा कडे पाहून ती आमच्यापाशी राहील असं मला वाटलं नाही. शेजारचे लोक तिला म्हणायला लागले की आता तुमचा मोठा लेक एवढं घेऊन आलाय तर आता इथंच राहा. ह्यावर तिचं उत्तर होतं की ‘नको. मी धाकट्याकडेच बरी आहे. तो सगळ्यांपासून वेगळा राहतो. मीही तशीच राहीन. पुन्हा भानगड करायची गरज काय! मी तर दोन-चार दिवसांकरिता आलेय. पुन्हा परत जाणारय’ दादानं विचारलं, ‘का ग? बाबांकडे नाही का जाणार?’ तेव्हा ती म्हणाली, ‘तुझ्या बाबांकडे आणखी एक मा आहे. तिलाच राहू दे. मी जाऊन आणखी कटकट कशाला?’

इतक्या वर्षांनी मा आपल्या मुलांना भेटत होती पण तिला आनंद, दुःख, त्रास काही होतंय असं वाटलं नाही. मा ला इतक्या वर्षांनी भेटूनही माझीही स्थिती काहीशी तिच्यासारखीच झाली होती. कुणी कुणी अचानक घरी आलं तर कसा आनंद होतो, तसं काही मा आल्यानं झाला नाही. दूरचं कुणी कधीतरी भेटल्यावर जेवढा आनंद होतो तेवढाच मला झाला होता. त्या वेळी माझ्या मनात काही असलं तरी मा ला पाहून पुन्हा जुन्या सगळ्या आठवणी जाग्या झाल्या हे सुख काही कमी नव्हतं. माझ्या मनात आलं की मा आम्हा मुलांना अतिशय कठीण परिस्थितीत सोडून गेली होती. तेव्हा आम्ही किती लहान होतो. मा ला हे आठवत नसेल? घर सोडून जाताना तिच्या मागे लागलेल्या बेबीला खूष करण्यासाठी तिच्या हातावर दहा पैसे ठेवले होते आणि तिचा पिच्छा सोडवला होता, हेही तिला आठवत नसेल? ती दिसेनाशी होईपर्यंत बेबी तिच्याकडे पाहत रस्त्यातच उभी होती, ह्याचा तिला पत्ताच नव्हता. आणि असेल कसा? तिनं मागे वळून पाहिलंच नव्हतं. पाह्यलं असतं तर आपल्या मुलीला असं उभं पाहून तिला मायेनं जवळ घ्यायला, तिचा प्रेमानं पापा घ्यायला ती परत आली नसती? तीच मुलगी आता मोठी झालीय, तीन मुलांची आई झालीय, ह्याचाही तिला पत्ता नव्हता.

मा कडे पाहिल्यावर वाटत होतं की ती पुष्कळ दिवसांपासून आजारी आहे. ती बोलतही अगदी कमी होती. पहिल्यासारखाच तिनं भांगभर सिंदूर भरला होता. कपाळावर कुंकवाचा मोठा टिळा लावला होता. पण कुणासाठी? ज्याला तिची आठवणसुद्धा नव्हती त्याच्यासाठी, ज्याचे दिवस ती नसतानाही मजेत चालले होते त्याच्यासाठी.

मला वाटलं होतं की मला पाहताच ती मला छातीशी कवटाळेल. पण ती

माझी ओळख सांगितल्यावरही मला ओळख द्यायला तयार नव्हती. मी तिला विचारलं की आम्हाला सोडून गेल्यावर तुला सुख-शांती मिळाली का, तेव्हा ती काहीच बोलली नाही. मी तिला तिनं घर सोडून जाताना माझ्या हातात दहा पैसे ठेवल्याची आठवण सांगण्याचा प्रयत्न करताच ती मला धमकावत म्हणाली, 'गप्प बस बघू! काय सारखी बडबड चाललीय.' मा च्या ते सगळं अजिबात आठवणीत नव्हतं. खूप दु:ख सोसल्यावर माणूस जसा होतो तशीच मला मा वाटली. माझं बोलणं ती ज्या तऱ्हेनं कानामागे टाकत होती त्यावरून तिचं डोकं तर फिरलं नाही ना, अशी मला शंका आली.

एक महिना राहून मा परत गेली. काही झालं तरी आणखी इथं राह्यला ती तयार नव्हती. आम्ही तिला बाबांकडे नेलं. तिला पाहताच बाबांनी विचारलं, 'कुठं होतीस इतके दिवस? माझा सोन्यासारखा संसार मोडला. आता पुन्हा कशाला आलीस?' मा म्हणाली, 'मी राह्यला नाही आले. मोठ्या मुलानं मला बळजबरीनं आणलं. नाहीतर मी काही आलेच नसते.' मग थोडं थांबून ती पुढे म्हणाली, 'मी धाकट्या मुलाजवळ आहे तेच बरं आहे' एवढं बोलून तिचा राग कमी झाला नाही. ती पुढे म्हणाली, 'मी तुमचा संसार उधळून गेले. पण इतक्या दिवसांत तुम्ही काय केलं? पैसा तर बरा कमावता. मात्र मुलांना काही नीट वाढवलं नाहीत. वाढवलंत? धाकटीचं लग्न करून देताना काय पाहिलंत? सगळा पैसा स्वत:साठी खर्च करता. तिला थोडी मदत नको करायला? पुढं तुमचा सांभाळ कोण करेल? कुणीही नाही. कोलकात्याच्या ज्या ऑफिसात तुम्ही काम करता तिथून मी राहते ते घर असं किती दूर आहे! जरा शोधलं असतंत तर माझा पत्ता मिळाला नसता? पण तुमच्यानं तेवढंसुद्धा झालं नाही. मोठ्यानं कसं लगेच मला शोधून काढलं?'

ज्या मुलाला कडेवर घेऊन मा नं घर सोडलं होतं, त्या मुलापाशीच ती राहत होती. आता त्या माझ्या भावाचं लग्न होऊन तो एका मुलाचा बाप झाला होता. ह्यामुळे मा थांबली नसेल का? आपल्या नातवंडाचा तिला इतका लळा असेल?

कोलकात्याला जाण्याआधी मा माझ्याकडे पण आली होती. तेव्हा आमच्या वस्तीतले बरेच लोक तिला भेटायला आले होते. बायकांनी विचारलं होतं की हीच तुझी खरी आई का? तेव्हा मी उत्तर दिलं होतं, 'हो. हीच माझी खरी आई. आज वीस वर्षांनी मला भेटायला आलीय.' मा कोलकात्याला जाताना तिची आणि माझी भेट झाली नाही. कामावरून परत आल्यावर मा ला भेटून यावं, असा मी विचार केला होता. पण मी जेव्हा दादाकडे गेले तेव्हा मा निघून गेली होती. मी दादाला तिचा कोलकात्याचा पत्ता विचारला. त्याला तो नीट सांगता आला नाही. मला मा कडे जायचं होतं. पण कुणीच मला घेऊन जायला तयार नव्हतं. 'एवढ्या मुलांना घेऊन कुठं जातेस!' असं म्हणून सगळेच माझं म्हणणं उडवून लावत होते. मला

पत्ता माहीत असता तर कशाला मी इतरांची खुशामत केली असती!

इतक्या वर्षांनी मला माझी मा भेटली. पण परत जाण्यापासून मी तिला थांबवू शकले नाही. मा परत गेल्यानंतर काही दिवसांनी माझा मा पाशी राहणारा धाकटा भाऊ आपल्या बायकोला घेऊन आला होता. त्याला पाहताच, कसे कोण जाणे, माझे डोळे वाहायला लागले. मी त्याला विचारलं, 'भाई, मला ओळखलंस?' तो म्हणाला, 'कसं नाही ओळखणार, दीदी! एकाच रक्ताची भावंडं एकमेकांना कशी ओळखणार नाहीत?' मी म्हटलं, 'आजपर्यंत कुणी मला 'दीदी' म्हणून हाक मारली नाही रे! तू पुन्हा एकदा मला 'दीदी' म्हणून हाक मार ना!' त्याच्याही डोळ्यांत पाणी उभं राहिलं. ते लपवत तो म्हणाला, 'चल. घरात चल. आणि सांग बरं तुला मुलंबाळं किती?' त्याच्याबरोबर घरात जाता जाता मी म्हटलं, 'मा काही आमच्यापाशी राहिली नाही. ती तुझ्याजवळ राहाणारेय, सांभाळ तिला.'

माझा धाकटा भाऊ दोनेक दिवसांनीच कोलकात्याला परत गेला. काही दिवसांनी माझ्या कानावर आलं की दादाही आपली बायकोमुलं घेऊन दिल्लीला गेला. आता इथं बाबांशिवाय माझं कुणीच नव्हतं आणि बाबा काय असून नसून सारखेच! ते कधीच माझी विचारपूस करायचे नाहीत. दादा होता तोपर्यंत कधीमधी त्याच्याकडे जायची. आता जाण्यासारखं कुणीच राहिलं नव्हतं. आता मारझोड, कष्ट, सुख – जे काय वाट्याला येईल ते इथंच राहून सोसायचं होतं! दुसरा इलाजच काय होता? मुलांना घेऊन जाणार तरी कुठं! कधी कधी माझ्या नवऱ्याची मला दया यायची. मनात यायचं की मी तो ठेवतो तशी का नाही राहत? माझ्या आणि त्याच्या विचारात फरक असल्यानं आमची सतत भांडणं व्हायची. आमच्या घरातच असं का हेच मला कळत नव्हतं. कारण अशी कित्येक घरं होती की जिथं नवरा-बायको गुण्यागोविंदानं राहत होते, आनंदात होते, बरोबरीनं हिंडत-फिरत होते. माझा नवरा चांगला आहे, साधा सरळ आहे. त्याच्यापाशी छक्केपंजे नाहीत, असं बऱ्याच लोकांचं मत होतं. मलाही वाटायचं की मनानं तो खरंच चांगला आहे. त्याला बिघडवणारे वेगळे आहेत. तो मागचापुढचा काही विचार न करता त्यांचं ऐकतो आणि माझ्याशी भांडायला लागतो. पण कधी कधी तो इतका वाईट वागायचा की मला ते सहनच व्हायचं नाही. मी शरमिंदी व्हायची. अपमानानं दुखावली जायची. मग मात्र मनात यायचं की हा असा का वागतो? मी माणूस आहे की जनावर? मी मनसापूजेसाठी दुलालकडे गेले असताना तो माझ्याशी असाच वाईट वागला. त्यानंतर त्याच्या घरी जाण्याची मला इच्छाच झाली नाही.

दरवर्षी दुलालकडे मनसेची पूजा व्हायची. मी त्यांना पूजेच्या तयारीत मदत करायची. ढोल कुठून आणायचे, कुठल्या ब्राह्मणाला बोलवायचं, हे मी पाह्यची. रांगोळी तर मीच काढायची. पण फक्त दुलालकडेच नाही तर दुसऱ्यांकडेही

कुणाकडे पूजा असली, लग्न असलं, तर रांगोळी काढणं आणि नवरीला सजवणं ह्यासाठी सगळे मलाच बोलवायचे. कुणासाठी असं करायला मिळालं तर मला फार बरं वाटायचं. ही कामं करायला मला फार आवडायची.

ह्या वर्षी पूजेच्या दिवशी मी उपवास केला होता. मी नवऱ्याची वाट पाहत होते. पूजेसाठी फळं, फुलं, आसन, तबक, शंख वगैरे गोळा करून ठेवलं होतं. तेव्हा दुपारचे दोन वाजले होते. माझा नवरा बरोबर दोन वाजता यायचा. पण त्या दिवशी दुपार टळली तरी त्याचा पत्ता नव्हता. मी विचार केला की कामामुळे त्याला उशीर झाला असेल. तो आला की त्याला खायला-प्यायला देऊन मी पूजेला जाईन. तो पाच वाजता आला. त्याचं खाणं-पिणं झाल्यावर मी म्हटलं, 'मी तिकडे जाऊन येते.' मी दुलालकडे पूजेसाठी जाणारय. हे त्याला आधीपासूनच ठाऊक होतं. त्यानं विचारलं, 'परत यायला किती रात्र होईल?' मी म्हटलं, 'पूजा झाली की लगेच येईन.' मग तो काहीच बोलला नाही. मीही दुलालकडे गेले.

तिथं जाऊन पाहते तर सगळे माझीच वाट बघत होते. मी पूजेची तयारी केली, फळं चिरून ठेवली. तोपर्यंत पूजेसाठी तळ्यावरून पाणी आणायची वेळ झाली. डोक्यावर कळशी घेऊन दुलालबरोबर ब्राह्मण, ढोल आणि झांजा वाजवणारे आणि दुलालच्या शेजारपाजारचे लोक निघाले. त्या लोकांमध्ये बाई अशी मी एकटीच होते. मी एवढ्या पुरुषांत एकटी बाई गेले, हीच माझी चूक झाली आणि त्या चुकीचं फळ मला भोगावं लागलं.

मला एकटीला पुरुषांबरोबर जाताना माझ्या नवऱ्यानं पाहिलं. तो घाणेरड्या शिव्या देत तिथंच मला मारायला धावला. दुलालच्या घरापाशीच दादाचा मित्र रवीदा राहत होता. त्याच्या बायकोला मी वहिनी म्हणायची. तिनं माझ्या नवऱ्याला पाहिलं आणि मला ओढतच आपल्या घरात घेऊन गेली. त्याच रात्री पुन्हा कधीही घरी न जाण्याचं मी पक्कं ठरवलं. रवीदाच्या बायकोनं माझी खूप समजूत घातली. पण मी माझं म्हणणं सोडलं नाही. त्या दिवशी मी रवीदाकडेच राहिले. मला मारण्याची संधी शोधत माझा नवरा बऱ्याच उशिरापर्यंत रवीदाच्या घराभोवती चकरा मारत होता. एकदा तर घरीही आला. पण रवीदाच्या बायकोनं त्याची समजूत घालून त्याला घरी पाठवून दिलं. मी घरी परत जावं म्हणून वहिनी मला पुन्हा पुन्हा समजावत होती. पण मी तिला सांगून टाकलं की मी जाणार नाही. तिथं राहिले तर मुलांचं शिक्षण होणं शक्य नव्हतं. मोठ्या मुलाचं तर आताच शिकण्यातून लक्ष उडालं होतं. तिथं नवऱ्याबरोबर राहून मी किती सोसलंय ते माझं मलाच माहीत! आता तिथं न जाणंच बरं! गेले की पुन्हा मारझोड सुरू होणार, तमाशा पाह्यला लोक दारासमोर जमणार! मला हे अजिबात आवडत नव्हतं.

सकाळी सकाळीच माझा मोठा मुलगा माझे आणि त्याच्या भावंडांचे काही

कपडे एका पेटीत भरून घेऊन आला. मी त्याला म्हटलं, 'बेटा, तू आपल्या बाबांजवळ राहा. मी तुझ्या आजोबांकडे जातेय. मधून मधून गरज पडल्यास तू मला तिथं येऊन भेट.' थोड्या वेळानं मी माहेरी निघून गेले. माझ्या मोठ्या मुलानं आमचे कपडे आणून दिले, हे जेव्हा माझ्या नवऱ्याला कळलं तेव्हा त्यानं मोठ्या मुलाला बदडलं आणि मला तुम्हा कुणाचीच गरज नाही, असं म्हणून त्याला हाकलून लावलं. मुलगा रडत-रडत माझ्याकडे आला. त्यानं मला सगळं सांगितलं. मी म्हटलं, 'असू दे. तूही तिकडे जायचं नाहीस. मी तुम्हा तिघांना घेऊन राहीन.'

बाबांना वाटलं असावं की काही दिवसांनी माझा राग निवळेल आणि मी पुन्हा माझ्या नवऱ्याकडे जाईन. पण मी स्वच्छच सांगून टाकलं की मी पुन्हा नवऱ्याकडे जाणार नाही. त्याचा संसार करणार नाही. तेव्हा मात्र ते अडचणीत आले. माझ्यावरून मा-बाबांमध्ये भांडणं सुरू झाली. मला काहीतरी करायला पाहिजे, हे मला समजत होतं. नाही तर मला आणि माझ्या तीन मुलांना नुसतं बसून कोण खायला घालणार होतं! म्हणूनच मी षष्टीकडे गेले. माझ्यासाठी काम मिळतंय का, हे पाहण्यासाठी. ती मला हॉस्पिटलमध्ये घेऊन गेली. आणखी दोन आठवड्यांनी आम्हा दोघींनाही तिथं काम मिळेल, असं आम्हाला सांगण्यात आलं. मी विचार करायला लागले की अशा तऱ्हेचं घाणेरडं काम मी कधी केलेलं नाही. जमेल का ते काम मला? पुन्हा विचार केला की पोटच्या पोरांसाठी हे ही करायला हवं. घरी आल्यावर मी बाबांना म्हटलं की कुठंतरी दुसरीकडे मी भाड्यानं घर घेऊन राहीन. बाबांनी विचारलं की भाडं कुठून देशील? त्यांचं म्हणणं खरं होतं. आता भाडं द्यायचं तर माझ्या हातांत दमडीसुद्धा नव्हती. पण हॉस्पिटलमध्ये कामाला लागल्यावर पैसे मिळणारच होते. म्हणूनच मी दुलालला जागा बघायला सांगितलं. ह्या दरम्यान, एके दिवशी, माझी आणि बाबांची खूप बाचाबाची झाली. बाबा म्हणाले, 'तू जर नवऱ्याकडे जाणार नसशील तर माझ्यासमोरून चालती हो.' मी म्हटलं, 'मी पुन्हा त्याच्याकडे जाणार नाही. आणि जावंच लागलं तर ह्या दुनियेतूनच निघून जाईन.' ह्यानंतर बाबा काही बोलले नाहीत. दोन दिवसांनंतर मी दुलालनं दाखवलेल्या घरात राहायला गेले. हॉस्पिटलचं काम नक्की झालं. कधी कुणाची ड्यूटि ते ठरलं. षष्टीला दिवसपाळी आणि मला रात्रपाळी मिळाली. माझ्या लहान मुलांना सोडून मला कामावर जायला लागायचं. मधून-मधून मी बाबांकडून घरखर्चासाठी पैसे घ्यायची. ह्यावरून मा-बाबात खूप भांडणं व्हायची.

मी वेगळी राहत होते तरी बाबांना वाटायचं की मी आज ना उद्या नवऱ्याकडे परत जाईन. मी लवकरात लवकर त्याच्याकडे जावं म्हणून ते माझ्या मागे लागायचे. पण तिथं जायचं नाही हेच माझ्या मनानं घेतलं होतं. नवऱ्याकडे राहताना मी काय भोगलं ते माझं मलाच माहीत! माझं किती नाव झालं आणि किती बदनाम

झालं तेही मीच जाणे! मी बाबांना म्हटलं की मुलांना घेऊन मी एकटी राहणारय. मला पाह्यचंय की मी मुलांना नीट वाढवू शकते की नाही!

मी पुन्हा नवऱ्याकडे गेले नाही. पण विभुदा मात्र त्याला घेऊन माझ्याकडे आला. कदाचित माझ्या नवऱ्याला विभुदाच म्हणाला असेल की चल. जाऊन तर पाहू या की ती आपल्याबरोबर येते की नाही. मी मुलांना घेऊन दारातच बसले होते. विभुदाला मी येताना पाहिलं. त्याच्यामागे माझा नवरा होता. मी तशीच बसून राहिले. विभुदा ओटीवर येऊन मला म्हणाला, 'चल घरी चल.' मी म्हटलं, 'नाही, दादा! मी नाही येणार. तो एकटाच नीट राहतो आणि राहीलही.' त्यानंतर जे काय बोलायचं ते विभुदाच बोलला. माझी शेजारीण जेव्हा म्हणाली की 'काय जावईबापू, आपल्या बायकोला घेऊन जायला आलात वाटतं?' तेव्हाच माझ्या नवऱ्यानं तोंड उघडलं. तो म्हणाला, 'ही काय गाय आहे का बकरी की तिला बांधून नेता येईल!' शेजारीण ताबडतोब म्हणाली, 'मग काय ती नीट चरतेय की नाही, हे पाह्यला आलात वाटतं!' ती असं म्हणताच विभुदानं माझ्या नवऱ्याला 'चल' म्हटलं आणि ते दोघं निघून गेले. मी नवऱ्याबरोबर गेले नाही आणि कधी जाणारही नव्हते. माझा हा बेत ऐकून सगळ्यांचं एकच म्हणणं असायच की आता गेली नाहीस तर पुढे कळेल! पण जिला नवरा नसतो ती काय राहत नाही? त्यांचं आयुष्य जात नाही का नीट? काही लोकांचं म्हणणं होतं की वेगळी राहिलीस तर मुलांचं शिक्षण थांबेल. ह्या लोकांमध्ये माझे बाबाही होते. मी त्यांना म्हणायची की ती कशी नाही शिकत ते बघतेच मी! माझा मोठा मुलगा आतापर्यंत जे थोडंफार शिकला होता ते मी जोर केला म्हणूनच. माझ्या मुलांना तर मीच सांभाळत आले होते. आताच्या परिस्थितीत माझं काम थोडं वाढणार होतं एवढंच!

हॉस्पिटलमध्ये, काही दिवस, मी रात्रपाळी केली. पण मुलांना रात्री घरी ठेवून जाणं मला जमेना म्हणून मी ती नोकरी सोडली. कामाशिवाय घर चालणं शक्य नसल्यानं पुन्हा बाबांकडे आले. पण माहेरी माझ्या नवऱ्यावरून माझं बाबांशी खूप मोठं भांडण झालं. बाबा भयंकर संतापले. मला म्हणाले, 'तू त्याच्याकडे जाणार नसलीस तर माझ्या समोरून चालती हो. जा कुठंतरी दुसरीकडे.' ह्यावर दुसऱ्या दिवशी, अगदी नरमाईच्या सुरात मी बाबांना म्हटलं, 'बाबा, मग मला दादाचा पत्ता द्या. थोडे पैसेही द्या. मी जाते इथून.' बाबा तयार झाले. बाबांनी आपल्या मित्राला ह्याबद्दल सांगितलं. त्या मित्राचं नाव पतित. पतितकाका मला समजवायला लागले, 'तू नवऱ्याकडे जाणंच तुझ्या हिताचं आहे.' पण मी तयार झाले नाही.

दुसऱ्या दिवशी दुपारी दोन वाजता गाडी होती. सकाळपासूनच मी बेचैन होते. मी कपडेबिपडे काही बदलले नाहीत. होते तशीच निघाले. मुलांनाही तशाच अवतारात बरोबर घेतलं. बाबा, मा आणि पतितकाकांबरोबर आम्ही स्टेशनवर गेलो.

दुलालही मला पोहोचवायला आला होता. बाबांनी तिकीट काढून माझ्या हातात दिलं. माझे डोळे भरून आले. मायेचे आणि मोहाचे क्षण मनात थैमान घालायला लागले. मी हुंदके देऊन रडायला लागले. बाबांजवळ आता त्यांचं एकही मूल राहिलं नाही म्हणून मला त्यांच्याबद्दल वाईट वाटत होतं. ते आता अगदी एकटे पडले होते. नवऱ्याचीही आठवण येत होती. त्याला सोडून जातानाही वाईट वाटत होतं. मला रडताना पाहून बाबा म्हणाले, 'बेटा, का रडतेस? आताच परत जा त्याच्याकडे. माझे तिकिटाचे पैसे गेले तर जाऊ देत. तू घरी जा, बेटा!' पण मी त्यांचं ऐकलं नाही. गाडीची वेळ झाली होती. बाबांनी दादाचा फरीदाबादचा पत्ता एका कागदावर लिहून दिला. मी दुलालला म्हटलं, 'सांभाळून राहा.' त्यानं माझ्या मुलीला उचलून घेऊन तिचे लाड केले. माझ्या मनात आलं की माझ्या जाण्याचं बाबांना वाईट वाटतंय मग ते का नाही माझ्याशी थोडेसे मायेनं वागत? आईमुळे असेल? तेवढ्यात गाडी आली. मी बाबांना, मा ला आणि पतितकाकांना वाकून नमस्कार केला, दुलालचा हात हातात घेतला आणि मुलांना घेऊन गाडीत चढले. गाडी सुटली. रडत रडतच हात हलवून मी सगळ्यांचा निरोप घेतला.

■

# तीन

डब्यात इतकी गर्दी होती की मुलांना घेऊन बसणं तर सोडाच उभं राह्यलाही जागा नव्हती. मी मोठ्या मुलाला म्हटलं, 'बाबू, तू ह्या धाकट्या दोघांना घेऊन एका बाजूला उभा राहा. मी जागा शोधते.' कशीबशी कपडे वगैरे असलेली बॅग मी एका कोपऱ्यात ठेवली आणि मी खालीच बसले. मुलांनाही जवळ बोलावून घेतलं. गाडीतून कुठंतरी जायला मिळतंय म्हणून मुलं अगदी खुषीत होती. मला मात्र काळजी सतावत होती. मी पुन्हा कधी इकडे परत येईन का? सगळं सोडून चाललेय. पुढे काय होईल देव जाणे! ह्या मुलांना मला धडपणे सांभाळता येईल की नाही? विचार करता करता बरीच रात्र झाली. मी मुलांना सांगितलं की माझ्या पायांवर डोकं टेकवून झोपून जा. धाकटी दोघं झोपली. पण मोठ्याला झोप आली नाही. माझ्याकडे पाहत तो म्हणाला, 'मा, तू थोडी झोप.' मी म्हटलं, 'नाही रे, बाबा! मला नाही झोप येत. मी तुम्हाला घेऊन निघालीय खरी, पण तुम्हाला सांभाळेन का, ह्याची काळजी वाटतेय मला.' तो म्हणाला, 'मा, तूही काम कर आणि मीही करेन. शिवाय तिथं मामा आहेच ना!' मी म्हटलं, 'मामा किती दिवस पाहील! नंतर आपलं आपल्यालाच पाह्यला हवं. बघू काय होतं ते!' तो म्हणाला, 'ह्या दोघांना शिकवायला हवंच. माझं शिकणं राह्यलं तर राह्यलं. पण ह्या दोघांचं राहता कामा नये.' त्याच्या बोलण्यावरून त्याच्या मनातही शिकायचं आहे, हे मला जाणवलं. मला त्याला शिकवायची खूप इच्छा होती. पण काय करणार! जमलंच नाही. ह्यात थोडा दोष मुलाचा आणि थोडा त्याच्या बापाचा होता. वडिलांनी मुलांकडे लक्ष नको का द्यायला? नुसता पैसा खर्च करून भागत नाही. त्यासाठी कष्टही घ्यावे लागतात. फक्त मी ओरडायचं आणि बाकीच्यांनी तमाशा बघायचा हे कसं! एकीकडे मी मुलाला वळण लावण्याचा प्रयत्न करतेय आणि दुसरीकडे तुम्ही चार-आठ आणे त्याच्या हातावर ठेवून त्याला डोक्यावर बसवताय! म्हणून तो शिकण्यात मागे पडला.

ह्या अशा विचारातच रात्र सरली. सकाळीच चेकर आला. मी त्याला तिकीट

दाखवलं. त्यानं विचारलं, 'ह्या डब्यात का चढलीस?' एका कागदावर त्यानं फटाफट काहीतरी लिहिलं आणि म्हणाला, 'एक सौ पचहत्तर रुपये निकालो!' मी तिकीट काढलंय. मग हा पुन्हा पैसे का मागतोय तेच मला कळेना. मला काही समजलं नाही पण पुढे काय होईल ते होवो, आता आहेत तर देऊ या, नाहीतर काही भानगड झाली तर पोरांना घेऊन कुठं जायचं, असा विचार करून मी त्याला पैसे दिले. थोड्या वेळानं आणखी एक चेकर आला आणि तोही पैसे मागायला लागला. आता मात्र माझा धीर खचला. असे सगळे पैसे गाडीतच खर्च झाले तर मी मुलांना खायला कशी घालू? मला रडू आलं. मला रडताना पाहून मुलंही रडायला लागली. चेकर म्हणाला, 'पैसे काढून ठेव. मी येतोच.' मुलांना रडताना पाहून डब्यातल्या एका बंगाली गृहस्थांनी मोठ्या मुलाला विचारलं, 'बाबू, काय झालं रे?' त्यानं सर्व हकिकत सांगितली. तेव्हा ते गृहस्थ म्हणाले, 'येऊ दे चेकरला. आम्ही सांगतो त्याला बरोबर. मग पुन्हा नाही पैसे मागायचा.' मग माझ्या जीवात जीव आला. पुन्हा चेकर आला नाही. गाडी दिल्लीला पोहोचतच होती एवढ्यात त्या गृहस्थांनीच बोलायला सुरुवात केली, 'कुठं जाताय? बरोबर कुणी आहे का?' मोठा त्यांच्या प्रश्नांना उत्तरं देत होता आणि मला भीती वाटत होती की तो आम्हाला काही करणार तर नाही? घाबरून सगळ्या मुलांना मी जवळ ओढून घेतलं. स्वत:चं सामान आवरता आवरता ते गृहस्थ म्हणाले, 'बघ. नवी जागा आहे. मुलांना सांभाळ. त्यांना एकटं सोडू नको.'

थोड्या वेळानं गाडी दिल्लीला पोहोचली. बाबांनी दिलेला पत्ता हातात जपून धरत मी खाली उतरले. 'फरीदाबादची गाडी केव्हा आणि कुठून सुटते?' असं विचारताच एक-दोघांनी मलाच उलट विचारलं, 'फरीदाबाद? कौन फरीदाबाद?' मी तर घाबरूनच गेले. बाबांनी मला चुकीचा पत्ता दिला की काय? कुठं येऊन पडले मी! पोरांना घेऊन जाऊ तरी कुठं! मग विचार केला की हमालांना विचारायला हवं. एका हमालाला विचारलं. पण त्याला काही माहीत नव्हतं. त्यानं दुसऱ्या हमालाला विचारलं. तो म्हणाला, 'फरीदाबादची गाडी ह्या प्लॅटफॉर्मवर नाही येत. त्या पलीकडच्या येते.' त्याच्या सांगण्यावरून मी रूळ ओलांडून पलीकडच्या प्लॅटफॉर्मवर गेले. दादाचा पत्ता लिहिलेला कागद मी हातात घट्ट धरून ठेवला होता. दुसऱ्या प्लॅटफॉर्मवर मी लोकांकडे चौकशी केली आणि गाडीची वाट पाहत थांबले. थोड्या वेळानं गाडी आली. मोठ्याला मी कपड्यांची बॅग घ्यायला सांगितलं. मी मुलीला कडेवर घेतलं आणि धाकट्याला हाताशी धरून गाडीत चढले. तीन-चार स्टेशनांनंतर गाडी थांबली तेव्हा मी एका बाईंना विचारलं, तर त्या म्हणाल्या, 'हेच फरीदाबाद.' मग मी मुलांना घेऊन खाली उतरले.

मला माझ्या भावाकडे जायचं होतं. म्हणून बाबांनी दिलेला पत्ता मी एका

रिक्शेवाल्याला दाखवला आणि विचारलं, 'किती दूर आहे हे ठिकाण?' रिक्शावाला म्हणाला, 'बसा. मी पोहोचवून देतो.' त्यानं आम्हाला एका हनुमान-मंदिरापाशी उतरवलं. तिथल्या एका दुकानापाशी मी मुलांना बसवलं आणि त्या दुकानदाराला आणि तिथं उभ्या असलेल्या लोकांना दादाचं नाव सांगून हा कुठं राहतो म्हणून विचारलं. इथं हिंदीत बोललं पाहिजे हे मी विसरले नव्हते. ते लोक म्हणाले की ह्या नावाचं इथं कुणी राहत नाही. मी मनातल्या मनात म्हटलं की कुठं येऊन बसले मी! म्हणजे इथं माझ्या ओळखीचं खरंच कुणी नाही!

हळूहळू लोक माझ्याभोवती गोळा झाले. एक बाई हिंदीत म्हणाली, 'घबराओ मत, बहन! आम्हीही बाहेरूनच आलोय. कुणी नसलं तरी आम्ही आहोत ना! तुला काही होणार नाही.' दुसरी एक पंजाबी बाई म्हणाली, 'माझ्या घरी चल, बाई! जेवण करते. पोरांना खायला घालून घे.' तेवढ्यात एक गृहस्थ पुढे आले आणि एका टेकडीकडे बोट दाखवत म्हणाले, 'त्या टेकडीवर बंगाल्यांची वस्ती आहे. तिथं जाऊन चौकशी कर.' मी तिथं गेले. तिथं एक देऊळ होतं आणि त्याच्यामागे लहानशी वस्ती होती. मुलांना देवळाच्या ओसरीवर बसवून मी त्या वस्तीत गेले. तिथं चौकशी केली. पण तिथंही माझ्या दादाला ओळखणारं कुणी नव्हतं. देवळापाशी काही लोक पत्ते खेळत बसले होते. त्यांना जाऊन विचारलं तेव्हा अठरा-एकोणीस वर्षांचा एक मुलगा पटकन म्हणाला, 'तो गाडी चालवतो तोच ना?' मी म्हटलं, 'भाई, जरा त्याचं नाव तर सांग.' त्यानं माझ्या दोन्ही भावांची नावं बरोबर सांगितली. त्यामुळे माझी काळजी मिटली. मी विचारलं, 'ते कुठं राहतात हे माहीत आहे?' तो म्हणाला, 'ते आता इथं राहत नाहीत. दुसरीकडे कुठं राहतात. त्यांचा पत्ता मला माहीत नाही. पण तुमच्या भागातला एक 'विमल' नावाचा माणूस राहतो इथं. त्याच्याकडूनच तुमचा भाऊ गाडी शिकलाय.' मी म्हटलं, 'मला त्या विमलचं घर दाखव ना भाई!' त्याच्याबरोबर मी विमलकडे गेले. तो कामासाठी कुठं बाहेर गेला होता. घरात त्याची बायको होती. त्यांच्याकडेच आम्ही जेवलो. संध्याकाळी विमल आला. मी त्याला माझ्या भावांबद्दल विचारलं. तो म्हणाला, 'ते सध्या चक्रपूरला राहतात. बसनं जायला वीस-पंचवीस रुपये लागतील.' मी म्हटलं, 'विमलदा, मला तिथं घेऊन चला ना!' तो म्हणाला, 'मला नाही येता यायचं तुझ्याबरोबर पण तुमच्या मावशीची मुलगी आहे ना इथंच!' 'मावशीची मुलगी? कोणती?' 'का, बडी बुडीला विसरलीस?' 'चला तर. मला तिचं घर दाखवा.'

म्हटलं, 'चला. आपल्यातलं कुणी तरी भेटलं!' त्याचबरोबर मनात आलं की बडी बुडीबरोबर माझं एकदा भांडण झालंय, तेव्हा ती माझ्याशी बोलेल की नाही कोण जाणे! विमलदाबरोबर मी तिच्या घरी गेले. ती तेव्हा पडवीत बसून रोट्या करत होती. विमलदा म्हणाला, 'ए बुडी, पाहा तर कोण आलंय ते!' तेव्हाही मला वाटलं

की ती माझ्याशी बोलणार नाही. पण मला पाहताच तिचा चेहरा उजळला. ती मागचं भांडण विसरली होती तर! मला हाक मारत ती म्हणाली, 'ये ग, दीदी! तिथं का उभी राहिलीयस? आत ये ना! जावईबापूंबरोबर भांडण करून आलीस वाटतं?' मी म्हटलं, 'हो. तसंच काहीसं.' 'पण त्यांनी तुला येऊच कसं दिलं?' 'जाऊ दे ग! मी जायचं ठरवलं तर तो मला कसा अडवणार? हं! कळलं असतं तर तमाशा नक्कीच केला असता. अच्छा! आता दादा कुठं राहतो ते सांग. आता मला तिथं जाता येईल की नाही?' 'आता कशी जाशील! उद्या सकाळी खाणं पिणं उरकलं की मी तुला पोहोचवून देईन. पण ह्या मुलांना घेऊन तू राहशील त्याच्याकडे?' 'का नाही? मी बसून थोडीच राहणारय! काहीतरी काम शोधीनच.' 'काम तर तुला मिळेलच. तिथं बऱ्याच बायका काम करूनच पोट भरतात. कितीतरी बायका नवऱ्यापासून वेगळं राहतात आणि कमावून खातात. मग तुला का नाही तसं जमायचं! नक्कीच जमेल ग! पण काम मिळालं की भाड्याचं घर घेऊन वेगळं राहावं लागेल. त्याच्याबरोबर नाही राहता यायचं तुला.' आमचं बोलणं सुरू असताना मध्येच विमलदा उठला. म्हणाला, 'मी आता निघतो.' मी त्याला विचारलं, 'इथं मला काही काम मिळेल का?' तो म्हणाला, 'हो. हो. नक्की मिळेल. तिथं नाही मिळालं तर इथं ये.' एवढं बोलून तो निघून गेला. बडी बुडी आता मला विचारायला लागली की कशावरून तुमचं एवढं भांडण झालं की दुर्गापूर सोडून तुला इथं यावं लागलं?

मी तिला सगळं काही अगदी स्पष्टपणे सांगितलं. ती म्हणाली, 'बाई ग, एवढं सामान आणि मुलं घेऊन तू इतक्या लांब आलीसच कशी, ह्याचं आश्चर्य वाटतंय मला.' मी म्हटलं, 'अग, पत्ता नीट ठाऊक असेल तर माणूस कितीही दूर जाऊ शकतो. त्यात काय!'

दुसऱ्या दिवशी मी मुलांना चांगली आंघोळ घातली, भरपूर खायला प्यायला घातलं. कारण दोन दिवस त्यांचं आंघोळ, खाणं काहीच धड झालं नव्हतं. आम्हाला घरातून निघेपर्यंत दोन वाजले. बसच्या स्टॉपपर्यंत आम्ही रिक्शानं गेलो. बडी बुडीच्या नवऱ्यानं आम्हाला बसमध्ये बसवून दिलं आणि आम्हाला चक्रपूरच्या वळणावर उतरवून द्यायला ड्रायव्हरला सांगितलं. बसमधून उतरून आम्ही पायीच निघालो. थोडं पुढे आल्यावर मला मोठी वहिनी आणि दादाची मोठी मुलगी हातपाय धुताना दिसल्या. बडी बुडी म्हणाली, 'ती बघ तुझी वहिनी.' वहिनी पहिल्यापेक्षा खूपच बारीक झाली होती. फिकुटलीही होती. ती माझ्याशी धड बोललीसुद्धा नाही. मी बडी बुडीकडे पाह्यलं. मला काय म्हणायचंय ते तिला समजलं. मी काही बोलण्याआधीच ती म्हणाली, 'तू ह्यांच्यात राहिलीस तर तुला फार सोसावं लागेल. ते जे काय ऐकवतील ते तोंड मिटून ऐकावं लागे. म्हणूनच काम मिळालं, की

एखादी लहान का होईना, खोली बघ. तोपर्यंत ह्यांच्या लाथा खात राहावंच लागेल.' मी विचार केला की बुडी म्हणतेय ते अगदी खरं आहे. असंच राहावं लागेल. मी तिला विचारलं, 'मला इथं काम नाही मिळालं तर?' ती म्हणाली, 'का नाही मिळायचं काम! नक्की मिळेल. तूच थोडं इकडे तिकडे शोध. बघ मिळेल की नाही.'

दादाच्या घराजवळच माझ्या मधल्या भावाचं घर होतं. बुडीबरोबरच मी त्याच्याकडे गेले. मला पाहताच माझ्या मधल्या भावजयीनं तोंडच फिरवलं. मी एवढी दुरून आले होते. माझ्याशी बऱ्यावाईट दोन गोष्टी करणं तर सोडाच उलट डोक्यावर मोठं ओझं येऊन पडल्यासारखं त्या वागत होत्या. मी बुडीला म्हटलं, 'काय ग, मी इथं राहीन? जे पाहतेय त्यावरून वाटतंय की आताच इथून निघावं लागेल.' बुडी रात्री चक्रपूरलाच राहिली. सकाळी ती जायला निघाली तेव्हा मी हिरमुसली झाले. ती गेल्यावर मला कुणी बोलायलासुद्धा उरणार नव्हतं. बुडी जाताना सगळ्यांना ऐकू जाईल अशा आवाजात मला म्हणाली, 'लक्षात ठेव. इथं तुला काम नाही मिळालं तर मी आहेच.' मनात म्हटलं की चला. बरं झालं. गरज पडली तर तिच्याकडे जाऊन काहीतरी व्यवस्था करता येईल. कदाचित काही कामही मिळेल.

बुडी गेल्यावर मी दादाकडे आले. माझ्या मधल्या भावाची स्थिती दादापेक्षा चांगली होती. तो ड्रायव्हर होता. त्याला पैसे बरे मिळत होते. मला काही दिवस त्याच्याकडे राहता आलं असतं. पण त्याच्या बायकोचं वागणं मला आवडलं नाही. दादाचं घर भाड्याचं होतं आणि तीही एक खोली. त्यात तो, त्याची बायको आणि चार मुली राहत होत्या. माझ्या तीन मुलांना घेऊन मी त्यांच्यात कुठं राहणार होते!

मी हाच विचार करत होते इतक्यात दादा आणि बडी मा चा मुलगा रतन घरात शिरले. रतनची बहीण म्हणजेच माझी मधली वहिनी. रतन पण दुर्गापूरलाच राहत होता. माझ्या बाबांना जेव्हा समजलं की रतन नोकरी शोधण्यासाठी दुर्गापूरला जातोय, तेव्हा त्यांनी मलाही बरोबर घेऊन जायला सांगितलं होतं. तो तयारही झाला होता. म्हणून मी त्याला विचारलं, 'तू मला बरोबर घेऊन येणार होतास ना?' तो म्हणाला, 'सगळ्यांनी मला अडवलं. मग मी तरी काय करू?' हे ऐकताच दादानं माझी विचारपूस करण्याऐवजी मला फैलावरच घेतलं, 'तू निघून आलीसच का? भांडणतंटे कुठल्या घरात होत नाहीत? यायचंच होतं तर शंकरला घेऊन का नाही आलीस? रतन तर आधीच येऊन राह्यलाय. आता तू तुझ्या मुलांना घेऊन कुठं राहशील?'

मी त्याच्या एकाही प्रश्नाला उत्तर दिलं नाही. कारण मी उत्तर दिलं तर तो आणखी भडकेल, हे मला ठाऊक होतं. मी बोलत नाही असं पाहून दादाही गप्प बसला. तेवढ्यात दादाच्या ओळखीचा एक तरुण मुलगा तिथं आला. दादा म्हणाला की ह्याचं नाव सुभाष आहे आणि तो जवळच भाड्याची खोली घेऊन एकटाच राहतो. दादानं हेही सांगितलं की तो दुर्गापूरचाच आहे. सुभाषशी बोलता बोलता दादा

अचानक मला म्हणाला, 'अग बेबी, माझ्याकडे आणखी एक खोली आहे. मी उगाचच तिचं भाडं भरतोय. दुकान काढण्यासाठी घेतली होती मी ती. तेव्हा असं कर की काम मिळेपर्यंत तू तिथं राहा. रतनला वाटलं तर तोही तिथं राहील.' मी बोलले काहीच नाही पण मनातून खूष झाले होते. रतनकडे पाह्यलं तर तोही ह्या गोष्टीला राजी असल्याचं दिसलं. मी आणि रतन ह्या गोष्टीला तयार आहोत हे दादालाही कळलं असावं. तो सुभाषला म्हणाला, 'सुभाष, तुला तुझा स्वयंपाक स्वत:चा स्वत:च करावा लागतो ना! मग तू असं का नाही करत की तुझी भांडीकुंडी तिला दे. ती त्यांच्याबरोबर तुलाही करून घालेल. सध्या ती अडचणीत आहे. तेव्हा तू जेवणावर जे पैसे खर्च करतोस ते तिला देत जा. तिला काम मिळाल्यावर हळूहळू ती तुझ्या वस्तू तुला परत करेल.' सुभाषनं दादाच्या म्हणण्याला होकार दिला. त्याचं पाहून रतनही तयार झाला. कारण बहिणीकडे रोज रोज जेवणं त्याला आवडत नव्हतं.

दादाच्या त्या खोलीत राह्यला जायला नाही नाही म्हणता सातेक दिवस लागलेच. भांडी-कुंडी सुभाषकडून मिळाली. पण ती मांडण्याआधी खोलीची साफसफाई करायला हवी होती. आणि त्यासाठी वेळच मिळत नव्हता. कामासाठी दिवसभर एका कोठीतून दुसऱ्या कोठीकडे फिरावं लागत होतं. शिवाय मुलांच्या खाण्यापिण्याची काळजी होतीच. मी काम शोधत फिरायची आणि परत आल्यावर मुलं आणि मी कधी ह्या भावाकडे तर कधी त्या भावाकडे जेवायचो. जर कुणी आपल्याशी नीट बोलत नसेल तर त्याच्याबरोबर राहण्यात सुख नसतं. म्हणूनच स्वतंत्र खोलीत राह्यला आल्यावर मला सगळ्यात जास्त आनंद कसला झाला असेल तर आता मी मला वाटेल तेव्हाच माझ्या दोघी वहिन्यांना भेटणार होते.

नव्या घरात आल्यावर माझं काम नक्कीच वाढलं होतं पण पोट भरण्यापुरता पैसाही मिळत होता. सुभाष आणि रतन दोघंही मला प्रत्येकी वीस-वीस रुपये द्यायचे. दादाही गुपचूप पाच-दहा रुपयांची मदत करत होता. मी सकाळीच सगळ्यांचा स्वयंपाक करून काम शोधायला बाहेर पडायची. प्रत्येक ठिकाणी मला एकच प्रश्न विचारला जायचा की 'तुम्हारा आदमी कहाँ है?' 'माझा नवरा इथं राहत नाही, देशावर असतो,' असं मी सांगताच कुणी पुढं काही बोलायचंच नाही. मी खूप भटकले. पण नवरा इथं माझ्याबरोबर राहत नाही, म्हणून कुणी मला कामावर ठेवलं नाही. असं किती दिवस चालायचं! मी काळजीत पडले. काय करावं? मला परत जावं लागेल का? दादानंही माझ्यासाठी काम शोधायचा प्रयत्न केला. त्यालाही काम मिळालं नाही. एके दिवशी तो मला म्हणाला, 'असं कर, जा आणि शंकरला घेऊन ये.' मी मनात म्हटलं की त्याच्याबरोबर राह्यचं असतं तर तिथंच नसते का राह्यले! इतक्या दूर येऊन अडचण काढण्याची गरजच काय होती! मोठी वहिनी मधूनच मी नवऱ्याकडे का जात नाही म्हणून कटकट करायची. मधला भाऊ आणि त्याची

बायको तर मी परत जावं म्हणून मागेच लागले होते. त्यांची एकच पिरपिर की तू नवऱ्याला सोडून आलीसच का? त्या सगळ्यांच्या मते नवऱ्याला सोडण्यापेक्षा मेलेलं बरं! मी घर का सोडलंय, हे समजावून घ्यायचा कुणीच प्रयत्न करत नव्हतं. मुलांना जन्माला घातलंय तेव्हा त्यांचं नीट पालनपोषण करून त्यांना मोठं केलं पाहिजे, असं माझं मत होतं. नुसता जन्म दिला की झालं असं नाही. त्यांना वाढवण्याचीही जबाबदारी उचलायलाच हवी. त्यासाठी चांगलं वातावरण लागतं. पण हे माझा नवरा समजावूनच घेत नव्हता. आम्ही ज्या वातावरणात राहत होतो, ते सोडायला तो तयार नव्हता. ह्यावरून, मुलांसमोरच, आमच्यात रोज भांडणं होती. अशीच परिस्थिती राहिली तर माझी मुलं अडाणी राहतील, असं मला वाटायचं. तेव्हाच मी मनातून ठरवून टाकलं होतं की आपल्याला नवऱ्याच्या भरवशावर बसून चालणार नाही. मीच भक्कम झालं पाहिजे आणि स्वत:च्या पायावर उभं राह्यलं पाहिजे.

मी विचार केला की लोक माझ्या मागे लागलेत, लागू दे. बघू ना किती दिवस मला काम मिळत नाही ते! एक ना एक दिवस मला काम मिळेलच. इथं राहणारे इतके लोक काम करताहेत, मग मलाच का बरं काम मिळणार नाही? नक्कीच मिळेल. एके दिवशी, ह्यावरूनच माझा आणि माझ्या मधल्या भावाचा वाद चालला होता. तेवढ्यात तिथं मधल्या भावाचा मित्र - निताई त्याचं नाव - आला. त्याला जेव्हा माझे हाल समजले तेव्हा तो म्हणाला, 'ठीक आहे, दीदी! अजिबात काळजी करू नकोस. मी बघतो तुझ्यासाठी काम.' दादा तर माझ्यासाठी काम शोधतच होता. त्याच्या घराजवळच एक मोठी कोठी होती. तिथं वहिनीनं माझ्यासाठी कामाबद्दल विचारलं. मग मला घेऊन गेली आणि कामाचं नक्की केलं. मी तिथं कामाला लागले. मला तिथं काम करायला लागून दोन-चार दिवस झाले असतील नसतील तोच आजूबाजूचे लोक सांगायला लागले की इथं काम करतेस? हे धड पैसे देत नाहीत. शिवाय त्यांची कामाची खूप कटकट असते. आणखीही बरंच काही..........
.....पण मी तिकडे लक्ष दिलं नाही. मी माझं काम व्यवस्थित करत होते. मी विचार केला की अजूनपर्यंत माझ्या कामावरून मला कधी ऐकून घ्यावं लागलं नाही. पुढे काय होईल कोण जाणे! पण एवढ्या मुश्किलीनं हे पहिलं काम मिळालंय, तेव्हा लोकांचं ऐकून, ते चटकन सोडून देणं बरं नव्हे. महिना झाला की ते मला काही ना काही देतीलच. तिथं कामाला लागून मला एक आठवडा झाला होता. अचानक एक दिवस निताई आला आणि म्हणाला, 'दीदी, मी एका कोठीत तुझ्यासाठी काम बघितलंय. तू माझ्याबरोबर चल आणि काम समजावून घे.' मी लगेच त्याच्याबरोबर निघाले. मी रस्त्यात त्याला विचारलं, 'ते मला राह्यला जागा देतील का?' तो म्हणाला, 'मी तरी तसं बोललोय. तू ही विचार.' त्या कोठीपाशी पोहोचताच मी बाहेरच उभी राह्यले. निताईनं बेल वाजवली. लगोलग मेमसाहेब बाहेर आल्या. तेव्हा त्या मला

अतिशय भल्या वाटल्या. निताईच त्यांच्याशी बोलत होता आणि मी गुपचूप उभी होते. थोड्या वेळानं त्यांनी मला विचारलं, 'तू सकाळी आठपासून संध्याकाळी सातपर्यंत राहशील?' मी म्हटलं, 'जी! पण मला राह्यला जागा मिळाली तर बरं होईल. कारण मुलांना सोडून मी सबंध दिवस इथं राहिले तर ती रडून गोंधळ करतील. जागा दिलीत तर रात्रंदिवस काम करायला सांगितलंत तरी करेन.'

दुसऱ्या दिवशी आठ वाजता मी कामावर जायचं असं ठरवून तिथून निघाले. पहिलं काम मी त्याच दिवशी सोडून दिलं. त्याच दिवशी दुपारी निताई आला आणि म्हणाला, 'दीदी, तू थोडे दिवस थांब. ते लोक दोन-चार दिवसांनी तुला काम देणार आहेत.' त्याचं बोलणं ऐकताच काय करावं तेच मला सुचेना. मनात आलं की हे मी काय करून बसले! हातातलं काम सोडलं. वहिन्यांना कळलं तर भयंकर भडकतील. ज्या कोठीत पहिल्यानं काम करत होते त्या मेमसाहेबनी मला बोलावून घेतलं आणि सांगून टाकलं, 'हे बघ, माझं काम सोडलंस तर जेवढ्या दिवस काम केलंस त्या दिवसांचे पैसे मिळणार नाहीत.' मनात विचार केला की नाही दिले पैसे तर नाही! मी काही न बोलता निघून आले.

निताईच्या भरवशावर मी पहिलं काम सोडलं. पण ह्यात त्याची तरी काय चूक! त्या लोकांनी जो निरोप दिला तो त्यानं मला सांगितला. चूक माझीच होती. दुसरं काम पक्कं होण्याआधीच मी पहिलं सोडलं होतं. आता काय करावं! विचार केला की नव्या कामावर जाऊन ते लोक काय म्हणतात ते पाहावं. मी तिथं गेले. बेल वाजवताच पंधरा-सोळा वर्षांचा मुलगा बाहेर आला. मी त्याला म्हटलं, 'जरा मेमसाहेबना बोलाव ना, भाई!' त्यानं आत जाऊन सांगताच मेमसाहेब आल्या. मला पाहताच त्यांच्या चेहऱ्यावर नाराजी दिसली, 'तू परत आलीस! निताईबरोबर निरोप पाठवेन असं सांगितलं होतं ना?' मी म्हटलं, 'तुमच्याशी बोलून गेल्यावर मी माझं पहिलं काम सोडलं. आता मी काय करू? दुसरीकडे कुठं काम नाही मिळत.' माझं बोलणं ऐकताच त्या म्हणाल्या, 'अच्छा! थांब. काय करायचं ते पाहते.' त्या आत गेल्या आणि थोडे तांदूळ आणि पैसे घेऊन आल्या. 'हे घेऊन जा आणि मुलांना खायला घाल. मी निताईला नंतर काय तो निरोप देते.' मी तशीच निताईकडे गेले. तो त्या कोठी पलीकडच्याच एका कोठीचा चौकीदार होता. मी गेले तेव्हा त्याचे साहेब-मेमसाहेब कुणीच घरी नव्हते. मी बेल वाजवताच तिसऱ्या मजल्यावरच्या गच्चीतूनच त्यानं'कोण' म्हणून विचारलं आणि मला पाहताच गेट उघडलं. मी काही बोलण्याआधीच तो मला ओढत आत घेऊन गेला. तिथं माझा भाऊ-भावजय बसली होती. मला तिथं पाहून त्यांना आश्चर्य वाटलं असावं. माझी भावजय तर माझ्याशी धड बोलायचीही नाही, तरी मी विचारलं, 'कधी आलात तुम्ही?' ते दोघं काहीच बोलले नाहीत तेव्हा निताईच म्हणाला, 'काल आले ते. मीच त्यांना थांबवून

घेतलं.' त्या दोघांच्या हावभावावरून मी तिथून लवकर गेलेलं बरं असं मला वाटत होतं पण निताईनं मला बळेबळेच थांबवून घेतलं. मला थांबवून घेतल्यानं माझा भाऊ नाराज झाला. पण निताईनं मला खायला प्यायला घातलं तेव्हाच सोडलं.

मी निघून गेल्यावर मी निताईकडे जाण्यावरून माझा भाऊ आणि निताई ह्यांच्यात भांडण झालं. निताई माझ्या भावाला म्हणाला, 'हे बघ, ती तुझी दीदी आहे तशी माझीही आहे. आज ती कामासाठी वणवण फिरतेय आणि तुम्ही तिच्यासाठी काहीच करत नाही. माझ्याकडे ती कामासाठी आली होती. पलीकडच्या कोठीत कामाबद्दल बोलणं झालंय, ते सांगायला आली होती ती. नाहीतर मी तिला घरात बोलावलं नसतं. तुम्ही माझ्याकडे येता. मग तिनं यायला काय हरकत आहे?' हे ऐकून माझ्या भावानं – माझ्या सख्ख्या भावानं काय उत्तर दिलं माहीत आहे? 'ती तुझ्याकडे येणार असेल तर आपली मैत्री तुटली म्हणून समज.' निताईनंच हे सगळं मला सांगितलं. मला ह्यात काहीच आश्चर्य वाटलं नाही. ह्याआधी मीच निताईला सांगितलं होतं की माझा भाऊ माझ्याबद्दल काहीतरी बोलल्याशिवाय राहणारच नाही. जर भाऊच असं बोलत असेल तर इतर लोक काय वाटेल ते बोलणारच!

दुसऱ्या दिवशी माझ्या कामाबद्दल विचारायला मी निताईकडे गेले. निताई म्हणाला, 'म्हणजे? अजून तुला ते चकरा मारायलाच लावताहेत का? पोरांना खायला काय घालतेस मग?' भाऊ माझ्याशी कसं वागतोय हे तो पाहतच होता. 'थांब इथंच. मीच विचारून येतो.' असं म्हणून तो मेमसाहेबांना भेटायला गेला. नंतर मला समजलं की तो मेमसाहेबांना म्हणाला होता, 'तिला कामावर ठेवायचं नाही तर तसं साफ साफ का सांगत नाही? अशा खेपा का घालायला लावताय? हे बरं नाही.' त्याच्यावर मेमसाहेब रागावल्या नाहीत. उलट त्या म्हणाल्या, 'ठीक आहे, बेटा! मी उद्या सकाळी फोनवरून सांगते तुला.' असं मला त्यांनी आठ-दहा दिवस लटकवत ठेवलं. मग एक दिवस त्यांना काय वाटलं कोण जोण! त्या स्वत:च निताईकडे गेल्या आणि म्हणाल्या, 'लगेच बोलावून आण तिला.' निताई आला आणि म्हणाला, 'चल लवकर. मेमसाहेबांनी बोलावलंय.' मी चारच्या सुमाराला त्यांच्याकडे गेले. त्यांनी आठ वाजेपर्यंत माझ्याकडून काम करून घेतलं. मी मुलांना न सांगता आले होते. त्यांची मला काळजी वाटत होती. काय करतील कोण जाणे! रडून गोंधळ तर घालणार नाहीत? आठ वाजता मेमसाहेब म्हणाल्या, 'मी तुला राह्यला जागा देईन. पण आताच नाही. काही दिवसांनी. मी सांगेन तसं तुला. तोपर्यंत असंच येऊन जाऊन काम कर.' मला आवडलं नाही हे, पण काम करायला तयार झाले.

दुसऱ्या दिवशी आठ-नऊच्या दरम्यान कामावर गेले. तिथं मी धरून चार नोकर होते. मला घरातलं काम दिलं होतं. माझं काम त्या लोकांना खूप आवडलं.

माझ्यासारखीच एकजण तिथं कामाला होती. मी बंगाली नसावी ह्या भीतीनं ती सुरुवातीला माझ्याशी बोलायची नाही. एके दिवशी मीच तिला हिंदीत विचारलं की तिचं घर कुठं आहे? ती म्हणाली की कोलकात्याला. मग मी बंगालीतून विचारलं, 'तू बंगाली आहेस?' मी बंगालीतून बोलताच तिला आश्चर्य वाटलं. मी पुढे म्हटलं, 'मी पण बंगालीच आहे. चांगलं झालं. आता आपण बंगालीतूनच बोलत जाऊ.' पण त्या घरातील लोक नोकरांना आपापसात बोलू द्यायचे नाहीत. नोकरांनी एकत्र बसलेलं, एकमेकांशी बोललेलं त्यांना चालायचं नाही. लगेच कटकट सुरू व्हायची. मी कामाला लागले म्हणून ती मुलगी खूष झाली. एके दिवशी मला म्हणाली, 'आधी इथं मला अजिबात करमायचं नाही. तू आलीस. आता जरा मन लागेल. पण आपण बोललेलं ह्यांना खपत नाही. कसं राह्यचं इथं!' मी विचार केला की काहीही असलं तरी मला त्यांच्याप्रमाणेच वागलं पाहिजे. माझा तर नाइलाजच आहे. माझ्या हातात काहीच नाही. कुणी काहीही बोललं तरी मला इथंच राह्यला हवं.

काही दिवसानंतर मेमसाहेबांनी मला जोरात हाक मारली, 'बेबी, ऐकलंस का?' त्या इतक्या जोरानं हाका मारत होत्या की मी धसकलेच. घाईघाईनं त्यांच्यापाशी गेले. त्या म्हणाल्या, 'जा, सामान आणि मुलं घेऊन ये.' त्यांनी असं सांगताच लगेच मुलांना घेऊन कसं येऊ? मला जाऊन मुलांना आंघोळी घालायला हव्या होत्या, कपडे धुवून वाळवायला हवे होते. म्हणून मी म्हटलं, 'आज नाही. दोन दिवसांनी येते. इतके दिवस कष्ट काढले. आता आणखी दोन दिवसांनी काय होतंय! दोन दिवसांत घर आवरेन. मुलांचे केस वगैरे कापून घेईन.' पण मी दोन दिवसांची मुदत मागितली म्हणून त्या चिडल्या, 'मी राह्यला जागा दिली नाही म्हणून नाराज झाली होतीस. आता देतेय तर हरकत कसली?' माझी हरकत असण्याचं कारणच काय होतं! ह्याहून दुसरं मला काय पाहिजे होतं! लहान मुलांना ठेवून कामावर येत होते. माझ्या मागे पोरांना लोक किती हिडिसफिडीस करत असतील! दिवसभर काम करून घरी जायची तर पोरांची तोंडं एवढीशी झालेली असायची. 'मा', 'मा' करत येऊन मला बिलगायची. विचारायची, 'एवढा उशीर का करतेस ग?' त्यांना मी कशी समजावून सांगणार की लोकांकडे काम करताना त्यांच्या मनाप्रमाणे वागावं लागतं, त्यांनी परवानगी दिल्याशिवाय घरी नाही येता येत.

मेमसाहेबांचा राग शांत होत नाही असं पाहताच मी म्हटलं, 'बरं. आज रात्रीच येते.' त्या म्हणाल्या, 'रात्री नको. आताच जा. आल्यावर राहिलेलं काम कर.' मी घाईघाईनं घरी आले. दादाकडे गेले तेव्हा त्यानं विचारलं, 'काय ग, आज इतक्या लवकर?' मी म्हटलं, 'मुलांना घेऊन जायला आलीय. मेमसाहेबांनी ताबडतोब परत बोलावलंय.' दादा म्हणाला, 'जा. जा. चांगलं झालं.' त्याचं बोलणं ऐकून मला वाटलं की माझ्या इथून जाण्यानं ते सुटकेचा श्वास टाकतील. दादानं माझ्या मोठ्या

मुलाला एका घरी कामाला लावलं होतं. मला ते घर कुठं आहे ते ठाऊक नव्हतं. मग मी दादालाच माझ्या मुलावर लक्ष ठेवायला सांगितलं आणि दोन मुलं आणि कपडे घेऊन मेमसाहेबांकडे पायीच गेले. तेव्हा रात्रीचे आठ-नऊ वाजले असतील. मी बेल वाजवताच मेमसाहेब आणि काम करणारी ती बंगाली मुलगी घाईघाईनं बाहेर आल्या. मेमसाहेब म्हणाल्या, 'बाप रे! किती उशीर केलास! आता काम राहू दे. जाऊन झोपा.' वा! खाण्यापिण्याची काही चौकशीसुद्धा नाही! तरी बरं येताना मी विकतचं खायला आणलं होतं! कारण माझ्याजवळ भांडीकुंडी नव्हती आणि इतक्या रात्री स्वयंपाक तरी केव्हा करणार!

कशीबशी ती रात्री काढली. दुसऱ्या दिवसापासून कामाचा बोजा इतका वाढला की काम आटपता आटपता मी अगदी मेटाकुटीस यायची. सगळेच सतत कामासाठी माझ्यामागे लागायचे. सारखं हे कर ते कर. काम एके काम. त्यांनी मला राह्यला जागा दिली होती. त्यामुळे मी त्यांना काही बोलू शकत नव्हते. मुलांना खायला प्यायला द्यायलाही मला धड वेळ मिळायचा नाही. काम उरकता उरकता रात्रीचे अकरा वाजायचे. तरीही कुणी असं म्हणायचं नाही की बघ जा मुलं काय करताहेत? त्यांनी काही खाल्लंय का? आमच्यासाठी स्वयंपाक करायला मला दिवसा वेळ मिळायचा नाही. रात्री कामावरून सुटले की मी स्वयंपाक करून ठेवायची. मग झोपायला मला खूप उशीर व्हायचा. सकाळी सहाच्या आधीच मेमसाहेब मला हाक मारायच्या. माझी झोप सावध असल्यानं एका हाकेतच मला जाग यायची. तोंड न धुताच मी खाली जायची. मी दिसेपर्यंत त्या मला हाका मारत राह्यच्या.

मेमसाहेबांची मुलगी दिल्लीतल्या एका ऑफिसमध्ये होती. ती आठ वाजता घरातून निघायची. त्या आधी तिच्यासाठी न्याहरी तयार करावी लागायची. संध्याकाळी सहा वाजता ती परत यायची. तेव्हा गेट उघडून मला तिची वाट बघत उभं राहावं लागायचं. ती बसमधून उतरताच तिच्या हातातली बॅग वगैरे घेऊन मी तिच्याबरोबर आत यायची. कधी गेटमध्ये उभं राह्यला उशीर झाला तर मला खूप बोलणी खावी लागायची. ती ऑफिसमधून येण्याआधी तिच्यासाठी फळं कापून ठेवायला लागायची. ती घरी आल्याबरोबर फळांची प्लेट तिला द्यायची आणि विचारायचं की पाणी, पेप्सी, सरबत, चहा – काय देऊ? ती म्हणेल ते लगेच द्यायचं. ह्यानंतर ती कधी माझ्याकडून डोकं चेपून घ्यायची तर कधी दुसरं काही काम करवून घ्यायची. त्या घरातली कामं कधीच संपायची नाहीत. कधी कधी हे असं वागणं साहेबांना पाहावयाचं नाही. मग ते मेमसाहेबांना म्हणायचे, 'हे बघ, तिलाही कधी थोडा आराम करावासा वाटत असेल. आपल्या मुलांजवळ बसावंसं वाटत असेल.' साहेबांच्या अशा बोलण्याचा मेमसाहेबांना राग यायचा. त्यांचं बोलणं माझ्या लक्षात यायचं पण त्यांचे हावभाव पाहताच मी बोलायची नाही. कारण मी काही बोलले आणि त्यांनी

मला हाकलून लावलं तर मुलांना घेऊन मी कुठं जाणार होते? माझ्या भावांचं वागणं तर असं होतं की त्यांच्याकडे मी गेलेच नसते.

भावांकडे मला राहता येत नव्हतं, पण त्यांच्याकडे गेल्याशिवाय चालण्यासारखं नव्हतं. कारण माझ्या मोठ्या मुलाची खुशाली त्यांच्याकडूनच कळण्यासारखी होती. मेमसाहेब तर मला कुठंच जाऊ देत नसत. मुलाची खुशाली विचारण्यासाठी दादाकडे जायची गोष्ट काढताच 'आता नको,' म्हणायच्या. रेशन आणायला निघाले तर 'इतक्या वाजता परत आले पाहिजे' असं बजावायच्या. थोडा जरी उशीर झाला तर बोलणी ठरलेलीच. त्या मला कुणाशी बोलून द्यायच्या नाहीत की इकडे तिकडे जाऊ द्यायच्या नाहीत. अशा तऱ्हेनं तिथं राहणं कठीण होतं. माझी फारशी ओळख पाळखही नव्हती. म्हणून कुणाला माझ्यासाठी काम शोधायलाही सांगता येत नव्हतं. त्या कोठीत माझ्याबरोबर आणखी तीन-चारजण काम करत होते. पण त्यातल्या कुणाच्याच मागे त्या अशा लागत नव्हत्या, कुणाच्याच अंगावर माझ्यासारख्या खेकसत नव्हत्या. माझ्याकडूनच त्या सगळ्यांपेक्षा जास्त काम करून घेत होत्या. कारण मला मुलांसकट राह्यला जागा दिली होती आणि मी आणखी कुठं जाणार होते! हेही त्यांना चांगलं माहीत होतं.

मी कोठीतच राहत होते. दर महिन्याला माझ्या हातात व्यवस्थित पैसे येत होते. त्यामुळे व्यवस्थित खाऊन-पिऊनही पैसे शिल्लक राहत होते. पण मोठ्याची आठवण आली की मला उदास वाटायचं. कधी कधी गच्चीत जाऊन मी रडायची. मोठ्याची शाळा सुटलीच होती. तो कुणाकडे कसा राहत होता आणि काय करत होता कोण जाणे! मला रडताना पाहिलं की माझ्याबरोबर काम करणारी ती बंगाली मुलगी म्हणायची, ''मला मुलाला पाहून यायचंय' असं जोर देऊन का नाही सांगत तू? मुलाला सोडून कशी राहतेस कोण जाणे!'' मी मुलाला सोडून कशी राहत होते ते माझं मलाच ठाऊक होतं. तिला कसं कळणार!

एकदा बाजारात जाताना मी दादाकडे गेले. पाहते तर माझा मुलगा घराबाहेर खाटेवर बसला होता. त्याच्या हातापायांना जखमा झाल्या होत्या. त्याला धड चालताही येत नव्हतं. पायांतून रक्त येत होतं. तो कामासाठी राहत होता तिथं त्याला बराच वेळ पाण्यात काम करावं लागत असावं. आपल्या पोटच्या गोळ्याची ही स्थिती पाहून मला तर रडूच आलं. मी लगेच त्याला डॉक्टरकडे घेऊन गेले. मला पाहून दादा तर भडकलाच. म्हणाला, 'तू ह्याला घरी पाठवून दे, बरं! तुला जायचं नसेल तर नको जाऊस. पण ह्याला त्याच्या बापाकडे पाठवून दे नाहीतर स्वत:पाशी ठेवून घे.' मी म्हटलं, 'दादा, अरे, मी कोठीत राहते. ते लोक तीन-तीन मुलांसकट मला नाही राहू द्यायचे. आणखी काही दिवस ह्याला इथंच राहू दे. मला दुसरीकडे कुठं काम मिळालं तर मग मी त्याला माझ्याबरोबर घेऊन जाईन.' एवढं

सांगून मी परत आले. मला यायला उशीर झालाच होता. कोठीत शिरताच मला पहिलं कुठलं काम करायला सांगावं ह्या गोंधळात मेमसाहेब पडल्या. कधी म्हणायच्या की आधी हे कर तर कधी आधी ते कर. त्यांना राग आलाय, हे मला समजलं. थोड्या वेळानं त्यांनी 'एवढा उशीर का झाला' म्हणून विचारलंच. मी सांगितलं की मुलाला भेटायला दादाकडे गेले होते. त्याला बरं नाही. त्याला डॉक्टरांकडे नेलं आणि मग आले. उद्या पुन्हा जाईन. मी एवढं बोलण्याचाच अवकाश, मेमसाहेब चिडून म्हणाल्या, 'जा. जा. रोज जात जा. कामबिम राहू दे. फक्त भटक.' मनात आलं की मी भटकायला थोडीच गेले होते! मी काय फक्त भटकते! आणि भटकणार तरी केव्हा! घराच्या बाहेर पडायला कुठं मिळतं मला!

मेमसाहेबांचं हे वागणं मला अजिबात आवडलं नाही. मी मुलाला भेटायला गेलेलं त्यांना चालत नव्हतं आणि मुलगा मला भेटायला आलेलाही खपत नव्हतं! भलतंच त्रांगडं झालं होतं! माझा मुलगा कधी मला भेटायला आला तर मेमसाहेब त्याला आत येऊ द्यायच्या नाहीत. मीच बाहेर जाऊन त्याच्याशी बोलायची, तेही अगदी थोडा वेळ. पोराशी शांतपणे दोन गोष्टी बोलण्यासाठी मी अगदी तळमळत असायची. त्यालाही माझ्यापाशी राहावंसं वाटत असेलच. पण मला माझ्या दोन मुलांसकट राहू दिलं, हेच त्यांच्या दृष्टीनं खूप होतं. आणखी एकाला ठेवून घेणं त्यांना पसंत नव्हतं. माझी तडफड बघून त्या बंगाली मुलीलाही वाईट वाटायचं. ती म्हणायची, 'हे बघ, पोर भेटायला आलं आणि त्याच्याशी धड बोलायचंही नाही असं कसं? असं राहणं खरं नाही.' मलाही वाटायचं की किती दिवस असे काढायचे! मुलगा उनाडासारखा इकडे तिकडे भटकतोय आणि मी आपली तीन मजली कोठीत राहतेय! मला फार वाईट वाटायचं. कामात माझं लक्ष लागायचं नाही. स्वयंपाक करायची पण जेवायची इच्छा व्हायची नाही. सारखी सारखी त्यांची बोलणी खावी लागायची.

त्यांच्याकडे एक कुत्रा होता. त्याचं नाव कॅस्फो. माझ्या मते त्यांच्यापेक्षा कॅस्फोच माझ्याशी चांगलं वागायचा. मी उदास असले की कॅस्फो माझं नाक, पाय चाटायचा, मला हुंगायचा. माझं दुःख त्याला जाणवायचं. मी त्याच्या अंगावरून हात फिरवला की तो हळूहळू आपली शेपटी हलवायचा आणि माझ्या पायाशी झोपून जायचा. त्याचं असं वागणं पाहून मला बरं वाटायचं. हळूहळू तो फक्त माझ्याच हातचं खायला लागला. मीच त्याला फिरायला न्यायची. दुसऱ्या कुणाबरोबर तो जायचाच नाही. थंडीतसुद्धा त्याला पहाटे पाच वाजता बाहेर न्यावं लागायचं, नाहीतर तो घरातच घाण करून ठेवायचा. दार उघडं ठेवलं की तो धावत माझ्या खोलीत यायचा. मी झोपलेली असले तर हुंगून मी जागी आहे की नाही ते पाह्यचा. मला झोप लागली असेल तर मला खेटून बसायचा. त्यावरून त्याला बाहेर जायचंय

हे मी समजायची. रात्री किंवा भल्या पहाटे मी त्याला घेऊन बाहेर फिरायला गेले तर माझ्याशी बोलायची कुणाचीच हिंमत नव्हती. कुणी बोलायला आलंच तर तो असा गुरगुरायचा, जणू फाडून खायला निघालाय! त्याच्या जिवावरच मी बाहेर पडायची, नाहीतर एवढ्या अंधारात, सामसूम असताना मी कसली बाहेर पडतेय! साहेब आणि मेमसाहेब बहुधा रात्रीच बाहेर पडत. परत यायला त्यांना रात्रीचे दोन-तीन वाजत. त्यांना गेट उघडण्यासाठी मीच जागत असायची. बाकी कामावरचे लोक खुशाल झोपून जायचे. कधी कधी ती बंगाली मुलगी माझी सोबत करायची. तिचं नाव होतं अंजली. अंजली, मी आणि स्वयंपाकी भजन – आमचं छान जमलं होतं. अंजली कधीकधी भजनशी अबोला धरायची. मग भजन माझ्याकडे येऊन म्हणायचा, 'बेबी, तिला माझ्याशी बोलायला सांग ना!' मी म्हणायची, 'मी ह्यात पडणार नाही बाबा! तुमचं तुम्ही बघून घ्या.' एकदा दोघांत खूप वाद चालला होता. त्या दिवशी आम्हा तिघांशिवाय घरात कुणीच नव्हतं. त्या दोघांनी आळीपाळीनं माझ्याकडे येऊन एकमेकांची तक्रार केली. मी त्यांना समजावलं. पण त्याचा काहीच उपयोग झाला नाही. शेवटी दोघंही रागानं म्हणाली, 'येऊ दे मेमसाहेबांना. त्याच निवाडा करतील.'

भजनला एके दिवशी गावाहून पत्र आलं. त्याची आई आजारी होती. त्या दिवसापासून त्याचं आणि अंजलीचं एकमेकांना चिडवणं, थट्टा करणं बंद झालं. पत्र मिळताच भजन जोरजोरात रडायला लागला. मी 'काय झालं' म्हणून विचारताच तो बायकांसारखं रडायला लागला. त्याला रडताना पाहून मलाही रडू आलं. मी पुन्हा पुन्हा विचारलं तेव्हा म्हणाला, 'माझी आई खूप आजारी आहे. बाबांनी लिहिलंय की तिला जिवंत पाह्यचं असेल तर ताबडतोब ये.' भजनं ही गोष्ट मेमसाहेबांना सांगितली पण त्या त्याला जायला परवानगी देईनात. मग मी भजनला म्हटलं, 'पत्र दाखव. तरच खरं वाटेल त्यांना.' त्यानं साहेबांना पत्र दाखवलं. ते सुटी द्यायला लगेच तयार झाले. साहेबांचा स्वभाव मेमसाहेबांपेक्षा वेगळा होता. कधी मेमसाहेब काही कारणावरून माझ्यावर रागावल्या तर साहेब त्यांची समजूत घालून त्यांना शांत करायचे.

दुसऱ्या दिवशी भजन गावी जाण्यासाठी निघाला. सगळी तयारी झाली होती. फक्त पैसे घ्यायचे होते. जायची वेळ झाली तरी पैसे द्यायची टाळाटाळ चालली होती. भजन तर रडायलाच लागला. दोनच्या सुमारास साहेब आले. त्यांनी भजनला विचारलं की तो कधी परत येणार आहे? परत येणार आहे की नाही? भजननं सांगितलं की घरी जाऊन आईची तब्येत कशी आहे हे आधी पाह्यला हवं. तो घरी जाऊन फोन करेल. साहेबांनी भजनला, द्यायचे होते त्यापेक्षा जास्त पैसे दिले आणि सांगितलं, 'तुला परत येण्यासाठीही पैसे दिलेत. तू एक महिन्यानं आलास तरी तुझे पैसे कापणार नाही.' हे ऐकून आम्हाला खूप बरं वाटलं. मी आणि अंजलीनं भजनला

पुन्हा पुन्हा बजावलं, 'भजन, नक्की परत ये बरं का! तू जातोयस म्हणून आम्हाला खूप वाईट वाटतंय.' तो निघाला तेव्हा आम्ही हमसून हमसून रडायला लागलो. साहेबांनी स्वत: त्याला गाडीत बसवून दिलं.

आता त्या कोठीत फक्त मी आणि अंजली उरलो. एके दिवशी अंजलीनंही सांगून टाकलं की तीही त्या कोठीत राहणार नाहीये. मी म्हटलं, 'तुम्ही सगळे गेल्यावर मी ह्या कोठीत एकटीच कशी राहू! पण मी जाणार तरी कुठं! माझं इथं आहेच कोण! कुणाला सांगू की मला इथं राह्यला आवडत नाही म्हणून!' अंजली म्हणाली, 'का? निताईला सांग ना! त्यानंच तुला हे काम मिळवून दिलं ना? एकदा त्याच्याशी बोलून तर बघ!' दोनेक दिवसांनंतर मी निताईपाशी ही गोष्ट काढली. पण आता तो माझ्यासाठी काही खास प्रयत्न करेल असं वाटलं नाही. त्याचं नुकतंच लग्न झालं होतं. तो आता आपल्या सासुरवाडीला राहत होता. तो आता कशाला अशा फंदात पडेल, असा विचार केला मी. ह्या कोठीचं काम करत असताना आजूबाजूच्या काही लोकांशी माझी ओळख झाली होती. मला काम शोधण्यासाठी वेळ मिळणं अवघडच होतं कारण कोठीतून असं मला बाहेर पडताच येत नव्हतं. मग मी ह्या ओळखीच्या लोकांना मला काम बघण्यास सांगितलं.

ह्या दरम्यान अंजली मेमसाहेबांबरोबर दिल्लीच्या एका ऑफिसमध्ये गेली. तिथं तिच्या गावचे तिला ओळखणारे काही लोक होते. त्या लोकांच्या बरोबरच कामासाठी ती मेमसाहेबांकडे आली होती. अंजलीला कामावर ठेवताना बहुधा असं ठरलं असावं की महिन्यातून दोन दिवस तिला त्या ऑफिसात नेऊन सोडायचं. म्हणजे तिला त्या लोकांना भेटता येईल. त्या दिवशी अंजलीनं त्या सगळ्या लोकांसमोर मेमसाहेबांना चांगलं सुनावलं. एवढं सगळं होऊनही मेमसाहेबांनी एक चकार शब्द काढला नाही. अंजलीलाही कामावरून काढलं नाही. कारण अंजलीला काढलं असतं तर त्यांचीच खूप गैरसोय झाली असती. आधीच त्यांच्याकडे कुणी नोकरमाणसं टिकत नव्हती. अंजलीनं त्यांना ऐकवलं होतं की त्यांना अजिबात माया-ममता नाही. पैसे दिले की कुणाकडून कसंही काम करून घेता येतं असंच त्यांना वाटतं. ह्यावर त्या गप्पच बसल्या होत्या. पण त्यांचं वागणंच असं होतं की तिथं फार दिवस कुणी टिकणं अवघडच होतं. पुढच्या खेपेस अंजलीला ऑफिसमध्ये सोडल्यावर अंजली परत आलीच नाही. ती परत येणार नाही, असं मला मुळीच वाटलं नव्हतं. तिला महिन्याला बाराशे रुपये मिळत होते. तिनं आपला सहा महिन्यांचा पगार माझ्याजवळ ठेवला होता. ही गोष्ट आमच्या दोघींशिवाय कुणालाच माहीत नव्हती. मागच्या वेळी ऑफिसमधल्या ओळखीच्या लोकांसमोर ती मेमसाहेबांबद्दल बरीच बोलली होती. ते ऐकल्यावर त्या लोकांनी तिच्यासाठी दुसरं काम शोधलं होतं. हे अंजलीला ठाऊक नव्हतं. माहीत असतं तर आपले पैसे आणि कपडे घेऊनच ती गेली असती.

अंजलीला मेमसाहेबांकडे राह्यचं नव्हतं. पण दिल्लीलाही जायचं नव्हतं. इथंच जवळपास तिला राह्यचं होतं. कारण आमच्या कोठीच्या समोरच एक ऑफिस होतं. त्या ऑफिसमध्ये अंजलीच्या गावचाच एक मुलगा कामाला होता. गावी असताना त्यांची एकमेकांशी फक्त तोंडओळख होती. पण इथं आल्यावर त्यांची दाट ओळख झाली होती. जरा फुरसत मिळाली की ते बोलत बसायचे. त्यांचं प्रेम पाहून वाटायचं की हे दोघं एकमेकांना सोडून राहणारच नाहीत. त्या मुलाचं नाव होतं रामप्रसाद. एकदा त्याच्या घरून पत्र आलं की असशील तसा निघून ये. घरी जाताना त्यानं अंजलीला सांगितलं की तो फारतर पंधरा दिवसांत परत येईल. पंधरा दिवसांनी येणारा रामप्रसाद दोन महिन्यांनी आला. येऊन पाहतो तर अंजली तिथं नाही. त्याला फार वाईट वाटलं. त्याला असं हिरमुसलेलं पाहून मलाही बरं वाटलं नाही. तो कधी कधी माझ्याकडे यायचा आणि अंजलीची आठवण काढून रडायचा. मी म्हणायची, 'तुझंच चुकलं. तू सांगितलंस एक आणि आलास उशिरा. तरीही अंजली इथं राहिली असती. पण ह्या लोकांचं वागणं धड नसल्यानं तिला जावं लागलं. ती इथून गेली तेव्हा आपण पुन्हा इथं कामाला येणार नाहीये, हेही तिला माहीत नव्हतं आणि तू ही आपला शब्द पाळला नाहीस.'

पंधरा दिवसांनी कपडे आणि पैसे घेऊन जाण्यासाठी अंजली आली. तिच्या बरोबर दोन पुरुष आणि दोन बायका होत्या. ती एखाद्या दिवशी नक्की येईल, असं मला वाटत होतं. पण पुन्हा नाहीच आली तर, असा विचार करून मी माझ्याजवळ असलेले तिचे पैसे मेमसाहेबांकडे देऊन टाकले. कारण दुसऱ्याची कोणतीही गोष्ट स्वत:जवळ ठेवायला मला भीती वाटायची. माझ्या ह्या सवयीमुळे हे लोक माझ्यावर विश्वास ठेवायचे. अंजली माझ्याकडे पैसे मागायला आली तेव्हा घरात साहेबही नव्हते आणि मेमसाहेबही नव्हत्या. मी तिला म्हटलं की थोडी थांब. मेमसाहेब नाहीत. आल्या की तुला पैसे मिळतील. ती म्हणाली, 'ठीक आहे. मी बाहेरच थांबते. मेमसाहेब आल्या की जाईन. पण तू माझे पैसे दे ना!' मग मला सांगावंच लागलं की तिला यायला वेळ लागला म्हणून मी ते मेमसाहेबांना देऊन टाकले. अंजली भयंकर संतापली. मी म्हटलं की तुझे पैसे तुला मिळतील. त्यांनी नाही दिले तर आताच्या आता त्यांचं काम सोडून देईन. आणि तू माझ्यावर विश्वास ठेवून पैसे ठेवले होतेस, ते सगळे मी चुकते करेन. मी असं बोलत असतानाच साहेब आणि मेमसाहेब आले.

अंजलीला पाहताच मेमसाहेबांचं पित्त खवळलं. तिनं पुन्हा कामावर यावं म्हणून त्यांनी प्रयत्नही केले. पण अंजली तयार झाली नाही. ती जायला लागली तेव्हा मी म्हटलं, 'अंजली, रामप्रसाद परत आलाय. त्याला भेटून जा. तो तुझ्यासाठी रडत होता.' तिनं लगेच तोंडावर बोट ठेवून मला गप्प बसण्यासाठी खुणावलं.

तिच्याबरोबर तिच्या गावचे लोक होते, म्हणून ती असं करत होती, हे मी चटकन ताडलं. त्या वेळी तिच्याशी ह्या विषयावर मी बोलले नसते. पण वाटलं की ती इथून जातेय. पुन्हा इथल्या कुणाशी तिची भेट व्हायची नाही. तेव्हा सांगितलेलं बरं!

अंजली जायला निघाली तसं माझं आतडं तुटायला लागलं. जोरात रडावंसं वाटत होतं. मला वाईट वाटलं की ती माझी समजूत घालायची. ते सगळं आठवायला लागलं. आता मन मोकळं करण्यासारखं इथं कुणीच नव्हतं. अंजलीवर माझा जीव होता. मला वाटलं होतं की इथं आम्ही दोघी राहू. पण असं कुठं व्हायला! माझी मुलं मला सारखी विचारायची, 'मा, अंजलीमावशी आता पुन्हा नाही येणार?' अंजलीही माझ्या मुलांवर प्रेम करायची. तिला खायला दिलेलं, स्वतः न खाता, गुपचूप माझ्या मुलांना द्यायची. कधी कधी ह्यावरून मी तिला रागवायची. म्हणायची, 'असं त्यांना देऊ नकोस. मेमसाहेबांनी पाहिलं तर माझाच संशय घेतील. त्यांना वाटेल की मीच चोरून नेऊन मुलांना देते. आधीच त्या माझ्यावर फारशा खूष नाहीत. त्यातून हे असं काही पाहिलं तर दे माय धरणी ठाय करून सोडतील. त्या तुला खायला देतात. मला देत नाहीत कारण मला दिलं की माझ्या मुलांना द्यायला लागेल, असं वाटतं त्यांना.' ह्याच अंजलीनं जाताना माझ्या मुलांची चौकशी केली नाही की मला 'सांभाळून राहा,' असं म्हणाली नाही. पैसे हातात पडताच ती निघून गेली. मी तिला म्हटलंसुद्धा, 'काय ग, रामप्रसादला विसरलीस वाटतं! परत आलाय तो. आता जाईल बघ ह्या रस्त्यावरून. थांब की थोडी!' पण ती काय कुणाचं ऐकणार होती! पैसे घेतले आणि गेली आपल्या बरोबरच्या लोकांबरोबर! जाता जाता एवढं मात्र म्हणाली की कधी दिल्लीला आलीस तर ह्या लोकांच्या ऑफिसमधून माझा पत्ता मिळेल तुला. मी धावतच गच्चीत गेले. मला वाटलं होतं की अंजली वळून बघेल. मग मी खुणेनंच तिला विचारेन की पुन्हा आपली कधी भेट होईल? पणं तिनं एकदाही मागे वळून पाहिलं नाही. आपल्या बरोबरच्या लोकांबरोबर ती हसत खेळत निघून गेली. मी मनात म्हटलं की माणूस किती लवकर बदलतं! आम्ही दोघी किती जवळ आलो होतो. पण आता ही किती आनंदात, हसत हसत निघून गेली.

मी गच्चीत असतानाच मेमसाहेबांनी 'बेबी, बेबी' म्हणून हाका मारण्याचा सपाटा लावला. मी धावतच खाली आले. मला पाहताच त्यांचं 'हे कर', 'ते कर' सुरू झालं. आता कामाला मी एकटीच होते. एवढ्या मोठ्या कोठीचं सगळं काम – अगदी स्वयंपाकापासून – माझ्यावरच पडलं. नवे नोकर एका पाठोपाठ एक यायचे आणि जायचे. एक-दोन दिवसांपेक्षा जास्त कुणी टिकायचंच नाही. त्यातून त्या कोठीच्या बेसमेंटमध्ये काम सुरू झालं. त्या कोठीतली माणसं घरात फारशी राह्यचीच नाहीत. सगळं माझ्यावर सोपवून बाहेर जायची. विटा, वाळू, सिमेंट सगळं

मीच बघून घ्यायचं आणि काय कुठं ठेवायचं हेही मलाच बघावं लागायचं. एवढं सगळं करूनही मला त्यांना जिंकता आलं नाही. काही दिवसांनी त्यांनी आणखी एका बाईला कामाला ठेवलं. तीही बंगालीच होती. कामही चांगलं करत होती. तिला हिंदी बोलताही यायचं नाही आणि समजायचंही नाही. मेमसाहेब तिला काही म्हणाल्या की ते मलाच तिला समजावून सांगायला लागायचं. आणि ती काही बोलली की ते हिंदीतून मेमसाहेबांना सांगावं लागायचं. म्हणजेच त्या दोघींचं माझ्याशिवाय चालायचं नाही. दरम्यान भजन पण परत आला. त्यानं स्वयंपाकघर आपल्या ताब्यात घेतलं. घरातली आणि बाहेरची बरीच कामं मेमसाहेब त्या नव्या बाईकडून करून घ्यायला लागल्या. आता त्या मला हाकलून लावायला पाहत होत्या. तोंडानं स्पष्ट तसं काही बोलायच्या नाहीत. पण माझ्या चुका काढायला टपलेल्या असायच्या. फक्त मलाच नाही तर माझ्या मुलांनाही त्या शांतपणे राहू देत नव्हती. लहान मुलांना बाहेर जाऊन थोडं खेळावंसं वाटणारच की! आई तरी त्यांना कुठं दिसायची! जशी मी त्यांच्यासाठी तडफडायची तशी तीही मला भेटण्यासाठी तडफडायची. ती मला पाहण्यासाठी गच्चीतून जिन्यात येऊन बसायची. त्यांना असं बसलेलं पाहून मेमसाहेब आणि त्यांची मुलगी त्यांना धमकावयाची, मग ती दोघं पुन्हा गच्चीत पळून जायची. माझ्याबरोबर काम करणाऱ्या दुसऱ्या बाईनं हे सगळं पाहिल्यावर मला सल्ला दिला की मी दुसरं काम बघावं. कारण मुलांना घेऊन इथं राहणं कठीण आहे. हे काम सोडलं तर मुलांना निदान मोकळ्या हवेत खेळता येईल हे मलाही कळत होतं.

ह्या कोठीच्या पलीकडच्या कोठीत निताईचा एक मित्र स्वयंपाक करायचा. निताईमुळे माझीही त्याच्याशी ओळख झाली होती. त्यालाही मी माझ्यासाठी एखादं काम बघायला सांगितलं होतं. ज्यांना ज्यांना मी काम बघायला सांगायची ते आज बघतो, उद्या बघतो असं करत राह्यचे. मला तर ह्या कोठीत राहणं दिवसेंदिवस कठीण होत चाललं होतं. काही दिवसांनी 'आता इथं राहताच येणार नाही' असं जेव्हा मला वाटलं तेव्हा मी मेमसाहेबांना म्हटलं, 'मला दोन दिवसांची सुटी हवी. माझा मोठा मुलगा सारखा इकडे चकरा मारतो आणि तसाच परत जातो. त्याच्याशी मला दोन शब्दही बोलता येत नाही. त्याला तुम्ही घरात येऊ देत नाही. तो रडत रडत निघून जातो. त्याचे मामा तरी त्याला किती दिवस सांभाळतील! मला त्याला माझ्याजवळच ठेवायला हवं. आणि ते जमत नसेल तर दुसरी काहीतरी व्यवस्था करायला हवी. ह्या काळजीनं माझं मन अजिबात लागत नाही.'

मी मुलांना घेऊन तिथून बाहेर पडले. मेमसाहेब काय म्हणतात, सुटी देतात की नाही, हे पाह्यलाही मी थांबले नाही. मी माझं सामानही बरोबर घेतलं नाही. तिथून निघताना माझ्या मनात एकच विचार होता की माझ्याजवळच्या पैशांतून आमचे दोन

महिने कसेही निभावतील. तोपर्यंत मी दुसरं एखादं काम पाहीन. दोन दिवसांनी आपल्या मोठ्या मुलाबरोबर जाऊन मी एक भाड्याची खोली घेतली. त्या घराच्या आजूबाजूला कुणी बंगाली नव्हते. सगळे दुसरीकडून कुठूनतरी आलेले होते. भाडं एक हजार होतं. विचार केला काही दिवस इथं राहावं आणि मग दुसरं घर बघावं. मी थोडं भाडं भरलं. मग माझ्याबरोबर काम करणाऱ्या बंगाली बाईकडे मुलांना ठेवून मी सामान आणण्यासाठी एक रिक्शा करून गेले. रिक्शा बाहेर थांबवून मी बेल वाजवली. बेल ऐकताच कुत्रा भुंकत भुंकत गेटपाशी आला. गेटच्या खालून मी दिसते का ते तो पाह्यला लागला. मी त्याला हाका मारताच तो गप्प झाला. थोड्या वेळानं साहेबांनी गेट उघडलं. कुत्रा धावत माझ्यापाशी आला, माझे पाय चाटायला लागला, नंतर आपले पाय माझ्या पोटावर ठेवून माझे कपडे ओढायला लागला. ते पाहून माझ्या डोळ्यांत पाणी आलं. मनात आलं की मी दोन दिवस नव्हते तर ह्याची ही स्थिती. मी इथून गेल्यावर ह्याचं काय होईल? ती कोठी सोडल्यावर बऱ्याच दिवसांनी मला त्याला कंपवात झाल्याचं कळलं तेव्हा खूप वाईट वाटलं.

मी काम सोडून जातेय, हे मेमसाहेबांना कसं सांगावं म्हणून मी बिचकत होते. पण त्याची गरजच पडली नाही. त्या स्वतःच बाहेर आल्या आणि माझ्याशी बोलायला लागल्या. मी आता त्यांच्याकडे राहणार नाही, हे त्यांना समजून चुकलं होतं. माझ्या डोक्यावरून, पाठीवरून हात फिरवत त्या मला समजवायला लागल्या. म्हणायला लागल्या, 'मी रागाच्या भरात काही बरंवाईट बोलले असेन तर सोडून दे. मनावर नको घेऊस. तुझ्यासाठी ह्या घराचा दरवाजा नेहमीच उघडा आहे.' मी विचार केला की आता जास्त उशीर करण्यात अर्थ नाही. रिक्शा थांबवली होती. मेमसाहेबांशी काहीही न बोलता मी सामान घ्यायला वर गेले. मी सामान आवरतच होते की मेमसाहेब धापा टाकत वर आल्या. मी त्यांचं काही घेऊन जात नाही ना, हे बघायला त्या वर आल्यात, हे माझ्या लक्षात आल्यावाचून राहिलं नाही. त्या तिथंच उभ्या राहिल्या. मी सामान घेऊन खाली आले. मला एकदा कुत्र्याला बघायचं होतं. म्हणून इकडे तिकडे पाह्यलं. पण तो दिसलाच नाही. त्यांना कदाचित वाटलं असेल की मला जाताना पाहून त्याला वाईट वाटेल. त्यासाठीच त्याला कोंडून ठेवलं असावं. साहेबांनी माझ्या झाल्या कामाचे पैसे दिले आणि मी निघून आले.

आता मी माझ्या भाड्याच्या घरात राहत होते. काम मिळालं नाही तर पोरांना खायला काय घालायचं, कसं वाढवायचं, ही काळजी मला सतत छळत होतीच. मी दुसऱ्यांना माझ्यासाठी काम बघायला सांगितलं असलं तरी स्वतः घरोघरी जाऊन कामाची चौकशी करत होते. महिना संपल्यावर भाडं द्यावं लागणार होतं. म्हणजे काळजीत आणखी भर. ह्या पेक्षा कमी भाड्यात घर मिळेल की नाही कोण जाणे! कामाबरोबरच मी घरही शोधत होते. दहा-एक दिवस झाले होते. अजून मला काम मिळालं नव्हतं.

मुलांना घेऊन मी एकटीच राहते असं पाहून आजूबाजूचे लोक चौकशा करत, 'तू एकटीच राहतेस? नवरा कुठं आहे? किती दिवस झाले इकडे येऊन? नवरा गावी काय करतो? इथं एकटीच राहणार? नवरा का नाही येत इकडे?' ह्या चौकशा ऐकल्या की मला तिथं उभं राहावंसंसुद्धा वाटायचं नाही, मग बोलणं तर दूरच! मुलांना घेऊन मी लगेच काम शोधायला बाहेर पडायची. मी परत आल्यावर शेजारच्या बायका विचारायच्या, 'मिळालं का काम?' मग माझ्या उतरलेल्या तोंडाकडे पाहून कुणी चुकचुकायच्या. म्हणायच्या, 'मिळेल हो मिळेल! इकडे तिकडे शोधलं की मिळेल.' मी त्यांच्याकडे दुर्लक्ष करायची आणि मुलांचं कौतुक करायला लागायची.

मेमसाहेबांच्या कोठीच्या समोरच्या कोठीत सुनील नावाचा मुलगा ड्रायव्हर म्हणून काम करायचा. तो मला ओळखत होता म्हणून त्यालाही मी कामाबद्दल सांगून ठेवलं होतं. एकदा तो मला रस्त्यात भेटला. त्यानं विचारलं, 'तू आता त्या कोठीत काम करत नाहीस का?' मी म्हटलं, 'ते काम सोडून मला दहा-बारा दिवस झाले. अजून मला दुसरं काम मिळालं नाहीये.' तो म्हणाला, 'ठीक आहे. मला काही कळलं तर सांगेन.'

एक-दोन दिवसानंतरची गोष्ट. दुपारी पोरांना जेवायला घालून मीही त्यांच्याबरोबर जरा आडवी झाले होते. इतक्यात सुनील आला आणि विचारायला लागला, 'काय ग, काम मिळालं का?' मी म्हटलं, 'नाही. अजून तरी काही नाही.' तो म्हणाला, 'तर मग चल माझ्याबरोबर.' मी विचारलं, 'कुठं?' तो म्हणाला, 'काम हवं असेल तर चल. तुला घेऊन जातो. बाकी सगळं तूच बोल.' मी लगेच त्याच्याबरोबर निघाले. एका घरापाशी पोहोचताच बाहेरच्या गेटवरची बेल सुनीलनं वाजवली. लगोलग त्या घरातले साहेबच बाहेर आले. सुनील त्यांना म्हणाला, 'सर, आपण सांगितलं होतं ना? मी हिला घेऊन आलोय.' त्या साहेबांनी मला विचारलं, 'तू बंगाली आहेस?' मी 'हो' म्हणताच कामाबद्दल बोलणं सुरू झालं. ते म्हणाले, 'हे बघ, इथं सध्या जी बाई काम करते तिला मी आठशे देतो. तुझं काम बघून तुझ्या पगाराचं ठरवेन.' मी म्हटलं, 'चालेल. मी किती वाजता यायचं?' ते म्हणाले, 'जेवढं लवकर येशील तेवढं बरं. कारण मी खूप लवकर उठतो.' मी म्हटलं, 'मला इथून घरी जाऊन मुलांसाठी स्वयंपाक करावा लागेल. मी सहा-सात वाजता येईन.' एवढं बोलून मी निघाले तेव्हा मला वाटलं की त्यांना पैशांबद्दल काही बोलायचंय. सुनील चालायला लागला होता. त्याला मी थोडं थांबायला सांगितलं. तो म्हणाला, 'मी जातो. तू त्यांच्याशी बोलून ये.' मी म्हटलं, 'थोडं थांब.' पण त्या साहेबांनी पैशाचा विषय काढला नाही. ते फक्त एवढंच म्हणाले, 'उद्यापासून ये.'

दुसऱ्या दिवशी मी तिथं पोहोचले तेव्हाच एका पस्तीस-चाळीस वर्षांच्या विधवेला त्याच घरात शिरताना दुरूनच पाहिलं. साहेब बाहेरच झाडांना पाणी घालत

होते. मला पाहताच ते आत गेले आणि त्या बाईला त्यांनी स्पष्ट सांगून टाकलं की तुला कामावरून काढलंय म्हणून. तीही बंगालीच होती. बाहेर येताच ती मला शिव्या द्यायला लागली. मी म्हटलं, 'हे बघा, मला काहीच माहीत नाही. तुम्ही इथं आधीपासून काम करताय हे मला कसं ठाऊक असेल? ठाऊक असतं तर हे काम धरलं नसतं. मला सांगून काय उपयोग? तुम्ही माझ्या वतीनं साहेबांना सांगा की मी असं काम करायला तयार नाही.' तिनं असं काही केलं नाही. मला शिव्या देत ती निघून गेली. साहेबांनी मला आत नेलं आणि सगळं काम समजावून सांगितलं. त्याच दिवसापासून मी माझ्या मनानंच सगळा स्वयंपाक करायची. टेबलावर मांडायची आणि मग घरी जायची. माझं काम बघून त्यांना आश्चर्यच वाटायचं. 'इतक्या कमी वेळात, इतकं सगळं काम आणि तेही अगदी व्यवस्थित कसं करतेस? कुठं शिकलीस सगळं?' मी म्हटलं, 'घरातलं काम करणं मला कठीण नाही वाटत. लहानपणापासून सवय आहे मला त्याची. लहानपणापासूनच आईशिवाय राहावं लागलं. वडीलही नेहमी घरी असायचेच असं नाही. म्हणून तर माझं शिक्षण राहून गेलं.'

मी सकाळी लवकर यायची आणि दुपारपर्यंत सगळं काम आवरून घरी जायची. मधून मधून साहेब माझ्याबद्दल काही विचारायचे. एके दिवशी त्यांनी मला माझ्या मुलांच्या शिक्षणाबद्दल विचारलं. मी म्हटलं, 'मला तर मुलांना शिकवायचंय. पण जमतंय कुठं? तरी मुलांसाठी प्रयत्न तर करणारच.' साहेबांनी एकदा मला हाक मारून सांगितलं, 'तू तुझ्या मुलाला आणि मुलीला घेऊन ये. इथं एक लहानशी शाळा आहे. तिथं बोलून ठेवीन मी. तू रोज मुलांना तिथं सोडत जा आणि जाताना तुझ्याबरोबर घेऊन जात जा.' मग मी रोज मुलांना घेऊन यायला लागले. त्यांना शाळेत पोहोचवून मी माझ्या कामाला लागायची. शाळेतून मुलं परत माझ्याकडे आली की साहेब त्यांना काही ना काही खायला द्यायचे.

आता मला वाटायला लागलं की मला आणखी एखादं काम बघायला हवं. कारण एवढ्या पैशांत मुलांना सांभाळून भाडं भरणं जमण्यासारखं नव्हतं. मी साहेबांनाच सांगितलं की कुणाला कामाची बाई पाहिजे असेल तर मला सांगा. ते म्हणाले की आजूबाजूला विचारून सांगेन. पण आता तुला काम शोधत फिरायची गरज नाही. तरीही मला हे घर सोडावंच लागणार होतं. तेव्हा माझ्या भावांजवळच मी घर शोधायला गेले.

घर मिळालं आणि त्याच दिवशी आधीचं घर सोडून मी नव्या घरात राह्यला गेले. घराचं भाडं पाचशे होतं. पण संडास-मोरीची सोय घरात नव्हती. बाहेर जावं लागायचं. विचार केला इथं बाकीचे लोक नाही का असे राहत? मग मलाच का जमायचं नाही? इथंही लोक माझ्याबद्दल खोदून खोदून चौकशा करायचे आणि माझ्याबद्दल नाही नाही ते बोलायचे. कुणी बरं वागायचे तर कुणी वाईट. कुणी

चांगला सल्ला द्यायचे तर कुणी मला बघून कुजबुजायचे. पण मी ह्या गोष्टींकडे लक्ष द्यायची नाही. मी सकाळी उठायची, मुलांचं आवरायची, त्यांना खायला घालायची आणि घराला कुलूप लावून बाहेर पडायची. मी एकच काम करून सगळं कसं भागवेन, ह्याची लोकांना काळजी वाटायची. मलाही आणखी एक-दोन कामं हवी होती. मलाही पैशांची काळजी होतीच. मी रोज साहेबांना कामाबद्दल विचारायची. ते काहीतरी बोलून तो विषय टाळायचे. मी दुसरीकडे आणखी कामं करावी, हे त्यांना पसंत नसावं. कदाचित त्यांना वाटत असावं की माझ्याच्यानं इतकं काम होणार नाही आणि मुलांच्या शिक्षणावर त्याचा परिणाम होईल. म्हणूनच असेल, एकदा त्यांनी अचानक विचारलं, 'बेबी, तुझा महिन्याचा खर्च किती?' मी ओशाळले. काहीच बोलले नाही. त्यांनीही पुन्हा विचारलं नाही.

मी सकाळी लवकर उठायची. काही न खाताच मला कामावर यावं लागायचं. कामावर स्वयंपाक वगैरे सगळं करून घरी जायची आणि घरी गेल्यावरही मला तेच सगळं काम करावं लागायचं. साहेब बोलायचे काहीच नाहीत, पण असं काहीतरी करायचे की माझ्याबद्दल त्यांना फार माया वाटते, हे माझ्या लक्षात यायचं. सकाळी त्यांच्याकडे जावं तर कधी ते भांडी पुसत असायचे, तर कधी झाडू घेऊन जळमटं दिसताहेत का, ते बघत असायचे. 'तुम्ही हे का करताय?' असं विचारताच काहीतरी सबब सांगायचे. त्यांच्याकडे काम करण्यात मला सुख वाटायचं. तिथं मला कामावरून कुणी काहीही बोलायचं नाही, एवढंच नाही तर मी काही काम करतेय की नाही, हेही कुणी पाह्यचं नाही. मी सकाळी जाताच साहेबांना आनंद झालेला दिसायचा. पण ते बोलायचे मात्र काहीच नाहीत. ते माझ्याकडे अशा नजरेनं पाह्यचे की ह्या बिचारीला कुठल्या अपराधाची शिक्षा म्हणून घरदार सोडून, मुलांना घेऊन, असं एकटं राहावं लागतंय, असं त्यांच्या मनात येत असावं, असं वाटायचं. मी तोपर्यंत त्यांना जितकं ओळखलं होतं त्यावरून मला वाटतं की मला वाईट वाटेल ह्या भीतीनं ते बऱ्याच गोष्टी बोलायचे टाळत. कधी कधी काही बोलायला सुरुवात करत आणि एकदम गप्प बसत.

काही दिवसानंतर त्यांनी एकदा मला अचानक विचारलं, 'अच्छा, बेबी, इथून गेल्यावर तू काय काय करतेस?' मी म्हटलं, 'गेल्या गेल्या स्वयंपाकाला लागते. त्याचबरोबर मुलांच्या आंघोळी उरकते. मग त्यांना जेवायला घालून झोपवते. संध्याकाळी त्यांना घेऊन जरा फिरून येते. मग देवाजवळ दिवा लावून त्यांना अभ्यासाला बसवते. रात्री पुन्हा जेवणं. मग त्यांना झोपवणं. सकाळी लवकरात लवकर इकडे येते. हेच आहे माझं दिवसभराचं काम.' मग ते म्हणाले, 'तू नवं काम शोधतेयस. त्याला वेळ कुठं आहे?' मी म्हटलं, 'ह्यातूनच काढायचा. काय करायचं! काम केल्याशिवाय चालायचं कसं!' ह्यावर ते म्हणाले, 'मी तुला मदत

केली तर तू दुसरं काम करणार नाहीस ना?' त्यांचं हे बोलणं ऐकून मनात आलं की हे माझी किती काळजी घेतात! माझ्याबद्दल किती वाटतं त्यांना! त्यांनी पुन्हा विचारलं, 'काय ग, काय झालं? काही सांगितलं नाहीस. कसला विचार करतेयस?' मी फक्त 'काही नाही' म्हणून गप्प बसले. ते म्हणाले, 'हे बघ बेबी, मला तुझा बाप, भाऊ, आई, मित्र – सगळं समज. इथं तुझं कुणी नाही, असं मनातसुद्धा आणू नकोस. तुझ्या मनातलं सगळं मला स्पष्ट सांगत जा. मला काही वाटणार नाही.' मग थोडं थांबून ते म्हणाले, 'हे बघ, माझी मुलं मला 'तातुश' म्हणतात. तू ही मला तसं म्हटलं तरी चालेल.' त्या दिवसांपासून मी त्यांना 'तातुश' म्हणायला लागले. मी त्यांना तातुश म्हणून हाक मारली की ते एकदम खूष व्हायचे. म्हणायचे, 'तू माझ्या मुलीसारखी आहेस. ह्या घरातली मुलगीच आहेस. स्वत:ला कधी परकं मानू नकोस.' त्या घरात कुणीच माझ्याशी परक्या सारखं वागत नव्हतं. तातुशना तीन मुलगे आहेत. तोपर्यंत मी एकालाच म्हणजे सगळ्यात धाकट्यालाच पाहिलं होतं. त्याला जणू बोलताच येत नव्हतं. मी किचनमध्ये काम करत असले तर तो त्याला चहा हवा असल्यास स्वत: करून घेईल, पण मला सांगणार नाही. तो कमीच बोलायचा. माझ्याशीच नव्हे, तो कुणाशीच जास्त बोलायचा नाही. त्यांचा मोठा मुलगा येणार असल्याचं तातुशनी मला सांगितलं. ते म्हणाले, 'माझा मोठा मुलगा म्हणजे तुझा मोठा भाऊ.' त्यांचं असं बोलणं मला फार आवडायचं. त्यांना मी खरंच आवडतेय, असंच वाटायचं.

एक-दोन दिवसानंतरची गोष्ट. मी सकाळी काम करत होते. तेवढ्यात तातुशनी मला हाक मारून विचारलं, 'बेबी, तू घर बदललंस का?' मी 'हो' म्हणताच ते म्हणाले, 'तू घर बदललंस आणि मला सांगितलंसुद्धा नाहीस!' मी गप्प बसलेली पाहून ते मला म्हणाले, 'हे तू चांगलं केलं नाहीस, बेबी!' खरंच माझी चूक झाली. एकदा तरी त्यांच्या कानावर घालायला हवं होतं! मी त्यांना ही गोष्ट सांगितली नाही म्हणून त्यांना वाईट वाटलं होतं. पण हे त्यांना समजलंच कसं? त्यांनीच ही गोष्ट उघड केली, 'सुनीलनं सांगितलं मला.' आता मला प्रश्न पडला की सुनीलला तरी कसं कळलं? तातुशच पुढे म्हणाले, 'सुनील तुला भेटायला तुझ्या जुन्या घरी गेला होता. तिथं तू भेटली नाहीस म्हणून त्यानं आसपासच्या लोकांकडे चौकशी केली. तेव्हा तू जागा सोडून गेल्याचं कळलं. सकाळी दूध आणायला गेलो होतो. तिथं सुनील भेटला. सुनील विचारत होता की बेबी तुमच्याकडे काम करत नाही का?' तो असं का विचारतोय म्हणून तातुशनी चौकशी केल्यावर तो म्हणाला की तिनं जुनी जागा सोडलीय म्हणून मला वाटलं की तिनं तुमचं कामही सोडलं की काय! तातुश म्हणाले, 'सुनीलनं मला सांगितलं नसतं तर मला कळलंच नसतं.' हे ऐकून मला वाईट वाटलं. खरंच मी चुकलेच! ते थोड्या वेळ माझ्याकडे पाहत राहिले. मग

त्यांनी विचारलं, 'मी बोलावलं तेव्हा काय करत होतीस?' मी म्हटलं, 'वरती डस्टिंग करत होते.' ते म्हणाले, 'जा तर. तुझं काम कर.' मी डस्टिंग करायला वर गेले. तिथं तीन कपाटं भरून पुस्तकं होती. ती पाहून मनात यायचं की ही पुस्तकं कोण वाचत असेल बरं? त्यात पुष्कळ बंगाली पुस्तकं होती. कधी कधी मी एखाद-दुसरं पुस्तक उघडून बघायची. एकदा मी त्या खोलीत डस्टिंग करत असताना तातुश तिथं आले. मी एक बंगाली पुस्तक उघडून बघत असल्याचं त्यांनी पाहिलं. त्या दिवशी ते मला काही बोलले नाहीत. दुसऱ्या दिवशी मी त्यांना चहा द्यायला गेले तेव्हा त्यांनी मला विचारलं, 'तुला लिहिता-वाचता येतं का?' माझा चेहरा पडला. पण वरवर हसून मी तिथून जायला लागले तेव्हा त्यांनी मला पुन्हा विचारलं, 'अजिबात येत नाही?' मी म्हटलं, 'खोटं कशाला बोलू की अजिबात येत नाही. पण येत असून नसल्यासारखंच.' 'तरी कितवीपर्यंत शिकलीयस?' 'सहावी-सातवीपर्यंत. ह्या शिक्षणाचा काय उपयोग?' तातुश विचारात पडलेले दिसले. त्या दिवशी ते आणखी काही बोलले नाहीत.

दुसऱ्या दिवशी मी कामावर येताच, मला पाहून ते हसायला लागले. तसे तर ते नेहमीच हसतमुख असायचे. त्यांना राग माहीतच नसावा. बोलायचे पण अगदी सावकाश. त्यांना पाहून मला रामकृष्ण परमहंसांची आठवण यायची. एकदा त्यांच्याशी बोलायला लागलं की तिथून उठू नाही असंच वाटायचं. एक वेळ बोलायला लागले की इकडच्या-तिकडच्या बऱ्याच गोष्टी सांगायचे. मी तातुशपाशी उभी राहून ह्याच गोष्टीचा विचार करत होते तेवढ्यात ते म्हणाले, 'बेबी, तुला कुठल्या लेखकाचं नाव आठवतंय का गं?' मी त्यांच्याकडे हसून पाहिलं आणि पटकन उत्तर दिलं, 'हो. काही काही नावं आठवतात. रवीन्द्रनाथ ठाकूर, काजी नजरुल इस्लाम, शरच्चंद्र सत्येंद्रनाथ दत्त, सुकुमार राय.' मी अशी नावं सांगताच, का कोण जाणे, त्यांनी माझ्या डोक्यावर हात ठेवला आणि ते माझ्याकडे आश्चर्यानं पाह्यला लागले, जणू त्यांचा माझ्यावर विश्वासच बसत नव्हता. काही क्षणानंतर ते म्हणाले, 'तुला शिकायची आवड आहे?' 'आवड असून काय उपयोग? आता कसली शिकतेय मी!' 'का नाही? माझंच बघ ना! अजून शिकतोय. एवढी पुस्तकं कशाला ठेवलीत, हे माहीत नाही का तुला? मला जमतंय तर तुला का नाही जमायचं? तू जरा माझ्याबरोबर वर चल.' मला ते वर घेऊन गेले. त्यांनी कपाटातून एक पुस्तक काढलं आणि ते मला दाखवत त्यांनी विचारलं, 'हे काय लिहिलंय सांग बघू!' मी पाहिलं. विचार केला आणि वाचता तर येतंय. पण काही चुकलं तर? तर काय! लिहिता-वाचता अजिबात येत नाही म्हणून सांगेन! तातुश माझ्याकडे पाहत होते. ते म्हणाले, 'वाच ना! काहीतरी वाच.' मग मी एकदम बोलून गेले, 'आमार मेयेबेला – तसलिमा नासरिन.' तातुश म्हणाले, 'चुकणार तर नाही ना,

म्हणून भीत होतीस ना?' मी हसायला लागले. ते म्हणाले, 'हे पुस्तक घेऊन जा. घरी वेळ मिळेल तेव्हा वाच.'

मी पुस्तक घेऊन घरी आले. रोज एक-दोन पानं वाचायला लागले. मी वाचत बसले की आजूबाजूचे लोक देव जाणे काय काय बोलायचे. मी तिकडे दुर्लक्ष करायची. सुरुवातीला मला नीट वाचता यायचं नाही. मग हळूहळू जमायला लागलं. वाचायला मला आवडायचं. काही दिवसांनी तातुशनी विचारलं, 'तुला दिलेलं पुस्तक लक्ष देऊन वाचतेयस ना?' मी 'हो' म्हणताच ते म्हणाले, 'मी तुला एक गोष्ट देतोय. त्याचा उपयोग कर. हेही माझं एक कामच आहे असं समज.' मी विचारलं, 'काय देताय?' त्यांनी आपल्या टेबलाच्या ड्रॉवरमधून एक पेन आणि वही काढली आणि म्हणाले, 'ह्या वहीत लिहीत जा. स्वत:ची कहाणी लिहिलीस तरी चालेल. कळायला लागल्यापासून आतापर्यंतच्या तुझ्या आयुष्यातलं जे काही आठवत असेल ते रोज थोडं थोडं लिहीत जा.' मी वही आणि पेन हातात घेऊन विचार करायला लागले की किती बरोबर आणि किती चुकीचं लिहीन कोण जाणे! तातुशनी विचारलं, 'काय गं, काय झालं? कसला विचार करतेस?' मी दचकले. म्हटलं, 'विचार करत होते की लिहिता येईल की नाही?' ते म्हणाले, 'नक्की येईल. का नाही यायचं? जमेल तसं लिही.'

वही घेऊन घरी आले आणि रोज जमेल तशी एक-दोन पानं लिहायला लागले. लिहीत होते आणि ते पुस्तकही वाचत होते. सकाळी मी कामावर आले की तातुश विचारायचे, 'काही लिहिलंस की नाही?' मी होकार दिला की ते खूष होऊन म्हणायचे, 'तू रोज लिहिलंस तर मी तुझ्यावर जास्त माया करेन.' कधी कधी लिहिता-लिहिता इतकी रात्र व्हायची की तोपर्यंत लोकांची एक झोप झालेली असायची. मध्येच जाग आल्यावर मी जागी असल्याचं त्यांना दिसायचं. मग सकाळी कुणी-ना-कुणी विचारायचंच, 'काय एवढं लिहीत-वाचत असतेस गं?' मी म्हणायची, 'ऊंहूं. काही सुद्धा नाही.' मला त्यांच्या अशा चौकशा आवडायच्या नाहीत. तिथं गैरसोयीही होत्या. म्हणून ही जागा मला बदलायची होती. ह्याहून चांगल्या जागेचा विचार माझ्या डोक्यात सतत घोळत असायचा. ह्या जागेत पाण्याचीही गैरसोय होती. बाथरूमचीही सोय नव्हती. चार घरं मिळून एक बाथरूम होती. सकाळी एक आत गेला की दुसऱ्याला बाहेर उभं राहावं लागायचं. संडास बाहेर होते आणि तिथंही डुकरं मागे लागायची. लहान-मोठे, बायका-पुरुष हातात पाण्याची बाटली घेऊन जायचे. ते बाटली सांभाळणार की डुकरांना हाकलत बसणार! मला तर हे पाह्यलासुद्धा आवडायचं नाही. बायकांना असं बाटली घेऊन जाताना ह्या आधी मी कधी पाह्यलं नव्हतं. तातुशनी मला सुरुवातीलाच विचारलं होतं की तू जिथं राहतेस तिथं बाथरूम-बिथरूम आहे की नाही? वर एक बाथरूम आहे. तुला हवं तर तिथंच

आंघोळबिंघोळ आवरून जात जा. त्या दिवसापासून मी इथंच सगळं आवरून घरी जायची. कधी कधी घरी जायला उशीर झाला की घरमालकाची बायको विचारायला यायची की उशीर का झाला? मधून मधून मी कुठं गेले होते हेही जाणून घ्यायला बघायची ती. ह्याचा मला खूप राग यायचा. मनात यायचं की दिवसभर काम करून परत यावं तर ह्या फालतू प्रश्नांना उत्तर द्यायची. काय ही कटकट! हे सगळं ऐकून घ्यायला मी काय कुणाची गुलाम आहे? घराचं भाडं द्यायला तर मी हयगय करत नाही. मग मी कुठं गेले तर ह्यांना काय एवढा त्रास होतो! आणि मी जाऊन जाऊन जाणार तरी कुठं! वेळ तरी कुठं होता मला! काम करून यायची आणि नंतर लिहिणं-वाचणं असायचं. कधीतरी सविताला मात्र भेटायला जायची. ती माझी मैत्रीण होती. आम्ही एकाच कोठीत काम करत होतो. तिच्याकडून यायला उशीर झाला तर आजूबाजूचे सगळे अशा नजरेनं माझ्याकडे बघायचे की जणू काही मी मोठा अपराधच केलाय! कधी बाजारात निघालं की ती मालकाची म्हातारी बायको म्हणायची, 'रोज रोज कुठं जातेस ग? नवरा नाही. एकटीच राहतेस. इतकं भटकणं बरं दिसत नाही.'

माझा नवरा इथं नाही म्हणून मी हिंडायचं – फिरायचं नाही? तो असता तरी काय! तो असून नसून सारखाच. त्याच्याबरोबर राहून तरी मला कधी कुठं सुख मिळालं! तो असतानाही आजूबाजूचे लोक नको ते बोलायचेच. तो कधी त्याबद्दल त्यांना काही बोलला नाही तर मी तोंड-डोळे बंद करून गप्प बसण्याशिवाय काय करणार!

माझ्या नवऱ्यासमोर लोक वाटेल ते बोलत होते. इथं तर मी आणि मुलंच होतो. इथं तर जास्तच ऐकायला येत होतं. मी कामावरून येता-जाता, मला पाहून लोक एकमेकांना सांगायचे की हिचा नवरा इथं राहत नाही. ही भाड्याच्या घरात मुलांना घेऊन एकटीच राहते. हे ऐकून लोक माझी छेड काढायला बघायचे. कुणी माझ्याशी बोलायला बघायचं, तर कुणी पाणी प्यायच्या निमित्तानं घरी यायचं. मी माझ्या मुलाला पाणी द्यायला सांगायची आणि काहीतरी सबब सांगून घरातून सटकायची. मुलांना घेऊन जरा बाहेर पडावं तर लोक मुद्दामच काहीतरी बोलायचे, शिट्ट्या मारायचे, टोमणेही मारायचे. पण माझ्यावर काही परिणाम व्हायचा नाही. मी त्यांना चुकवून जायची. तातुशकडे गेल्यावर, ते जेव्हा सांगायचे की त्यांच्या कुणी मित्रानं माझ्या लिहिण्या-वाचण्याबद्दल चौकशी केलीय, तेव्हा मला खूप आनंद व्हायचा. त्या आनंदात मी रस्त्यातलं सतावणं वगैरे विसरून जायची. तातुशचे काही मित्र दिल्लीला आणि कोलकात्याला राहत होते. तातुश त्यांना माझ्या लिहिण्याबद्दल नेहमीच सांगायचे. ते मित्रही फोनवरून किंवा पत्रांतून तातुशना माझ्याबद्दल विचारायचे.

एकदा मी माझ्या घरात माझ्या मुलांशी बोलत बसले होते, तेवढ्यात घरमालकाचा

मोठा मुलगा दारात येऊन उभा राहिला. मी त्याला 'बसा' म्हणताच तो बसला. एकदा बसल्यावर तो उठायचं नावच काढेना. तो बोलतच होता. थांबायला तयारच नव्हता तो. तो असं काही बोलत होता की त्याला उत्तरं देताना मला लाज वाटत होती. तो दारात असा बसला होता की मला बाहेरही पडता येत नव्हतं. त्याला 'जा' ही म्हणता येत नव्हतं. त्याला काय सांगायचंय ते मला समजलं होतं. अशा वेळी मी ऐकून न ऐकल्यासारखं करण्याशिवाय गत्यंतरच नव्हतं. त्याच वेळी मी विचार केला की हे घरही सोडून देणंच माझ्या दृष्टीनं चांगलं! कारण त्याच्या बोलण्यावरून मला स्पष्ट समजून चुकलं होतं की मी त्याच्या मर्जीप्रमाणे वागले तरच मला तिथं राहता आलं असतं, नाही तर नाही. हे एवढं सहज होतं? घरात कुणी पुरुषमाणूस नाही म्हणून काय मला प्रत्येकाचं ऐकलंच पाहिजे! उद्याच दुसरीकडे कुठंतरी घर शोधायला हवं.

मी कामावर जात होते आणि घरही शोधत होते. एकदा कामावरून घरी येत होते. पाहते तर माझी मुलं रडत रडत माझ्याकडे धावत येताहेत. ती सांगत होती की मम्मी, लवकर चल. आपलं घर पाडलं बघ. हे ऐकून मी हादरलेच. हे काय झालं! पाहते तर घरातलं सगळं सामान बाहेर अस्ताव्यस्त पडलं होतं. ते पाहून, डोकं धरून, मी तिथंच मटकन् बसले. आता मुलांना घेऊन जायचं तरी कुठं? लगेच दुसरं घर मिळणार तरी कसं! मुलांना जवळ घेतलं आणि मी रडायला लागले.

त्यांनी फक्त माझंच नाही तर आसपासची आणखी काही घरं पाडली होती. पण त्या घरात कुणी – ना – कुणी पुरुषमाणूस होतं. – कुणाचा मुलगा होता, कुणाचा नवरा तर कुणाचा बाप. – माझ्याकडे मात्र कुणीच नव्हतं. म्हणून माझं सामान तसंच पडून होतं. बाकीच्यांनी मात्र आपलं सामान आवरून ठेवलं होतं आणि ते घर शोधायला गेले होते. आता तिथं आमच्याशिवाय अगदी थोडेच लोक उरले होते. माझ्या मुलांबद्दल त्यांना वाटायचं, म्हणूनच ते थांबले होते. मी रडत होते आणि मला रडताना पाहून मुलंही रडत होती. मला मदत करणारं माझं असं कुणी नव्हतं. जवळच माझे एक सोडून दोन भाऊ राहत होते. मी इथं राहते आणि आमची घरं पाडलीत हेही त्यांना ठाऊक होतं, तरीही ते माझी चौकशी करायला आले नाहीत. मनात आलं की मा असती तर तिनं पाह्यले असते माझे हे हाल! अजून किती कष्ट आणि दुःख लिहिलंय माझ्या नशिबात कोण जाणे!

त्या दिवशी दुसरं घर शोधणं काही झालंच नाही. सात-आठच्या सुमाराला भोलादा आला. तो मुसलमान होता आणि जवळच राहत होता. त्याचं घरही पाडलं होतं. तो आमच्या गावाकडचाच होता. माझ्या वडिलांना आणि भावांना ओळखत होता. माझ्या मुलांबद्दल त्याला आपुलकी होती. भोलादा म्हणाला, 'ह्या मुलांना घेऊन तू रात्री इथं एकटी कशी राहशील!' असं म्हणून तोही आमच्याजवळ बसला. अशा

स्थितीत झोप येणं शक्यच नव्हतं. त्या मोकळ्या, घाणेरड्या जागेत, दवात भिजत आम्ही कशीबशी रात्र काढली. सकाळी भोलादा म्हणाला, 'तू ज्यांच्याकडे काम करतेस त्या साहेबांना विचारून पाहा ना!' विचार केला की बरोबरच आहे त्याचं. तातुशनी आधीच सांगितलं होतं की राह्यला जागाही मिळेल म्हणून. एकदा त्यांच्याशी बोलून तर पाहावं! मी भोलादाला म्हटलं, 'भोलादा, तूच एकदा त्यांच्याशी बोल ना! मला धीर होत नाही.' तो तयार झाला. मी त्याला घेऊन तातुशकडे आले. तो बाहेरच थांबला. मी आत गेले. तातुश पेपर वाचत होते. मला पाहताच ते म्हणाले, 'काय झालं ग, बेबी? तू रोजच्यासारखी दिसत नाहीयेस. तुझं तोंड एवढं उतरलंय का?' आमची घरं बुलडोझरनं पाडली, मी मुलांना घेऊन रात्रभर बाहेर बसले होते वगैरे सगळ्या गोष्टी मी त्यांना सांगितल्या. आणि म्हटलं, 'माझ्याबरोबर ओळखीचा एकजण आलाय. त्याला तुमच्याशी बोलायचंय.' मी असं म्हणताच तातुश लगेच बाहेर गेले. भोलादाशी बोलून ते आत आले आणि मला म्हणाले, 'तू रात्रीच का नाही इथं आलीस? मुलांना घेऊन रात्रभर बाहेर का बसलीस? रात्रीच यायला पाहिजे होतंस तू. जाऊ दे. पण आता केव्हा येतेस?' मी म्हटलं, 'तुम्ही सांगाल तेव्हा.' 'आताच येतेस?' मी 'हो' म्हटलं. घरी गेले. रिक्शात सामान भरलं. आणि मुलांना घेऊन आले. रस्त्यात मनात आलं की म्हणताक्षणीच तातुश तयार झाले. पुढे काय होईल कोण जाणे!

तातुशनी गच्चीवरची एक खोली रिकामी करून दिली. त्यात सगळं सामान ठेवून मी स्वयंपाकाला लागले. तातुश वर आले आणि हसत हसत म्हणाले, 'आज स्वयंपाक केला नसतास तरी चाललं असतं. खाली बरंच आहे.' मी म्हटलं, 'असू दे. दादा खातील.' तातुशनी विचारलं, 'रात्री खाली येऊन गरम गरम रोटी करून वाढशील? आतापर्यंत दोन्ही वेळा स्वयंपाक करणारं कुणी नव्हतं. तू सकाळी करून जायचीस तेच रात्री खावं लागायचं. आता तू इथंच आहेस, तर दोन्ही वेळा गरम गरम करून वाढशील.'

ह्यानंतर स्वयंपाक आणि इतर सगळी कामं मी माझ्या मर्जीनुसार करायला लागले. कुणाला काही सांगावं लागायचं नाही. मला काम करताना पाहून तातुश मला मधूनच म्हणायचे, 'बेबी, तू एवढं काम कसं करतेस ग! सबंध दिवस काम करत असतेस. थोडी माझ्यापाशी येऊन बस बरं!' मी बसले की विचारायचे, 'मुलांनी नाश्ता केला की नाही? तू काही खाल्लंस का? जा. वर जा आणि मुलांना खायला घाल. तू ही खा. जा. लवकर जा. एवढा वेळ झालाय आणि मुलांना काही दिलं नाहीस! खालून थोडं दूध घेऊन जा. आणि दे त्यांना.' इथं आल्यापासून माझ्या मुलांना रोज अर्धा लिटर दूध मिळायला लागलं होतं.

एकदा तातुश मला म्हणाले, 'हे बघ बेबी, आमच्याकडे कितीतरी बायका

कामाला होत्या. पण तुझ्यासारखी कुणीच नव्हती. तू इथं फक्त मोलकरीण आहेस किंवा हे घर दुसऱ्यांचं आहे, असं कधी मनातसुद्धा आणू नकोस. ह्या घराला तू आपलंच समज. मला मुलगी नाही. मी तुला माझ्या मुलीसारखंच मानतो.' मी मनात म्हटलं की हे काय सांगायला हवं! इथं येऊन मला किती सुख मिळालंय, ते माझ्याशिवाय कुणाला कळणार! सगळेच माझी काळजी घ्यायचे. मला कधी बरं नसलं की तातुशना किती काळजी वाटायची! माझ्यावरची कामं स्वत: करायला पाह्यचे. मला बळेबळेच शेजारच्या डॉक्टरकडे पाठवायचे. डॉक्टरांनी लिहून दिलेला औषधांचा कागद मी तातुशना देताच ते घाईघाईनं औषधं घेऊन यायचे. औषधं नुसतीच आणून द्यायचे नाहीत तर वेळेवर काढून द्यायचे आणि मी घ्यायची टंगळमंगळ केली तर बळेबळेच घ्यायला लावायचे. मुलं आजारी पडली तरी असंच. मोलकरणीला असं वागवताना मी कुणालाच कुठं पाह्यलं नव्हतं. त्यांच्या इथं मला कुठल्याच गोष्टीची कमतरता नव्हती. खाणंपिणं, कपडालत्ता, साबण तेल – कुठलीच गोष्ट ते मला कमी पडू द्यायचे नाहीत. मी एवढ्या घरी कामं केली होती. पण असं कुणीच वागलं नव्हतं. ह्या घरातली महत्त्वाची व्यक्ती जणू मीच होते. इतकं चांगलं घर, इतकी चांगली माणसं पुन्हा कधी मिळतील की नाही कोण जाणे!

ह्या घरात सुखच सुख होतं तरी मधूनच मला उदास वाटायचं. दोन महिने झाले होते, मला माझ्या मोठ्या मुलाबद्दल काही कळलं नव्हतं. तातुशना कदाचित हे जाणवलं असावं. एकदा त्यांनी मला अचानक विचारलं, 'बेबी, तुझा मोठा मुलगा कुठं असतो? तू कधी त्याला भेटायला का जात नाहीस?' त्यांनी तीन-तीन वेळा विचारलं. मी आपली गप्पच. थोड्या वेळानं मान खाली घालून उत्तर दिलं, 'तो कुठं आहे तेच मला ठाऊक नाही.' तातुशनी आश्चर्यानं विचारलं, 'काय म्हणतेस, बेबी! तुझा मुलगा कुठं आहे ते तुला माहीत नाही?' मी म्हटलं, 'त्याला ज्यांनी आपल्याबरोबर नेलं ते माझ्या घराजवळच राहत होते. त्यांना मी विचारलं होतं. तो कुठं असतो ते त्यांनी मला सांगितलं होतं. पण घराचा नंबर बरोबर दिला नव्हता. त्यांनी सांगितलेल्या नंबरवर मी एक-दोनदा नाही, पुष्कळ वेळा गेले आणि तशीच परत आले. त्या घरमालकांचं इथंच कुठं औषधाचं दुकान आहे, एवढंच मला ठाऊक आहे. मी एक-दोघांना विचारलं. पण बरोबर पत्ता मिळाला नाही.' तातुश काळजीच्या सुरात म्हणाले, 'इथं तर औषधाची बरीच दुकानं आहेत.' त्या दिवशी ते आणखी काही बोलले नाहीत. दुसऱ्या दिवशी सकाळी त्यांनी मला बोलावून म्हटलं, 'तू मुलाला पाठवण्यापूर्वी त्या लोकांची व्यवस्थित माहिती विचारायला नको होती? असं पाठवलं तर काय होतं माहीत आहे ना?' मी गप्प बसून त्यांचं बोलणं ऐकत होते. थोड्या वेळानं

मला काहीही न सांगता ते घराबाहेर पडले आणि तीन तासांनी परत आले. आल्याबरोबर फोन करायला लागले. मी स्वयंपाक करत होते. फोनवरून ते कुणाशी तरी बोलले आणि लगोलग त्यांनी मला हाक मारली. मला असं का बोलावताहेत तेच मला कळेना. मी घाईघाईनं त्यांच्याजवळ जाऊन उभी राह्यले. ते फोनवर बोलतच होते. बोलत असतानाच ते मला म्हणाले, 'घे. बोल.' मी विचारलं, 'कोण आहे?' ते म्हणाले, 'बोल तर खरी! बघ कोण आहे ते!' मी फोन कानाला लावला. कुणीतरी 'हॅलो,' 'हॅलो' करत होतं. मला आवाज ओळखायला आला नाही. म्हणून फोन बाजूला करत मी त्यांना म्हटलं, 'कोण बोलतंय? काही कळत नाहीये.' ते म्हणाले, 'अरे, तू मुलाचा आवाज नाही ओळखलास?' मी आश्चर्यानं म्हटलं, 'ए, माझा बाबू!' मी पुन्हा फोन कानाला लावला. 'बेटा, बेटा, मी तुझी मा.' तो म्हणाला, 'मा? कोण मा? बेबी?' मी म्हटलं, 'हो रे! तुझी मा! बेटा, तू कसा आहेस?' 'मी अगदी ठीक आहे. अगदी चांगला आहे, मा!' त्याच्या बोलण्यावरून तो मोठा होतोय, हे जाणवलं मला. त्याचा आवाजही बदलला होता. दोनेक महिन्यात तो किती बदलला होता! मला त्याला पाहावंसं वाटलं. तातुशना पण हे समजलं. त्यांनी विचारलं, 'मुलाला भेटायचंय?' 'हो. पाहिलं तर आणखी बरं वाटेल.' 'मग कधी जातेस?' 'तुम्ही घेऊन जाल तेव्हा.'

काही दिवसांनी मुलाला भेटायला गेले तेव्हा तो झाडांना पाणी घालत होता. त्याचं तिथं बरं चाललं असावं, असं काही वाटलं नाही. त्याचं हे काम करण्याचं वय होतं का! पण मी तरी काय करू? तो घाईघाईनं आला आणि त्यानं नमस्कार केला. आपल्या भावंडांना पाहून त्याला खूप आनंद झाला. मी निघाले तेव्हा तो हिरमुसला झाला. तेव्हाच मी ठरवून टाकलं की त्याला तिथं ठेवायचं नाही. काही झालं तरी त्याला स्वत:जवळच ठेवायचं. कदाचित तातुशच्याही हे लक्षात आलं असावं. म्हणूनच मधून मधून फोनवरून त्याची विचारपूस करायला मला सांगत. मी त्याला फोन केला की तो फक्त मी कुठं राहते? घरनंबर काय एवढंच विचारायचा. तो कुणाला न सांगतासवरता इथं आला तर तातुशना काय वाटेल, असा विचार करून मी माझा पत्ता देण्याचं टाळायची. ते बोलता बोलता म्हणायचेही की त्याच्या वयाचा मुलगा मी कधी ठेवलेला नाही. त्यांच्या ह्या बोलण्यानं मला वाईट वाटायचं. मनात यायचं की त्यांचा माझ्या मुलावर विश्वास नसावा का! त्या मुलाला काही दिवसांकरिता तरी इथं घेऊन ये असं का नाही म्हणत? त्यांचा माझ्यावर आणि माझ्या धाकट्या दोन्ही मुलांवर इतका जीव आहे, मग माझ्या मोठ्या मुलाचंच त्यांना ओझं का वाटावं? मला काही समजत नव्हतं. पण मी बोलले काहीच नाही.

असं करता करता एकदा तातुश स्वत:च म्हणाले, 'तू तुझ्या मोठ्या मुलाला काली पूजेनंतर काही दिवसांसाठी घेऊन ये.' हे ऐकून मला खूप आनंद झाला. ते पुढे म्हणाले, 'त्याच्यासाठी इथंच जवळपास काम बघ. म्हणजे तो तुला रोज भेटेल. पण बेबी, तुला माहीत आहे का की मुलांकडून काम करून घेणं बेकायदेशीर आहे. त्याला तिथून आणलं पाहिजे. त्याच्यासाठी असं काम बघ की तो तिथं राहून दुसरं काम शिकेल किंवा अभ्यास करेल. असंच काहीतरी आपल्याला करायला हवं. पण तीन मुलांना घेऊन इथं राहणं जमेल? मला नाही वाटत.' मी म्हटलं की 'तुम्ही तर म्हणाला होतात की इथं राहून आणखी एखादं तासा-दोन तासाचं काम मला करता येईल. मग मी तसं एखादं काम करेन.' तातुश म्हणाले, 'त्यानं काय होईल, बेबी? एके ठिकाणी काम करून येशील आणि आल्यावर पुन्हा त्याच कामासाठी राबायचं! अशानं तुझी तब्येत बिघडेल. एवढी दगदग बरी नव्हे. आणि गरज तरी काय? आता जसं चाललंय तसंच चालव.'

तातुशचं बोलणं ऐकल्यावर मला त्यांच्याबद्दल खूप आपुलकी वाटायची. माझ्या आईवडिलांनीही मला कधी असं समजावून सांगितलं नव्हतं. ते मागच्या जन्मी खरोखरच माझे वडील असावेत. म्हणूनच माझ्या भल्याबुऱ्याची इतकी काळजी घेत होते. थोड्या वेळानं तातुश पुढे म्हणाले, 'मी तुला लिहिण्या-वाचण्याचं काम दिलंय ना ते करत राहा. जेवढा वेळ इकडच्या तिकडच्या कामात घालवशील तो सगळा लिहिण्यात घालव. ह्याचा एक दिवस नक्कीच फायदा होईल. पाहशीलच तू! आणखी काही करण्याची गरजच काय? असंच भागव ना, बेबी! आणि जरा विचार कर की माझे मित्र तुझ्या लिहिण्यासाठी तुला किती पाठिंबा देतात. तुला नेहमी सांगत असतात की लिहीत राहा. लिहिणं बंद करू नको. त्यांना कळलं की लिहायचं सोडून तू बाहेर जाऊन दुसरं काम करतेस तर ते मलाच दोष देतील.'

काही दिवसांनी तातुशनी मला सांगितलं, 'बेबी, तू तुझ्या मुलाला इथं घेऊन ये. त्याचं तिथं काम करणं मला अजिबात पसंत नाही. तो दुसऱ्यांकडे असंच काम करत राहिला तर त्याचं आयुष्य वाया जाईल. हे बरं नाही.' ते पुढे म्हणाले, 'मी एक शिक्षक आहे. मला एका मुलाचं आयुष्य वाया गेलेलं नाही चालायचं, बेबी! तू आजच जाऊन त्याला घेऊन ये.'

त्याच दिवशी मी माझ्या मुलाला आणलं. तातुश त्याच्यासाठी चांगलं घर शोधायला लागले. असं घर की तिथं घरकाम करता करता काही कारागिरी शिकू शकेल किंवा अभ्यास करू शकेल. असं घर मिळणं अवघडच! आता माझ्यापाशी माझी तिन्ही मुलं होती, तरीही मी खूष नव्हते. आमचं खाणंपिणं,

कपडालत्ता तर ते करतच होते. आणखी आमच्यासाठी करायचं तरी किती! मला खरोखरच हे बरं वाटत नव्हतं. मी ठरवलं की जोपर्यंत माझा मोठा मुलगा माझ्याजवळ आहे, तोपर्यंत जरा काटकसरीनं वागायचं. जेवढा स्वयंपाक आधी करत होते तेवढाच करायचा. मी खाण्यापिण्याच्या काळजीत आहे, हे तातुशना समजलं. ते मला त्यांच्यासमोरच जेवायला लावायचे. कधी कधी ताट स्वत: वाढून आणायचे आणि मला लगेच खायला लावायचे. त्यांचा हा आपलेपणा पाहिला की वाटायचं की माझं हे एवढं सुख इतके दिवस होतं तरी कुठं! मी इतक्या घरांतून काम केलंय, पण ह्या घरातल्यासारखी माणसं कुठंच नाही पाहिली! ह्या आधी मी जिथं जिथं राहिले, तिथं मला महिन्याचा पगार मिळायचा. इथं तसं नव्हतं. तातुश म्हणायचे, 'बेबी, मी तुला पगाराचे म्हणून पैसे देत नाही. तू असं मनातही आणू नकोस. मी तुला हातखर्चाला पैसे देतो असं समज.'

तातुशचा धाकटा मुलगा म्हणजे माझा अर्जुनदा. त्याचे दोन मित्र आमच्या इथंच राह्यला लागल्यावर माझ्या हातखर्चाच्या पैशातही वाढ झाली. ते दोघं खूप चांगले होते. त्यांनाही मी आवडायची. माझ्या मुलांनाही ते बोलावून घ्यायचे आणि त्यांच्याशी गप्पा मारायचे. त्यांच्यातील एकाचं नाव सुखदीप होतं आणि एकाचं रमण. अर्जुनदापेक्षा मला तेच जास्त आवडायचे. आणि का नाही आवडू? त्यांना चहापाणी, खाणं काही हवं असलं तर ते मला फटकन् सांगून मोकळे व्हायचे. ह्या उलट अर्जुनदाला काही पाहिजे असलं तरी काही बोलायचा नाही. फक्त अंथरुणावर पडून राह्यचा. मीच जाऊन विचारायची की अर्जुनदा, चहा, खाणं काही आणू का? तो फक्त मानेनंच होकार किंवा नकार द्यायचा. पण त्याचे मित्र असे नव्हते. ते मला आपल्यातील समजत आणि मीही त्यांना घरचेच समजायची. त्या दोघांतही सुखदीपदा कमी बोलायचा. मला वाटायचं तो लाजतोय. रमणदा वेगळा होता. तो ह्या घराला आपलं समजून राह्यचा. तो मला बऱ्याच गोष्टी शिकवायचा. मी कितीतरी पदार्थ त्याच्याकडून शिकले. तो माझ्याशी माझ्या मुलांबद्दलही बोलायचा. तो म्हणायचा, 'हे बघ, अजून ती लहान आहेत. खोड्या करण्याचं वय आहे त्यांचं. तुला थोडी सावधगिरी बाळगायला हवी. त्यांच्या अभ्यासाकडे लक्ष द्यायला हवं. त्यांना सारखं खेळायला देऊ नकोस, नाहीतर अभ्यासाचे बारा वाजतील.' रमणदाला सुरुवातीला वाटलं होतं की मला मुलगी नाहीच. तिन्ही मुलगेच आहे. पण हळूहळू माझ्या मुलीच्या खेळण्यात फरक पडायला लागला. ती मधून मधून मुलीचे कपडेही घालायला लागली. तिला बाहुलीशी खेळताना पाहिल्यावर रमणदाचा गैरसमज दूर झाला. त्याच वेळी त्यानं तातुशला विचारलं, 'बेबीचा हा मुलगा आहे की मुलगी? हातात तर बाहुली

आहे.’ तातुशनी विचारले, ‘तुला खरंच माहीत नाही? ही बेबीची मुलगी आहे.’ रमणदा हसत हसत म्हणाला, ‘तरीच! मी मुलगाच धरून चाललो.’

सुखदीपदा आणि रमणदा आल्यामुळे घरात थोडी गडबड वाढली. पण ती तात्पुरतीच. कारण लवकरच ते दोघं कामावर जायला लागले. ह्या दरम्यान माझा मोठा मुलगाही घरातून दुसरीकडे राह्यला गेला. तातुशनीच त्याच्यासाठी घर शोधलं होतं. त्या घरच्या साहेबांनी त्याला शिकवेन म्हणून कबूल केलं होतं. माझी दोन्ही मुलंही आता शाळेतून उशिरा घरी येत. कारण ती आता मोठ्या, सरकारी शाळेत जायला लागली होती. अर्जुनदा, सुखदीपदा आणि रमणदा कामावरून आल्यावर लवकरच झोपत. तातुश मला म्हणाले, ‘तू मुलांना घेऊन पार्कमध्ये जात जा. मुलांना खेळायला मिळेल आणि तुझं मनही जरा रमेल.’ त्यांचं ऐकून रोज संध्याकाळी मी पार्कमध्ये जायला लागले. तिथं बऱ्याच बंगाली बायका यायच्या. त्या त्यांच्या कामावरच्या घरातील मुलांना फिरवायला आणायच्या. त्यातल्या काहीजणी मला पाहून माझ्याशी बोलायला यायच्या. मला विचारायच्या, ‘तू बंगाली आहेस का? तुझं घर कुठं आहे? तू इथं एकटीच राहतेस का? नवरा कुठं असतो? तुझ्याबरोबर राहत नाही का?’ तिथं काही तरुण मुलंही यायची. त्यात काही बंगालीही होते. तेही माझ्याशी बोलायला बघायचे आणि माझ्याशी बोलायला जमलं नाही तर माझ्या मुलांशी बोलायचे. कुणी आपण होऊन बोलायला आलं तर त्याच्याशी बोलावं लागणारच ना! तरीही अशा लोकांशी मी फारशी बोलायची नाही आणि त्यांना माझ्याबद्दल काही सांगायचीही नाही. कारण त्यांचा हेतू मी बरोबर ओळखून होते. तातुशनीही मला सांगून ठेवलं होतं की बाहेर पडल्यावर अनोळखी लोकांशी फारसं बोलायचं नाही. तातुशनी सांगितलेलं बरोबरच होतं. मलाही तसंच वाटायचं कारण मी पाहतच होते ना की लोक बोलता बोलता नको ते विचारीत. जुन्या पुराण्या गोष्टींच्या आठवणी मला नको होत्या. ह्यामुळे मला बाहेर जावंसंच वाटायचं नाही. पण मुलांसाठी जावं लागायचं.

एकदा पार्कमध्ये मी एका मुलीला एका लहान मुलीबरोबर पाहिलं. तिला मी गेले काही दिवस पाहत होते. तिथं कुणीही तिच्याशी बोलायचं नाही. ती त्या लहान मुलीला घेऊन यायची आणि तिच्याबरोबरच खेळून परत जायची. ती पार्कमध्ये येताच काही मुलं तिची टिंगल करायची. ती कुणाकडे पाह्यचीसुद्धा नाही. ती दिसायला नेपाळ्यांसारखी होती. पण त्या लहान मुलीशी ती बंगालीतून बोलायची. म्हणून ती बंगाली असावी असं वाटायचं. ती वीस-बावीसची असेल आणि तिचं लग्न झालेलं नाही हे उघडच होतं. तिला पाह्यलं की मला तिची दया यायची. मनात यायचं की एवढ्या मोठ्या मुलीला कामासाठी एवढ्या दूर

का बरं यावं लागलं असावं! मी तिला हाक मारताच ती खुषीनं माझ्यापाशी येऊन उभी राहिली. मी तिच्या हाताला धरून तिला माझ्यापाशी बसवून घेतलं. आणि विचारलं, 'तू बंगाली आहेस?' ती 'हो' म्हणाली. मग मी तिचं नाव विचारलं. ती म्हणाली, 'सुनीती.' त्या दिवसापासून आमची चांगली मैत्री झाली. आम्ही रोज पार्कमध्ये भेटायला लागलो. एखाद्या दिवशी आम्ही भेटलो नाही तर चैन पडायचं नाही. सुनीतीचे आईवडील तिच्या लहानपणीच वारले होते. तिच्या जन्माच्या वेळीच तिची आई गेली आणि ती वर्षाची होते ना होते तोच तिचे वडील गेले. तिला तिच्या आजीनं आणि मामानं वाढवलं होतं. लहानपणी आई नसली तर काय सोसावं लागतं हे मला चांगलं ठाऊक होतं. सुनीती तिच्या घरी जाण्याच्या आदल्या दिवशी मला पार्कमध्ये भेटली होती. पण ती उद्याच जाणार आहे, हे तोपर्यंत ठाऊक नव्हतं. ती तर म्हणाली होती की तू उद्या तुझा पत्ता लिहून आण. मीही माझा पत्ता तुला देईन. मी दुसऱ्या दिवशी माझा पत्ता घेऊन गेले. पण ती आलीच नाही. ती गेली असेल, असं तेव्हाही मला वाटलं नाही. त्याच्या दुसऱ्या दिवशीही ती दिसली नाही. दोन दिवसांनी पाहते तर ज्या लहान मुलीला ती घेऊन यायची ती आपल्या आईबरोबर आली होती तेव्हा कुठं ती गेल्याचं लक्षात आलं. मला वाटलं की कदाचित तिला मला भेटण्याची संधी मिळाली नसेल. मग ती तरी काय करणार! ज्यांच्याकडे राह्यचं त्यांच्या मनाप्रमाणे वागायला हवं ना!

सुनीती नसल्यानं आता माझं पार्कमध्ये मन लागत नव्हतं. मी जाणंच बंद केलं. मी पार्कमध्ये जेवढा वेळ घालवत होते तेवढा आता मी लिहिण्या-वाचण्यात घालवायला लागले. आतापर्यंत मी जे काही लिहिलं होतं. त्याची फोटो-कॉपी करून तातुशनी ती कोलकात्याला आपल्या मित्रांकडे पाठवली. एके दिवशी अचानक तातुश मला म्हणाले, 'बेबी, तुझं पत्र आलंय. मी आश्चर्यानं पाहतच राहिले. म्हटलं, 'माझं पत्र! मला कोण पत्र पाठवणार!' ते म्हणाले की पत्र कोलकात्याहून त्यांच्या मित्रानं पाठवलंय. मी म्हटलं, 'वाचा ना! काय लिहिलंय त्यांनी?' तातुशनी मला बसायला सांगितलं. मग ते पत्र वाचायला लागले, 'प्रिय बेबी, तुझी डायरी वाचली. मला ती किती आवडली हे कसं सांगू? तू एवढं चांगलं लिहायला कुठं शिकलीस? तू फारच उत्तम लिहितेस. तुझ्या तातुशनी खरोखरच एक हिरा शोधून काढलाय. मी हे पत्र तुला बंगालीतून लिहू शकत नाही ह्याची मला लाज वाटते. मी बंगाली वाचू शकतो. पण मला लिहिता येत नाही. मी तुझ्या तातुशपेक्षा वर्षानं मोठा आहे. ह्या वयातही तुला पत्र लिहिण्यासाठी बंगाली लिपी शिकावी असं वाटतं. पण ते शक्य नाही. तू काही पुस्तकं वाच आणि तातुशकडून बंगाली कोष घेऊन रोज त्याचं उलट भाषांतर

कर. तुझी कहाणी जाणून घ्यायची माझी इच्छा आहे. इथं ज्या ज्या मित्रांनी तुझी डायरी वाचली त्यांना तुझं लेखन विलक्षणच वाटतं. माझे एक मित्र तुझं हे लेखन, एखाद्या मासिकात छापायला बघताहेत. पण त्या आधी तुला तुझी ही कहाणी एका विशिष्ट वळणापर्यंत आणायला हवी. तू तुझं लेखन कधीही सोडून देणार नाहीस अशी अशा करतो. देवानं तुला ह्या जगात लिहिण्यासाठीच पाठवलंय ही गोष्ट कधीही विसरू नकोस. आशीर्वाद देऊन इथंच थांबतो.'

पत्र ऐकून मी थक्कच झाले. त्यांना एवढं आवडावं असं मी काय लिहिलं होतं! आवडावं असं त्यात काहीच नव्हतं. त्यातून माझं अक्षरही वाईट आहे आणि चुका तर काही विचारूच नका! तरीही त्यांना आवडलं ते का! मला तर काही समजेना. मी ह्याबद्दल तातुशना विचारलं तर ते म्हणाले की तुला नाही कळायचं! मी म्हटलं, 'खरंच मला काही समजत नाही. देवानं मला समजून घ्यायची बुद्धी नाही दिली. तरीही मला समजून घ्यायचंय.' तातुश म्हणाले, 'सध्या ह्या गोष्टींसाठी डोकंफोड करायची गरज नाही. तू तुझं काम कर. बस! लिही आणि वाच. त्यातूनच तुझ्या डोक्यात आपोआप सगळं काही येईल.'

तातुशचं बोलणं मी ऐकून न ऐकल्यासारखं करणार नाही तर काय! जसं काही घरात मला दुसरं काही काम नव्हतंच! घरात अर्जुनदा, रमणदा आणि सुखदीपदा तर होतेच. त्याशिवाय त्यांचे मित्र सुमितदा, रजतदा, राहुलदा ह्यांचंही जाणं-येणं असायचं. त्या सगळ्यांनाच माझ्याबद्दल फार वाटायचं. ते माझ्याशी तातुशसारखेच वागायचे. अशा परिस्थितीत मी त्यांना खायला-प्यायला घालायचं सोडून पुस्तक-वही घेऊन कसं बसायचं! एके दिवशी मी चुकून तातुशचं ऐकलं आणि दिवसाच लिहायला-वाचायला बसले तर एक गंमतीदार प्रकार घडला. कामावरून रमणदा आला. त्याला खूप भूक लागली होती. घाईघाईनं हातपाय धुवून तो खायला बसला. मी प्लेटवर माशीबिशी बसू नये किंवा काही घाण पडू नये म्हणून ती पालथी घालून ठेवली होती. रमणदाला इतकी भूक लागली होती की प्लेट उलटी आहे हे त्याच्या लक्षातच आलं नाही. त्यानं त्या उलट्या प्लेटवरच भाज्या वाढून घेतल्या. एका भाजीला दाट रस्सा होता. तो रोटी घेऊन खाणार इतक्यात त्याला प्लेट खालून रस्सा वाहताना दिसला. तो खाणं थांबवून पाहतच राहिला. काही क्षणांनंतर आपण उलट्या प्लेटमधून खात असल्याचं त्याच्या लक्षात आलं. तो तिथं बसल्या-बसल्याच जोरजोरानं हसायला लागला. मी तातुशना विचारलं, 'रमणदा कुणाशी गप्पा मारून हसतोय?' तातुश म्हणाले, 'आणखी कोण आहे तिथं?' 'तिथं दुसरं कुणीच नाही.' मी तिथं गेले. पाहते तर रमणदा एकटाच हसतोय. मी विचारलं, 'काय झालं?' तो काही न बोलता आपला हसतोय. मी पुन्हा विचारलं, 'झालं तरी काय एवढं हसायला?' तो

हसत हसतच म्हणाला, 'बेबी, पाहा तर मी कसं खातोय!' मी पाहिलं. मग हसता हसता माझीही मुरकुंडी वळली. तातुशना येऊन हसत हसतच कसंबसं सांगितलं. तेव्हा तेही हसायला लागले. पण ते आमच्यासारखे हसायचे नाहीत. त्यांचं हसणं त्यांचं असं खास होतं. हळूहळू सगळे हसायचे थांबले तरी मी आपली हसतच होते. तेव्हा तातुश मला म्हणाले, 'बेबी, तू काय हसतच बसणार का? नुसतं हसत बसण्यानं सगळं होईल का? माझ्या मित्राचं पत्र येऊन किती दिवस झालेत. त्याला उत्तर नाही द्यायचं का?' मी म्हटलं, 'पत्र? हे पत्रबित्र लिहिणं नाही व्हायचं माझ्याकडून.' तातुश म्हणाले, 'का नाही व्हायचं? जमेल तसं लिही. लिहिता लिहिता येईल आपोआप.'

मी विचारात पडले. कधीच कुणाला पत्रबित्र लिहिलं नव्हतं. आणि जी काही लिहिली होती ती वेडीवाकडी प्रेमपत्रं. तीही दुसऱ्यांसाठी. काय लिहावं, कसं लिहावं, काही समजत नव्हतं. किती चुकीचं लिहीन, आणि किती बरोबर कोण जाणे! मी तातुशना विचारलं, 'मी त्यांना काय म्हणू?' तातुश म्हणाले, 'ते तुझं तूच ठरव. एवढं लक्षात ठेव की तो माझ्याहून वर्षानं मोठा आहे.'' मी म्हटलं, 'मी त्यांना 'जेठू' म्हणू?' तातुश म्हणाले, 'तुझी मर्जी.' मी मायना लिहिताना त्यांना 'जेठू' म्हटलं. पत्र कसं लिहितात ते अजिबात माहीत नव्हतं तरी जमेल तसं लिहिलं. माझ्या पत्राचं उत्तर आलं. जेठूंनी लिहिलं होतं, 'प्रिय बेबी, तुझं पत्र मागेच मिळालं. काय लिहावं ह्याचा विचार करता करता उशीर झाला. चार-पाच दिवसांपूर्वी मी इथल्या पुस्तक-बाजारात गेलो होतो. तिथली बंगाली पुस्तकं पाहून वाटलं की सगळा बाजारच उचलून तुझ्याकडे पाठवून द्यावा. लोक तिथं मासळीसारखी पुस्तकं विकत घेत होते. मी थक्क होऊन पाहतच राहिलो. तुझ्या पुस्तकाचं दुसरं प्रकरण पुरं झालं, हे वाचून आनंद वाटला. तुझ्या लेखनाबाबत तातुशना आणि मला फार काळजी आहे, असं तू लिहिलंयस, ते बरोबरच आहे. काळजीचं कारण आहे ते तुझं पुस्तक कसं छापलं जाईल ह्याची. आशापूर्णादेवींचं 'पांखिर खांचा, खांचार पांखि' कसं वाटतंय? आशापूर्णादेवी घरातलं सगळं काम आवरून, घरातले सगळे लोक झोपले की चोरून लिहायच्या, हे तातुशनी तुला सांगितलं असेलच. त्यांना फक्त बंगाली येत होतं आणि त्या विशेष घराबाहेरही पडत नसत. मला आणि तातुशला साहित्याची माहिती आशापूर्णादेवींपेक्षा खूपच जास्त असली तरी लेखनाच्या कुवतीच्याबाबतीत आम्ही त्यांच्या पासंगालाही पुरणार नाही. माझ्या मनात वारंवार येतं की तू सुद्धा दुसरी आशापूर्णादेवी होऊ शकशील. तिसरं प्रकरण कुठपर्यंत आलं? प्रेमपूर्वक आशीर्वाद – तुझा जेठू.'

जेठू असं मला उत्तेजन देत होते. फक्त जेठूच असं करत होते असं नाही.

आणखीही बरेच जण होते. दिल्लीत रमेशबाबू होते. ते जेठू आणि तातुशचे मित्र होते. मी जे काही लिहायची ते सगळं तातुश त्यांना फोनवरून सांगायचे. एकदा फोनवर बोलणं झाल्यावर ते मला म्हणाले, 'बघ, तू लिहिलेलं माझ्या मित्राला खूप खूप आवडलंय. ॲनी फ्रँकच्या डायरीसारखंच.' मी विचारलं, 'ॲनी फ्रँक कोण?' मग तातुशनं मला तिच्या बद्दल सांगितलं आणि एका मासिकातून तिच्या डायरीचा काही भाग वाचूनही दाखवला. तो ऐकून त्या मुलीबद्दल मला सहानुभूती वाटली.

शर्मिलादी पण मला खूप उत्तेजन द्यायची. ती माझ्याच वयाची होती. तिची आणि जेठूची मैत्री होती. ती कोलकात्यातच शिकवत होती. तिच्या पत्रावरूनच लक्षात यायचं की ती माझ्यावर किती स्नेह करते ते! असं प्रेम मला दुसऱ्या कुणाकडून मिळालं नाही. खरंच इतक्या दिवसांनी मला एक सच्ची मैत्रीण मिळाली होती. मी तिला तोपर्यंत प्रत्यक्ष पाहिलं नव्हतं. तिची पत्रं वाचली की तिच्याशी बोलावंसं वाटायचं, तिच्याबरोबर हसावं, खेळावं, आणखीही गंमत करावी असं वाटायचं. तिला विचारावंसं वाटायचं की शर्मिलादी आपण कधी भेटायचं गं? आपली भेट होईल की नाही? भेट झाल्यावर मी तुझे आभार तरी कसे मानू?

एकदा घरातलं कपाट साफ करत असताना त्यात मला फोटोचा एक अल्बम सापडला. त्यात अर्जुनदाच्या मित्रांचे फोटो होते. एका फोटोत जेठू होते. त्यांच्या एका बाजूला शर्मिलादी होती आणि दुसऱ्या बाजूला अर्जुनदा. एका दुसऱ्या फोटोत जेठूंजवळ शर्मिलादी आणि सुखदीपदा बसलेले होते. जेठूंना आणि शर्मिलादीला तोपर्यंत, मी फोटोतच पाहिलं होतं. आमची प्रत्यक्ष भेट झाली नव्हती. त्यांना प्रत्यक्ष पाहावं असं फार वाटायचं. शर्मिलादी मला पत्र लिहायची आणि त्या पत्राबरोबरच माझ्या उत्तरासाठी पांढरे कागद निरनिराळ्या सुंदर आकारात कापून पाठवायची. ती लेखिका होती. तिचं एक पुस्तक प्रसिद्ध झालं होतं. मासिकांतून तिच्या गोष्टी छापून यायच्या. तिचा माझ्यावर जीव होता. ती माझ्या मुलांचीही विचारपूस करायची. कधी कधी मनात यायचं कुठं शिकलीसवरलेली ती आणि कुठं मी! पत्रांतून आम्ही जे बोलतो ते कदाचित प्रत्यक्ष भेटीत बोलणारही नाही. किंवा भेटल्यावर जास्तच गप्पा मारू.

मला प्रोत्साहन देण्यात जेठूंचे एक बंगाली मित्र आनंद हेही होते. जेठूंकडे माझ्या पुस्तकाचं पहिलं प्रकरण वाचल्यावर त्यांनी मला कळवलं होतं की आपलं लेखन मला आवडलं. स्वतःच्या आयुष्यातील निरनिराळ्या आठवणी इतक्या सहजतेनं लेखनाद्वारे व्यक्त करणं सर्वांनाच जमतं असं नाही. आपला हा सुंदर प्रयत्न कधी थांबवू नका. अभ्यास आणि प्रयत्न ह्यांच्यातून आपण आम्हाला काही विलक्षण देऊ शकाल. स्त्री वरील अत्याचार, त्यांच्या वाट्याला येणारी दुर्दशा, पैशाची चणचण,

कुचंबणा ह्यांचा विचार करा आणि लिहायचा प्रयत्न करा. माझ्या शुभेच्छा आहेतच. ह्या पत्राबरोबर आनंदबाबूंनी आपला एक लेखही पाठवला होता. तो लेख मला आवडला. तो मला सगळाचा सगळा समजला होता असं नाही. मी तसं सांगितल्यावर तातुशनी तो मला समजावून सांगितला होता. त्यातलं काही माझ्या डोक्यात शिरलं आणि काही नाही शिरलं. एवढे सगळे माझ्या पाठीशी उभे होते, मला धीर देत होते, पण मला मात्र मी नीट लिहीन की नाही म्हणून शंका वाटायची.

अशातच एके दिवशी सकाळी माझे बाबा आले. मी तेव्हा किचनमध्ये होते. खिडकीतून मी पाहिलं तर कुणीतरी सायकलवरून आलं होतं. मी ओळखलं नाही त्या माणसाला. त्यांनी बेल वाजवली तेव्हा जरा वेळानंच मी दार उघडलं. मला पाहताच बाबांनी विचारलं, 'कशी आहेस, बेटी?' मी म्हटलं, 'बाबा, तुमची तब्येत केवढी खराब झालीय.' 'कुठं! काहीही झालं नाही मला. मुलं कशी आहेत?' 'खुशाल आहेत. सगळी ठीक आहेत. शाळेत गेलीत.' मी धावतच तातुशकडे गेले आणि त्यांना बाबा आल्याचं सांगितलं. तातुश म्हणाले, 'त्यांना घरात बोलाव. काही खाण्यापिण्याचं बघ.' मी बाबांना माझ्या खोलीत घेऊन गेले. विचारलं, 'चहा करू का?' ते म्हणाले, 'नको. राहू दे. एवढ्या उकाड्यात चहा!' मी घाईघाईनं एक ग्लास सरबत करून त्यांना दिलं. ते म्हणाले, 'बेटा, तूही घे ना थोडं.' मी म्हटलं, 'नाही, बाबू! मी आताच चहा घेतलाय. मा कशी आहे?' ते म्हणाले, 'ठीक आहे. तुझी खूप आठवण येते तिला.' मनात म्हटलं की का येणार नाही! दोन वर्षं झाली. पण एवढं अंतर असल्यानं भेट नाही झाली. आताही दोन दिवसांकरिता गेले तरी पुन्हा भांडणतंटे सुरू होतीलच! आता ते सगळं सोसण्याची माझी तयारी नाही. इथं आल्यावर मला कळून चुकलंय की माणूस – मग तो पुरुष असो वा बाई – स्वतःच्या पोटाची चिंता स्वतःच करतो आणि दोघांनाही पोटासाठी सारखंच राबावं लागतं. हे मला आधीच कळलं असतं तर मी तशी व्यवस्था केली असती. मग कदाचित एवढे कष्ट सोसावे लागले नसते.

बाबांबरोबर इकडच्या तिकडच्या गप्पा करता करता मी मध्येच विचारलं, 'कोलकात्याची काय बातमी? भाऊ कसा आहे? मा कशी आहे?' बाबा म्हणाले, 'तुझ्या काहीच कानावर आलं नाही वाटतं?' ते माझ्या तोंडाकडे थोड्या वेळ पाहतच राहिले. सांगितल्यावर मी रडणार-भेकणार तर नाही ना, असं त्यांना वाटलं असावं. खरं सांगावं की नाही ह्या विचारात ते पडले असावेत. पण सांगायला तर हवंच. कारण तिला तर तिची मा अजूनही हयात आहे असं वाटतंय. तेव्हा न सांगणं चुकीचं ठरेल. त्यांना विचारात पडलेलं पाहून मी 'बाबू' म्हणून हाक मारली तेव्हा ते एकदम दचकलेच. त्यांचे डोळे भरून आले

होते. ते पाहूनच मला शंका आली की माझी मा ह्या जगात नसावीच. माझ्या तोंडातून एकदम गेलं, 'बाबू, काय झालं? मा ची तब्येत तर ठीक आहे ना?' बाबांना भरून आलं. 'तुझी मा! सहा-सात महिन्यांपूर्वीच हे जग सोडून गेली. तुझी मा नाही. पण तुझा दादा तर तिकडे गेला होता. त्यानं नाही सांगितलं?' मी म्हटलं, 'नाही. मला कुणीच काही सांगितलं नाही.' मी हमसून हमसून रडायला लागले. आणखी मी करणार तरी काय होते! हॉस्पिटलमध्ये भरती केल्याचं एकदा ऐकलं होतं. तेव्हाच ती गेली असावी. त्यानंतर तिच्याबद्दल मला काहीच कळलं नव्हतं. सगळ्यांना सगळं माहीत असायचं. मलाच कुणी काही सांगायचं नाही. माझे भाऊ काही फार दूर राहत नव्हते. रिक्शानं गेलं तर दहा रुपये व्हायचे. तरीही मला कुणी सांगितलं नाही. मध्ये कितीतरी वेळा मी तिकडे गेले होते. तेव्हाही कुणी बोललं नाही. मला नेहमी वाटायचं की काही झालं तरी एकदा मा कडे जावं. इतके दिवस जाऊ जाऊ केलं आणि आता मा च निघून गेली. मला कळलं होतं की मा ला हॉस्पिटलमध्ये ठेवल्यावर माझा सगळ्यात धाकटा भाऊ बाबांना घेऊन जायला आला होता. त्याला बाबांनी मा ला भेटावं असं वाटत होतं. पण बाबा गेले नाहीत. ते का जातील! त्यांना जायची गरजच काय! त्यांना काय कमी होतं! बाबांनी, खरंतर, जायला पाहिजे होतं. मा आता वाचत नाही, हे त्यांना कळलं होतं. तरी ते गेले नाहीत. माझ्या धाकट्या भावाला तसंच परत जावं लागलं. माझ्या मते बाबा चुकले. शेवटची भेट म्हणून मा ला पाहून यायला हवं होतं. पण नाही गेले. मा चं क्रियाकर्म माझ्या भावाला एकट्यालाच करावं लागलं. माझ्या मोठ्या भावांनाही बऱ्याच दिवसांनी ही बातमी कळली आणि मला तर ही आताच!

बाबांनी विचारलं, 'तुझा थोरला कुठं असतो गं?' मी म्हटलं, 'इथं जवळच.' 'चल. पाहून येऊ त्याला.' मी बाबांना घेऊन गेले त्याच्याकडे. बेल वाजवताच तोच बाहेर आला. 'अरे, दादू!' असं म्हणत त्यानं बाबांना खाली वाकून नमस्कार केला. त्यानं विचारलं, 'दादू, माझे बाबू कसे आहेत?' बाबा म्हणाले, 'अगदी ठीक आहेत. मी चला म्हटलं होतं पण नाही आले रे!' माझ्या मुलाला पाहताच बाबांचे डोळे भरून आले. ते त्याला म्हणाले, "तुम्ही सगळे खूप खूप मोठे व्हा. पहिले कसे राहत होतात! आता तुम्हाला बघून खूप आनंद वाटला.' बाबा मला म्हणाले, 'बेटी, आता तुला कष्ट पडणार नाहीत. तुझा मुलगा मोठा होतोय ना! बघ, एके दिवशी हाच तुला सुखी करेल. आता थोडं सोस. मग हाच तुला सुखात ठेवेल.' बाबा माझ्या मुलाला म्हणाले, 'दादुभाई, सांभाळून राहा.' मग आम्ही दोघं परत आलो. बाबा निघाले तेव्हा तातुश त्यांना म्हणाले, 'आपण बेबीच्या बाबतीत निश्चिंत असा.' बाबा म्हणाले, 'आपल्यासारख्यांकडे राहत

असल्यावर काळजी कसली! आधी काळजी करत होतो. आता नाही करणार. माझी मुलगी इथं अगदी आनंदात आहे हे मी प्रत्यक्ष पाह्यलंय ना!’

बाबा परत गेले. त्यांना कुठून तरी मी काही लिहीत असल्याचं कळलं होतं. ते ऐकून त्यांना आनंद झाला. पहिले ते माझी मुळीच विचारपूस करत नसत. पण आता वरचेवर फोन करून माझी खुशाली विचारायला लागले. माझं लिहिणं कुठपर्यंत आलंय, संपलं का हेही पुन्हा पुन्हा विचारायचे. आता ते मला बोलावत होते. एवढंच नाही तर मला इथं राह्यचं नसेल तर मी परत यावं असंही म्हणत होते. पण पुन्हा तिकडे जायची माझी इच्छा नव्हती.

बाबा परत गेल्यावर बरेच दिवस मी उदास-उदास होते. मा गेली आणि मी तिला पाहू नाही शकले म्हणून मला पश्चात्ताप व्हायचा. बाबांच्या ढासळत जाणाऱ्या तब्येतीचीही मला काळजी लागून राहिली होती. ह्या दरम्यान जेठूंची आणि शर्मिलादीची बरीच पत्रं येऊन पडली होती. त्यांना उत्तरं द्यायची होती. त्यांना उत्तरं लिहिली तर ते दोघं खूष होतील आणि मलाही जरा बरं वाटेल म्हणून त्यांची पत्रं घेऊन बसले. उत्तरं द्यायच्या आधी पत्रं वाचलेली बरी असा विचार केला. आधी जेठूंचं पत्र उचललं आणि एखादी गोष्ट वाचावी तसं वाचायला लागले —

‘तातुशनी तुला शब्दकोशाची मदत घ्यायला सांगितलंय ते अगदी बरोबर आहे. मलाही तसंच वाटतं. पत्र लिहिताना चुका होणारच. म्हणून तू पत्रच लिहिणार नाहीस का? पुन्हा पुन्हा विचारण्यात काही वाईट नाही. असं विचारल्यानंच तर लिहिता येतं. तुझी गोष्ट तुझ्या तातुशसारखी मध्येच झोपी गेली की काय! नव्या वर्षात खूप लिही आणि मल्लेश्वरीसारखी लठ्ठमुठ्ठ हो हीच शुभेच्छा..... तुझं लेखन मला आवडतं आणि दुसऱ्यांनाही आवडत असावं. मी माझा मित्र आनंदच्या सांगण्यावरून त्याचा लेख तुला पाठवत आहे..... तुझ्या लेखनाचा तुझ्या तातुशनं आणि जेठूनं फारच ध्यास घेतलाय. लिहिताना आता तुला पहिल्यासारखा त्रास होत नाही ही खरोखरच आनंदाची गोष्ट आहे. आशापूर्णादेवींचं एखादं नवं पुस्तक वाचलंस का?.....सुरुवातीला तुझं अक्षर वाचताना मला फार त्रास व्हायचा. आता त्रास तर दूरच, उलट ते पाहून मला आनंदच होतो. वाचताना तुला रागवावं असं मुळीच वाटत नाही. तुला शाबासकी मात्र द्यावीशी वाटते. चुकांचा विचार करत बसलीस तर एक ओळही लिहून होणार नाही. म्हणून चुका होतील का असा विचार न करता लिही. नंतर आपण लिहिलेलं आपणच सुधारावं. त्यानंतर ज्यांचं हे वाचणं हेच काम आहे ते सुधारून घेतीलच. लिहायला बसल्याशिवाय लिहिणं होत नाही ह्याचा अनुभव तुला नक्कीच आला असेल. चुका झाल्या तर झाल्या, पण लिही, असं तुला तातुशनी सांगितलंय ते खरंच आहे.’

जेठूंची पत्रं आली की माझी लिहिण्याची इच्छा बळावायची.

शर्मिलादी मला हिंदीतून पत्रं पाठवायची. तिची पत्रं काही वेगळीच असायची. ती मला खूप आवडायची. माझ्या मनात यायचं की तिच्या घरीही माझ्यासारखीच कुणीतरी कामाला असेल. ती तिच्याशीही माझ्याशी वागते तशीच वागत असेल का? मला तर ती मोलकरीण समजतच नव्हती. आपल्या एखाद्या मैत्रिणीला पत्रं लिहावीत तशीच ती मला पत्रं लिहायची. तातुश तिची पत्र वाचून दाखवायचे. मग मी माझ्या मोडक्या-तोडक्या बंगालीत तिला उत्तरं लिहायची. कधी उदास वाटत असलं तर ही पत्रं मला प्रसन्न करायची —

"बेबी, तू तुझ्या वडिलांना जसं समजतेस, तसे ते का, ह्याचाही विचार करून बघ. काय कारण आहे ह्याचं? तू ज्यांना भले माफ करू नाही शकत, त्यांचा त्यांच्या बाजूनंही विचार करून पाहा. जे आपल्याला आवडत नाहीत त्यांनाही माफ करता येतं आणि कदाचित तसं करण्यातच भलाई आहे...... जर तू इथं आलीस तर आपण दोघी खूप नटून थटून नाचू. तुला नटायला आवडतं की नाही? मला तर कधीमधी आवडतं. तू माझ्यासाठी सजायचं आणि मी तुझ्यासाठी..... आपण जेव्हा भेटू तेव्हा पोट भरून हसू. अगदी हसण्यासारखं काही नसलं तरी हसू. ..... बेबी, तू लिहिलेलं वाचून कुणी 'फार छान आहे' असं सांगितलं तर तुला आश्चर्याचा धक्का नाही बसत? एवढ्या कष्टांत, अडचणीत गेलेलं तुझं आयुष्य, तू लिहायला लागल्यावर इतकं सुंदर कसं झालं, ह्याचा तू कधी विचार केलायस का?"

शर्मिलादीनं मला माझ्या नटण्या-सजण्याबद्दल विचारावं ह्याची मला गंमत वाटली. कारण मला नटायला-सजायला कधीच आवडलं नाही. मी अशा किती मुली आणि सुना बघितल्यात की बाहेर जाण्याचा विषय निघताच त्या सिंदूरची डबी, पावडरचा डबा, आरसा, कंगवा आणि कितीतरी गोष्टी घेऊन बसतात. साडी नेसल्यावर एखाद्या मैत्रिणीला बोलावून विचारतात की नीट नेसली गेली आहे की नाही? मैत्रिणीनं त्यांच्या मनासारखं उत्तर नाही दिलं की संपलंच! मग दहा वेळा सोडतील आणि दहा वेळा नेसतील. काहीजणी आपल्या नवऱ्यांनाच विचारतात की कोणती साडी नेसू? नवऱ्यानं सांगितलं की अमुक अमुक नेस. ती तुला चांगली दिसते. की लगेच हसत हसत साडी नेसायला जातात आणि साडी नेसून पुन्हा नवऱ्यासमोर येऊन उभ्या राहतात कारण 'तू किती सुंदर दिसतेस,' असं नवऱ्यानं म्हणावं अशी त्यांची इच्छा असते. फक्त एवढंच नाही तर इतर लोकांनीही असंच म्हणावं असं त्यांना वाटत असतं. बायकांचा साड्यांचा आणि दागिन्यांचा मोह पाहून मी थक्कच होते. किती हाव! तोंडावर आणि ओठांवर रंगाचा लेप लावतात आणि नवऱ्याबरोबर किंवा आणखी कुणा पुरुषाबरोबर जातात

फिरायला. हे सगळं बायकांना इतकं का आवडतं कोण जाणे! मला हे अजिबात आवडत नाही. लहान असल्यापासूनच नटण्या-मुरडण्याची मला फारशी हौस नव्हतीच. लहानपणी दीदी मला पकडून बळेबळेच माझे केस विंचरायची आणि वेणी घालायची. मैत्रिणींबरोबर कुठं जायचं असलं तर त्याच माझ्या मागे लागून मला नटायला भाग पाडायच्या. लग्नानंतरही मला ह्याची हौस वाटली नाही. कुठं जायचं असलं तर कशीबशी वेणी घातली, भांगात सिंदूर भरला की निघाले! असं असूनही माझ्या आजूबाजूच्या बायका माझ्यावर जळायच्या. त्यांनी आता मला पाहिलं असतं तर त्यांचा आणखीनच जळफळाट झाला असता, एकमेकींना हाका मारून त्या कुजबुजल्या असत्या. कारण आता मी साडीऐवजी सलवार-कमीज घालायला लागले होते ना!

इथं आल्यापासून अशा क्षुल्लक गोष्टींपासून माझी सुटका झाली. इथं मला सगळ्यांची आपुलकी मिळत होती. तातुशांची मुलं परदेशातून येताना माझ्यासाठी काही ना काही आणायचीच. ममा म्हणजे अर्जुनदाची आई येते तेव्हा तीही काहीतरी आणतेच. ह्या सगळ्यांचं एवढं प्रेम मला झेपेल की नाही असं वाटायचं. अमक्याशिवाय किंवा तमक्याशिवाय मी राहू शकत नाही, असं आता कुणी मला म्हटलं तर मला नवल वाटतं. पण सुरुवातीला दुर्गापूरच्या काही मैत्रिणींना सोडून आपल्याला राहता यायचं नाही, असं मलाही वाटायचं. हे सगळं फक्त म्हणण्यापुरतं असतं. सुरुवातीला असं म्हणणारे नंतर त्या माणसाला सोडून अगदी मजेत राहतात. आपल्या मैत्रिणींना सोडून आल्यावर पहिले काही दिवस मला फार जाणवलं. पण हळूहळू सगळं ठीक झालं. आपल्या मुलांना मोठं करण्याकडे मी लक्ष द्यायला लागले. त्यात मला खूप सुख वाटायला लागलं. मग मैत्रिणींपासून दूर जाण्याचं दुःख विरलं आणि त्यातलं कुणी मला भेटायला न आलेलं बरं असं वाटायला लागलं. मी माझ्या मुलांत रमले होते आणि त्यांचं शिक्षण व्यवस्थित चाललंय, ह्यातच मला आनंद होता. आता मुलंही पहिल्यासारखी एवढ्या-तेवढ्यावरून रडारड करत नव्हती किंवा विनाकारण इकडे-तिकडे भटकत नव्हती. आता ती असं काही बोलत की ह्या आधी त्यांच्या तोंडून असं कधी ऐकलंच नव्हतं. काही दिवसांपूर्वीचीच गोष्ट. मी रात्री आठ-नऊच्या सुमाराला मुलांशी गप्पा मारत गच्चीत बसले होते. माझ्या मुलीनं मला अचानक विचारलं, 'मा, तू कधी शाळेत गेली होतीस?' मी अवाक् होऊन तिच्याकडे पाहतच राहिले. एवढीशी मुलगी असं विचारते! आता ह्या प्रश्नाला मी उत्तर तरी काय देऊ? मी काही बोलण्याआधीच ती म्हणाली, 'मा, एक कविता म्हण ना!' आता एवढ्या वर्षांनी मला काय आठवणार! तरी ज्या काही दोन-चार ओळी आठवल्या, त्या म्हटल्या. ती खदखदून हसली आणि म्हणाली,

'एवढी मोठी मा आणि शाळेतली कविता म्हणते.' तिचं बोलणं ऐकून मला हसू आलं. थोडं वाईटही वाटलं. मनात आलं की माझी मुलं ह्या गोष्टींवरून इतकी हसतात, तर मी हातात पेपर धरून बसलेली पाह्यलं तर किती हसतील! कारण त्यांनी मला पेपर वाचताना कधी पाह्यलेलंच नाहीये.

इथं मी रोज सकाळी पेपर पाह्यची. मला इंग्रजी येत नाही. त्यामुळे त्यातलं शेंडा-बुडखा काहीही कळत नाही. पण फोटो पाहून त्याबद्दल मी तातुशना विचारते. तातुश म्हणतात की फोटोखाली मोठ्या अक्षरांत जे लिहिलंय त्यातलं एकेक अक्षर वाचत जा. मी एकेक अक्षर वाचते. तातुश 'हूं', 'हूं' करत राहतात. सगळी अक्षरं वाचून झाल्यावर तातुश पूर्ण शब्दाचा उच्चार आणि अर्थ सांगतात. सारखं सारखं विचारल्यावर ते थोडे वैतागतात. कारण माझ्यामुळे त्यांना आपला आवडता पेपर 'दि हिंदू' धड वाचता येत नाही. म्हणूनच की काय पेपर हातात घेताच ते म्हणतात, 'बेबी, जा. मुलांना शाळेत नाही पाठवायचं?' मी म्हणते, 'हो. पण अजून वेळ आहे.' 'कधी पाठवणार? उशीर होईल. जा.' मी घड्याळाकडे बघत बघत उठते. मुलांना शाळेत पाठवणं, एवढं एकच काम थोडंच असतं! अर्जुनदा उठल्यावर त्याचं खाणं-पिणं बघावं लागतं. त्याला गार रोटी चालत नाही. मी गरम गरमच करून देते. त्याला चांगलंचुंगलं खाण्याचा शौक आहे. चिकन, बिर्याणी, पुलाव, कबाब, आलू-पराठा, पुदिना-पराठा हे सगळं त्याला आवडतं. त्याच्या बरोबर टोमॅटो सूप, चिकन सूप, प्याज सूप असं काही असेल तर आणखी चांगलं. मी त्याचं जेवण त्याला विचारूनच करते. लोकांना वेगवेगळे पदार्थ खायला घालायला मला नेहमीच आवडतं. मी नवऱ्याकडे राहत असताना असेच नवे नवे पदार्थ करून आजूबाजूच्या लोकांना खायला घालायची, म्हणून माझा नवरा माझ्यावर चिडायचा.

पुस्तकांतले पदार्थ वाचून करायचे आणि लोकांना खायला घालायचे हे मला जसं आवडायचं तसंच आता कादंबरी, कथा, कविता वाचायला आवडतं आणि पेपर बघायलाही. पेपर बघता बघता मला जणू काही त्याची धुंदी चढते. तातुश मला जे सांगतात ते सगळं मला नवंच असतं आणि असं नवं ऐकण्यासाठी, समजावून घेण्यासाठी मी रोज सकाळी पेपरची वाट पाहत गेटमध्ये उभी राहते.

त्या दिवशी मला उठायला उशीर झाला. खाली येऊन पाहते तर तातुशनी स्वत: पेपर आणला होता आणि ते वाचत होते. मी घाईघाईनं किचनमध्ये गेले. चहा केला. तातुशना चहा देऊन मी दुसरा पेपर उचलला आणि त्यातले फोटो बघायला लागले. तातुशनी विचारलं, 'तुझा चहा कुठं आहे? जा. घेऊन ये.' मी चहा उभ्याउभ्याच प्यायला लागले तर ते म्हणाले, 'उभी का? बस.'

मी एका खुर्चीवर बसले. चहा टेबलावर ठेवला आणि पेपर बघायला लागले.

एवढ्यात तातुश म्हणाले, 'बेबी, तुला आमच्याकडे येऊन वर्ष झालं. जरा विचार कर आणि सांग की तुला इथं कसं वाटतंय? काय आवडलं आणि काय नाही आवडलं? इथं येऊन तू काय शिकलीस?' एवढं बोलून तातुश पुन्हा पेपर वाचायला लागले. बेबीच्या मनात आलं की हे काय विचारणं झालं! तिनं त्यांच्या प्रश्नांना उत्तरच दिलं नाही. ती खिडकीपाशी जाऊन आकाशाकडे पाहत उभी राहिली. तिला आपल्या आईची आठवण आली. आपल्या मुलांनी शिकून मोठं व्हावं असं तिला वाटायचं. पण कुठं झालं तसं? तिला शिकता आलं नाही. शिक्षणाचं महत्त्व मात्र तिला चांगलं समजलं होतं. म्हणूनच ती त्यांच्या घरात होती तोपर्यंत मुलांच्या मागे लागायची, त्यांनी शिकावं म्हणून, अभ्यास करावा म्हणून. आई आज असती आणि तिला कळलं असतं किंवा तिनं पाहिलं असतं की बेबीला अजून शिकावंसं वाटतंय, ती लिहितेय-वाचतेय, तर तिला किती आनंद झाला असता! आकाशाकडे पाहत बेबी जणू आपल्या आईलाच सांगू पाहते, 'मा, तू एकदाच येऊन पाहून जा ना! मला अजून शिकावंसं वाटतंय. मी मुलांना शिकवून गुणी बनवायला पाहतेय. त्यांना फक्त तुझा आशीर्वाद हवाय.' ती आपल्या आईशी बोलत होती. तिच्या डोळ्यांतलं पाणी तिची छाती भिजवत जमिनीवर टपकत होतं.

कपातला चहा केव्हाच थंड झाला होता. तेवढ्यात कुणाच्या तरी पावलांचा आवाज बेबीच्या कानावर पडला. ती दचकली. वळून पाहते तर अर्जुनदा उठून खाली येत होता. उतरता उतरताच त्यानं विचारलं, 'तुम्ही चहा पिताय ना? मग माझा चहा कुठं आहे?' बेबी चहा करायला किचनमध्ये जाणार एवढ्यात बेल वाजली. तिनं पाहिलं की शेजारचा मुलगा उभा आहे. त्याच्या हातात एक पॅकेट आहे. तो तिला म्हणाला, 'हे तुमचं आहे. पोस्टमननं चुकून आमच्याकडे टाकलं.' त्याच्याकडून पॅकेट घेऊन तिनं ते तातुशना दिलं. तातुशनी पाहिलं आणि म्हणाले, 'हे तर तुझंच आहे, बेबी! घे. काय आहे त्यात ते पाहा.' पॅकेट घेऊन ती किचनमध्ये गेली. अर्जुनदाच्या चहाचं पाणी गॅसवर ठेवून तिनं ते पॅकेट उघडलं. त्यात एक मासिक होतं. तिनं पानं उलटायला सुरुवात केली तर एके ठिकाणी तिला तिचं नाव दिसलं. तिला आश्चर्य वाटलं. तिनं पुन्हा पाहिलं. खरंच तिथं लिहिलं होतं, 'आलो–आंधारि' – बेबी हालदार. तिचा आनंद गगनात मावेना. अशा स्थितीतही तिला जेठूंच्या पत्रातील वाक्य आठवलं, 'आशापूर्णादेवी दिवसभराचं काम आटपून, सगळे झोपल्यावर लिहायला बसायच्या.' तिला कळून चुकलं की जेठूंचं म्हणणं अगदी बरोबर आहे. घरकाम करूनही लिहिता-वाचता येतं. अचानक तिचं लक्ष चहाच्या पाण्याकडे गेलं. उकळून उकळून ते बरंचसं आटून गेलं होतं. तिनं घाईघाईनंच चहा अर्जुनदाला दिला आणि

‘पाहा,’ ‘पाहा’ ‘ही गंमत पाहा’ असं ओरडतच ती वरती मुलांकडे धावली. तिचा आवाज ऐकून मुलंही तिच्याकडे धावत आली. तिनं मासिकाचं पान त्यांच्या पुढे करत विचारलं, ‘सांगा बरं, हे काय लिहिलंय?’ तिच्या मुलीनं एक-एक अक्षर वाचत नाव वाचलं – बेबी हालदार. ‘मा, तुझं नाव ह्या पुस्तकात?’ दोन्ही मुलं हसायला लागली. त्यांना हसताना पाहून तिला आणखीनच आनंद झाला. तिनं मुलांना प्रेमानं जवळ घेतलं. त्यांचे मुके घेता घेता तिला अचानक कसलीतरी आठवण झाली. तिनं मुलांना दूर केलं. ‘सोडा. सोडा मला. आता येते मी.’ असं म्हणत ती उठली. खाली येता येता ती मनाशीच म्हणाली, ‘किती बुद्धू आहे मी! मासिकात नाव पाहिलं आणि सगळंच विसरले की!’ धावतच ती जिना उतरली आणि तिनं तातुशना वाकून नमस्कार केला. त्यांनी तिच्या डोक्यावर हात ठेवून आशीर्वाद दिला.

■

# संदर्भ - टिपा

## एक

| | | | | |
|---|---|---|---|---|
| १. | पृ. ३ | गुणिवैद्य | : | जारणमारण करणारा मांत्रिक. |
| २. | पृ. ४ | पिशिमा | : | आत्या. |
| ३. | पृ. ११ | पीठे | : | एक बंगाली पक्वान्न. बऱ्याच प्रकारचे पीठे करतात. पण सर्वसाधारणपणे तांदळाचं किंवा गव्हाचं पीठ, नारळ, दूध, खजुराचा गूळ किंवा साखर हे पदार्थ वापरतात. |
| ४. | पृ. १७ | नाडु गोपाळ | : | गुबगुबीत बाळसेदार मुलगा. |
| ५. | पृ. २१ | मुडि | : | एक प्रकारच्या लाह्याच. |

## दोन

| | | | | |
|---|---|---|---|---|
| ६. | पृ. २८ | बहुभात | : | लग्नानंतर प्रथमच नववधू आपल्या सासरच्या लोकांना जेवायला वाढते तो विधी. |
| ७. | पृ. २९ | बोन | : | बहीण. |
| ८. | पृ. २९ | जेठ | : | मोठा दीर. |
| ९. | पृ. ३८ | चॉप मुडि | : | चॉप्स. |
| १०. | पृ. ३८ | शांखा | : | शंखाची बांगडी. बंगाली सौभाग्यलेणं. |
| ११. | पृ. ३८ | सिंदूर | : | सुहासिनी भांगात भरतात. |
| १२. | पृ.५१ | मा | : | मुलीला लाडानं मारावयाची हाक |
| १३. | पृ. ५१ | दादुभाई | : | नातवाला लाडानं मारायची हाक. |
| १४. | पृ. ५१ | दादू | : | आजोबा. आईचे वडील. |
| १५. | पृ. ५१ | दीदा | : | आजी. आईची आई. |
| १६. | पृ. ५३ | पांजाबी | : | बंगाली पुरुष घालतात तो लांब, सैल कुर्ता किंवा झब्बा. |
| १७. | पृ. ५७ | जेठीमा | : | थोरल्या काकी |
| १८. | पृ. ५७ | जेठानी | : | थोरली जाऊ. |
| १९. | पृ. ६५ | जात्रा | : | नेपथ्याशिवाय उघड्या रंगमंचावर केलेले नाटक. |
| २०. | पृ. ६८ | खेलाम | : | खाल्लं. |
| २१. | पृ. ६८ | गेच्छि | : | गेले. |